யசோதரை

யசோதரை

ஒரு புதினம்

தெலுங்கு மூலம்:

வோல்கா

தமிழில்: நாகலட்சுமி சண்முகம்

MANJUL

மஞ்சுள் பப்ளிஷிங் ஹவுஸ்

First published in India by

MANJUL

Manjul Publishing House

Corporate and Editorial Office

•2 Floor, Usha Preet Complex, 42 Malviya Nagar, Bhopal 462 003 - India

Sales and Marketing Office

•7/32, Ansari Road, Daryaganj, New Delhi 110 002 - India
Website: www.manjulindia.com

Distribution Centres

Ahmedabad, Bengaluru, Bhopal, Kolkata, Chennai,
Hyderabad, Mumbai, New Delhi, Pune

Tamil translation of *Yashodhara: A Novel* by *Volga*

First published in Tamil by Manjul Publishing House Pvt. Ltd.
By arrangement with HarperCollins Publishers India Private Limited

This edition first published in 2019

ISBN 978-93-89143-60-7

Translation by Nagalakshmi Shanmugam
Edited by PSV Kumarasamy

Printed and bound in India by Manipal Technologies Limited, Manipal

வாழ்க்கை குறித்த மனிதாபிமான
உணர்வால் நிரம்பி வழியும்
கவிதைகளைப் படைத்துள்ளதற்காக
திக் நத் ஹன்னுக்கு
நான் இந்நூலை சமர்ப்பிக்கிறேன்

அந்தி சாய்ந்து கொண்டிருந்த நேரம் அது. குன்றுகளுக்குப் பின்னால் மறைந்து கொண்டிருந்த சூரியனுடைய ஒளியின் நிறம் மெல்ல மெல்ல மாறிக் கொண்டிருந்தது. வெண்ணிற மேகங்கள் ஒரு சாயலிலும் கருநிற மேகங்கள் இன்னொரு சாயலிலும் பிரதிபலித்தன. மேகங்கள் சூழ்ந்த வானம் நெடுகிலும் பரந்து விரிந்திருந்த அடர் பழுப்பு ஒளி மற்றும் கருஞ்சிவப்பு ஒளியின் அற்புதமான பல்வேறு சாயல்களைக் கண்டு யசோதரை அப்படியே மெய்மறந்து நின்றாள். தன்னைச் சுற்றிலும் இருந்த மரங்களை மெல்ல மெல்ல ஒரு கரிய இருள் சூழ்ந்து கொண்டிருந்ததைக்கூட அவள் கவனிக்கவில்லை. தினமும் மாலை நேரத்தில் அந்தத் தோட்டத்திற்கு வந்து, அங்கிருந்த பூக்களைச் சேகரித்துக் கொண்டு, அவற்றில் சிலவற்றை அருகிலிருந்த ஒரு கோவிலில் இருந்த தெய்வத்திற்கு அர்ப்பணித்துவிட்டு, மீதிப் பூக்களை வீட்டிற்கு எடுத்துச் செல்லுவது அவளுடைய வழக்கமாக இருந்தது. அன்று, அவளுடைய வீட்டில் விருந்தினர்கள் வந்திருந்ததால் அவர்களை உபசரிப்பதற்கு அவள் தன் தாயாருக்கு ஒத்தாசையாக இருக்க வேண்டியிருந்ததால் தோட்டத்திற்கு அவள் சற்றுத் தாமதமாக வர நேரிட்டது. ஆனால் தாமதமானால் என்ன! அவள் நின்று கொண்டிருந்த இடத்தில் அணிவகுத்து நின்ற மரங்களுக்கு இடையே தென்பட்டக் குன்றுகளுக்குப் பின்னால் சூரியன் மிக அழகாக அஸ்தமனமாகிக் கொண்டிருந்த அற்புதமான

காட்சியைக் கண்டுகளிப்பதற்கான நல்லதிர்ஷ்டத்தை அது அவளுக்குக் கொடுத்திருந்ததே!

சூரியன் இப்போது அக்குன்றுகளுக்குப் பின்னால் அஸ்தமனமாகி இளைப்பாறிக் கொண்டிருந்தபோதிலும், அதன் கதிர்கள் இன்னும் அந்த வானத்தில் செந்நிறத்தின் பல்வேறு சாயல்களால் வண்ணம் தீட்டிக் கொண்டுதான் இருந்தன. எட்டப்பட முடியாத உயரத்தில் வானில் படர்ந்திருந்த வண்ணங்கள்மீது லயித்திருந்த யசோதரையின் கண்கள், இப்போது அவளுடைய கைக்கெட்டும் தூரத்தில் இருந்த வண்ணமயமான பூக்களை நோக்கித் தாழ்ந்தன. பூக்களைச் சேகரிக்கும் வேலைதான் அவளுக்குப் பெரும் இன்பத்தைக் கொடுத்தது. அவள் ஒவ்வொரு மரத்திலிருந்தும் குறிப்பிட்ட ஒருசில பூக்களை மட்டுமே பறித்தாள். தான் பறித்தப் பூக்களுக்காக அவள் அந்தந்த மரங்களிடம் மன்னிப்புக் கேட்டாள். அவள் அம்மரங்களோடு இடைவிடாமல் உரையாடிக் கொண்டே இருந்தாள். அவற்றின் குழந்தைகளை அவற்றிடமிருந்து தான் பிரித்தெடுப்பது குறித்து வருத்தம் தெரிவித்த அவள், கோவிலில் பெண்கடவுளரின் சிலைகளை அலங்கரிப்பதற்கு அப்பூக்களைத் தான் பயன்படுத்தப் போவதாக அம்மரங்களிடம் வாக்குக் கொடுத்தாள்.

யசோதரை தான் சேகரித்திருந்த பூக்களுடன் கோவிலின் முற்றத்திற்குள் அடியெடுத்து வைத்தாள். மறுகணம், ஆணியடித்தாற்போல அவள் அப்படியே நின்றுவிட்டாள். அவளுடைய பாதங்கள் மேலும் அடியெடுத்து வைக்க மறுத்தன. ஏனெனில், அந்த முற்றத்தின் இடப்பக்கத்தில் ஒரு கற்பலகையின்மீது ஓர் இளைஞனை அவள் கண்டாள். அந்த இளைஞனின் தோற்றம் நம்புதற்கரிய விதத்தில் தனித்துவமானதாக இருந்தது. சற்றுமுன் அவள் கண்டிருந்த பிரம்மாண்டமான சூரிய அஸ்தமனம் அவளை மிகவும் ஈர்த்திருந்ததைப்போல, அழகான சந்திர உதயத்தைப்போலத் தோன்றிய அந்த அந்நியனின் தோற்றம், விவரிக்கப்பட முடியாத பரவசத்தால் அவளுடைய இதயத்தை நிரப்பியது. அவன் மிகவும் இளமையாகக் காணப்பட்டான். அமைதி தவழ்ந்த அவனுடைய பிரகாசமான முகத்தில் இளமைக்குரிய வழக்கமான கர்வத்தின் சாயல் துளிகூடத்

தென்படவில்லை. அவனுடைய முகம் ஒளிர்ந்தது. அந்த ஒளி சிதறவும் இல்லை, திரியவும் இல்லை. அவனுடைய மனத்தை எது ஆக்கிரமித்திருந்தது என்பதை யாராலும் கூற முடியவில்லை. ஆனால், அது எதுவாக இருந்தாலும், அவனுடைய மனத்தில் அமைதியும் வியப்பும் நிரம்பி வழிந்தது மட்டும் எல்லோருக்கும் உறுதியாகத் தெரிந்தது. ஏனெனில், அதைப் பிரதிபலிக்கும் விதமாக அவனுடைய உதடுகளில் ஒரு மென்மையான, நிலையான புன்னகை மலர்ந்திருந்தது. அவன் தன் உள்ளங்கைகளைத் தன் தொடைகள்மீது ஒன்றிணைத்துப் பிடித்து, தன்னுடைய பாதங்களைப் பத்மாசன நிலையில் மடித்து உட்கார்ந்திருந்த விதத்தைக் கண்ட யசோதரையால் அவனிடமிருந்து தன்னுடைய பார்வையை விலக்க முடியவில்லை. பிறகு மெல்ல மெல்ல அவள் தன்னிலைக்குத் திரும்பினாள். சிரமப்பட்டுத் தன்னை சுதாரித்துக் கொண்ட அவள், ஒரு தீர்மானமான மனத்துடன் கோவிலுக்குள் சென்றாள். அவள் தன்னுடன் கொண்டு வந்திருந்த பூக்களை அங்கிருந்த தெய்வத்திற்கு அர்ப்பணித்து அந்த தெய்வத்தை வணங்கிவிட்டு, கோவிலின் கருவறையைவிட்டு வெளியே வந்தாள். அவள் அக்கோவிலின் பிரகாரத்தைச் சுற்றி நடந்தபோது மீண்டும் அந்த இளைஞனை ஏறிட்டுப் பார்த்தாள். அப்போது அவளையும் அறியாமல் அவளிடமிருந்து ஒரு பெருமூச்சு வெளிப்பட்டது. பிறகு, தான் வீட்டைவிட்டு வந்து வெகுநேரம் ஆகியிருந்ததை உணர்ந்த அவள், வேகவேகமாகத் தோட்டத்தைக் கடந்து தன் வீட்டை நோக்கி விரைந்தாள்.

ஆனாலும், அவளுடைய வீட்டைச் சென்றடைந்தது அவளுடைய உடல் மட்டுமே. அவளுடைய மனம் வேறு எங்கோ இருந்தது. அவளுடைய பெற்றோர் பேசியது அவளுக்குக் கேட்டது, அவர்களுடைய கேள்விகளுக்கு அவள் பதிலளித்தாள், தன்னைச் சுற்றிலும் பலர் வேலை செய்து கொண்டிருந்ததை அவளால் பார்க்க முடிந்தது, ஆனால் தனக்கும் தன்னைச் சூழ்ந்திருந்த உலகத்திற்கும் இடையே ஏதோ ஒரு பனிமூட்டம் இருந்ததுபோல அவளுக்குத் தோன்றியது. தனக்குப் பரிமாறப்பட்டப் பதார்த்தங்களின் சுவையை உணராமலேயே அவள் தன் வயிற்றை அவற்றால்

நிரப்பினாள். அவளுக்குப் பழக்கமான அவளுடைய படுக்கை, அவள் தன்னுடைய களைப்பிலிருந்து மீளுவதற்கு சிறிது நேரம் தூங்கும்படி அவளை அழைத்தது. ஆனால் தூக்கமோ, யசோதரையின்மீதான கோபத்தாலோ அல்லது அவளைப் பற்றிய பயத்தாலோ, அவளுக்கு அருகில்கூடத் தான் போகப் போவதில்லை என்று உறுதிமொழி எடுத்துக் கொண்டது. அவளுடைய இமைகள் ஒன்றையொன்று தொடாதவாறு பிரிந்திருந்தன. அவளுடைய கண்கள் அவளோடு கண்ணாமூச்சி விளையாட்டு விளையாடின. கோவிலில் தியானத்தில் அமர்ந்திருந்த அந்த இளைஞனின் உருவத்தையும் அமைதியையும் அவை அவள் கண்முன்னே கொண்டுவந்தன.

அன்றிரவு, சித்தார்த்த கௌதமன் உணவருந்த உட்கார்ந்தபோது, அவனுடைய தாயார் மகாபிரஜாபதி கௌதமி அவனுக்குப் பக்கத்தில் அமர்ந்து, அவனுக்குப் பிடித்தமான பதார்த்தங்களை மேன்மேலும் அதிகமாக அவனுக்குப் பரிமாற முயற்சித்துக் கொண்டிருந்தார். சித்தார்த்தன் தன் பங்குங்குத் தன்னால் இயன்ற அளவு அவரைத் தடுக்க முயற்சித்தான். சாப்பிட்டு முடித்தவுடன் தாயும் மகனும் தோட்டத்தில் அமர்ந்து, இசையிலும் பாடலிலும் லயிப்பதை வழக்கமாக வைத்திருந்தனர். அன்றிரவு, தன் இதயத்தை இசையால் நிரப்புவதற்காக ஏங்கிய சித்தார்த்தன், வேகவேகமாகச் சாப்பிட்டு முடித்தான். எல்லா இடங்களிலும் அமைதி சூழ்ந்திருந்தது. பிரகாசமான நிலவொளி வானத்தை ஆக்கிரமித்திருந்ததால் நட்சத்திரங்கள் மினுமினுக்கத் தவறின. ஆனால் பூமியில், தாயும் மகனும் ஆபரணங்களைப்போல ஜொலித்துக் கொண்டிருந்தனர். அவர்கள் அமர்ந்திருந்த இடத்திற்கு முன்பாக ஒரு குளம் இருந்தது. அக்குளத்தைச் சுற்றிலும் வளர்ந்திருந்த மரங்களில் பூத்துக் குலுங்கிய நறுமண மலர்கள் தமக்கே உரிய தனித்துவமான வாசனைகளை எல்லா இடங்களிலும் பரப்பின. அங்கொன்றும் இங்கொன்றுமாக ஒளிர்ந்த விளக்குகள், வானிலிருந்து

பூமிக்குத் தரையிறங்கியிருந்த நட்சத்திரங்களைப்போலப் பிரகாசித்தன.

சித்தார்த்தன் தன்னைப் பற்றியும் தன்னைச் சூழ்ந்திருந்தவற்றைப் பற்றியும் எந்தப் பிரக்ஞையும் இல்லாமல் சர்வசாதாரணமாக உச்சஸ்தாயியில் பாடிக் கொண்டிருந்தான். அவனுடைய குரலின் இனிமையால் பரவசமடைந்த நிலவு, எக்கணத்திலும் கரைந்து பூமியை நோக்கிப் பாய்ந்தோடி வந்துவிடும்போலத் தோன்றியது. இப்போது கௌதமியும் தன் மகனோடு சேர்ந்து ஒத்திசைவாகப் பாடத் தொடங்கினார்.

சிறிது நேரத்திற்குப் பிறகு சித்தார்த்தன் தன் பாட்டை நிறுத்திவிட்டுத் தன்னைச் சுற்றிலும் பிரமிப்போடு பார்த்துவிட்டு, "அம்மா ! இந்த ஒட்டுமொத்தப் பிரபஞ்சமும் ஒரே சீரான தாளத்தில் நடனமாடிக் கொண்டிருப்பதுபோலத் தோன்றுகிறதல்லவா ?" என்று கேட்டான்.

கௌதமி அதை ஆமோதித்துத் தலையசைத்தார். சித்தார்த்தன் பேசுவதைக் கேட்பதில் அவர் பேரின்பம் கொண்டார். அவனுடைய எண்ணங்கள் என்னவாக இருந்தாலும், அவன் அவற்றை வார்த்தைகளாக உருமாற்றியபோது, அவனுடைய பேச்சைக் கேட்டுக் கொண்டிருந்தவர்களுக்கு அவ்வார்த்தைகள் ஒரு புதிய அர்த்தத்தைக் கொடுத்தன. அந்த அர்த்தம், அவர்கள் ஒரு புதிய உண்மையைப் பார்க்கும்படி செய்தது. பரிச்சயமான வார்த்தைகளாக இருந்தாலும்கூட, சித்தார்த்தன் அவற்றைக் கூறியபோது, அதுவரை யாரும் கேட்டிராத புதிய வார்த்தைகள்போல அவை ஒலித்தன.

சுத்தோதனர் கௌதமியிடம் பேச விரும்பியதாக கௌதமிக்குச் செய்தி வந்தது. தன் தாயார் அங்கிருந்து புறப்பட்டுச் சென்றவுடன், குளத்திற்குப் பக்கத்தில் கட்டாந்தரையில் மல்லாக்கப் படுத்தபடி சித்தார்த்தன் நிலவொளியில் தன்னை ஆசுவாசப்படுத்திக் கொள்ள முயற்சித்தான். பிரகாசமான நிலவின்மீது தன் பார்வையை நிலைப்படுத்தியபடி நீண்ட நேரம் அவன் அப்படியே படுத்திருந்தான். இயற்கையின் அழகை ஆசை தீர அவனுடைய கண்கள் வழிபட்டன. பிறகு அவை ஓய்வெடுப்பதற்காக மெதுவாகத் தம்மை மூடிக் கொண்டன.

பொழுது புலரும் கணத்தில் கண்விழிப்பதை சித்தார்த்தன் மிகவும் விரும்பினான், ஆனால் பகல் நேரத்தை அவன் வெறுத்தான். ஏனெனில், தனக்கு ஒருபோதும் மகிழ்ச்சியளிக்காத பல விஷயங்களைப் பகலில் அவன் செய்ய வேண்டியிருந்தது. வேளாண் வரவுசெலவுகள் பற்றிய விபரங்களை அவனுடைய தந்தை விலாவாரியாக எடுத்துரைப்பதை அவன் பொறுமையாகக் கேட்க வேண்டியிருந்தது. வாள் சண்டை, மல்யுத்தம், வில்வித்தை உட்பட, ஒரு வீரனுக்குரிய பல்வேறு திறமைகளைக் கற்பதில் அவன் பல மணிநேரத்தைச் செலவிட வேண்டியிருந்தது. மதிய உணவுக்குப் பிறகு, அவன் சிறிது நேரம் ஓய்வெடுப்பான். பிறகு, மாலையில்தான் தனக்கு மிகவும் பிடித்தமான துறவிகளை சந்திப்பதற்கு அவனுக்கு நேரம் கிடைக்கும். காலமுனி என்ற துறவிதான் அவனுக்கு மிகவும் நெருக்கமானவராக இருந்தார். அவரை சந்திப்பதற்காகத் துறவிகளின் ஆசிரமத்திற்கு அவனுடைய பாதங்கள் அவனை வேகமாக இழுத்துச் செல்லும். அந்த ஆசிரமத்தில்தான் சித்தார்த்தனின் அறிவுச்சுடர் விழிப்பூட்டப்பட்டது.

இந்த அன்றாட சந்திப்பின்போது, தன் மனத்தை வியப்பில் ஆழ்த்தித் தன் இதயத்தைச் சித்தரவதை செய்த பல கேள்விகளுக்கான விடைகளைக் காலமுனியின் உதவியுடன் அவன் தேடினான். அத்துறவியுடனான அவனுடைய கலந்துரையாடல்கள் அவனுடைய சிந்தனைச் செயல்முறையை விரிவுபடுத்தி, அவனுடைய ஞானத்தை ஆழப்படுத்தின. அவன் தினமும் ஏகப்பட்டக் கேள்விக் கணைகளை அத்துறவியை நோக்கி எய்தான். படைப்பைப் பற்றிய கேள்விகள், இயற்கையைப் பற்றிய கேள்விகள், ஆற்றலைப் பற்றிய கேள்விகள், உணர்ச்சிகள் மற்றும் அனுபவங்களைப் பற்றிய கேள்விகள், வாழ்வின் இன்ப துன்பங்களைப் பற்றிய கேள்விகள் ஆகியவை அவற்றில் அடங்கின. இந்த நேரம்தான் அவனுக்கு மிகவும் மதிப்பு வாய்ந்ததாக இருந்தது. அவர்கள் இருவருடைய தினசரி உரையாடல்களின் தீவிரம் அவனைப் பெரிதும் உணர்ச்சிவசப்படுத்தியது, இருப்புக் கொள்ள முடியாதபடி செய்தது. பதற்றமும் துயரமும் கொழுந்துவிட்டு எரிந்த

அவனுடைய இதயம் மிக வேகமாகத் துடித்தது. அவன் மீண்டும் தன்னுடைய இயல்பு நிலைக்குத் திரும்புவதற்காக, காலமுனியின் ஆசிரமத்திற்கு அருகே இருந்த கோவிலுக்குச் சென்று அவன் தியானம் செய்தான். முன்பு சந்தேகமும் கொந்தளிப்பும் தெறித்த அவனுடைய முகத்தில் இப்போது மெல்ல மெல்ல அமைதியும் பிரகாசமும் குடியேறும். அந்தக் காட்சியைக் காணும் அதிர்ஷ்டத்தைப் பெற்றவர்கள் உண்மையிலேயே ஆசீர்வதிக்கப்பட்டவர்கள்தான். மனித விழுமியங்கள் அனைத்தையும் உள்ளடக்கிய ஒரே மனித வடிவம்போல அவன் காட்சியளித்தான். அக்கணத்தில், அவனை மற்றவர்களோடு ஒப்பிடுவது சாத்தியமற்றதாக இருக்கும். ஒரு துறவியுடனோ அல்லது ஒரு கடவுளுடனோகூட அவனை ஒப்பிட முடியாது. அவன் தனித்துவமானவனாக இருந்தான்.

அன்று மதியம் சித்தார்த்தன் ஓய்வெடுக்க விரும்பவில்லை. எனவே, நேரம் ஆமை வேகத்தில் நகர்ந்து கொண்டிருந்ததுபோல அவனுக்குத் தோன்றியது. மாலையில், வழக்கத்தைவிட முன்னதாகவே அவன் வெளியே செல்லத் தயாரானான். காலமுனியின் ஆசிரமத்திற்குச் செல்லும் வழியில், துறவியர் அடங்கிய ஒரு குழுவை அவன் பார்த்தான். அவர்கள் அவனைக் கடந்து சென்று அவனுடைய பார்வையிலிருந்து மறையும்வரை அவன் அவர்களை வெறித்துப் பார்த்தபடி நின்றான். அவர்கள் துறவு வாழ்க்கையைத் தேர்ந்தெடுக்க என்ன காரணம் என்ற கேள்வி அவனைக் குழப்பியது. ஒருவேளை அவர்கள் பணக்காரர்களாக இருந்தும்கூட, ஓர் எளிய வாழ்க்கையை வாழ விரும்பி அதற்காக லௌகிக இன்பங்கள் அனைத்தையும் துறந்தனரா? அல்லது, வாழ்வின் கடுமையான யதார்த்தங்களைத் தாங்கிக் கொள்ள முடியாததால், அவற்றிடமிருந்து அவர்கள் விலகியோட முயற்சித்துக் கொண்டிருந்தனரா? துறவியரைப் பார்த்தபோதெல்லாம் இத்தகைய கேள்விகள் அவனைத் திணறடித்தன. அவனுடைய சொந்த வாழ்க்கையிலும் துயரங்கள் இருக்கத்தான் செய்தன. ஈடுகட்டப்பட முடியாத ஒரு பேரிழப்பை அவன் சந்தித்திருந்தான். கண்ணீரால் தணிக்கப்பட முடியாத துயரத்தை அது விளைவித்தது.

அந்தப் பேரிழப்பு ஏற்படுத்திய வேதனை, தாங்கிக் கொள்ளப்பட முடியாத அளவுக்கு மிகக் கடுமையானதாக இருந்தது. ஆனாலும் அவன் அந்த வேதனையைத் தாங்கிக் கொள்ள வேண்டியிருந்தது. அப்போது அவனுக்கு வெறும் பத்து வயதுதான்.

அவனுக்குப் பத்து வயது ஆகும்வரை, கௌதமிதான் தன் தாயார் என்று சித்தார்த்தன் நினைத்து வந்திருந்தான். ஆனால் ஒருநாள், ஒரு விளையாட்டில் தோற்றுப் போனதால் கடுஞ்சினம் கொண்ட, அவனுடைய ஒன்றுவிட்ட சகோதரனான தேவதத்தன், சித்தார்த்தனைத் 'தாயற்றவன்' என்று கூறிவிட்டான். சித்தார்த்தன் அதற்கான விளக்கத்தை அவனிடம் கேட்டபோது, கௌதமி சித்தார்த்தனின் மாற்றாந்தாய் மட்டுமே என்றும், சித்தார்த்தன் பிறந்த ஒருசில நாட்களிலேயே அவனுடைய சொந்தத் தாய் மகாமாயா காலமாகிவிட்டார் என்றும் தேவதத்தன் கூறினான். பிறகு அவன் அங்கிருந்து ஓடிவிட்டான். அந்த நேரத்தில், 'மாற்றாந்தாய்' என்ற வார்த்தைக்கான அர்த்தத்தை சித்தார்த்தனால் தெளிவாகப் புரிந்து கொள்ள முடியவில்லை. ஆனால், அந்த வார்த்தை எப்படியோ அவனுள் ஓர் ஆழமான வேதனையைத் தோற்றுவித்தது. அவன் தன் வாழ்வில் அதற்கு முன்பு ஒருபோதும் அனுபவித்திராத ஒரு வேதனை அது. விளையாட்டின்போது அவனுக்கு அடிபட்டு ரத்தம் வழிந்தபோதெல்லாம்கூட, அவன் அதைப் பெரிதாக எடுத்துக் கொள்ளவில்லை. வெறுமனே சிரித்துவிட்டு அவன் மீண்டும் விளையாடப் போய்விடுவான். வில்வித்தையைக் கற்பதில் நீண்ட நேரத்தை அவன் செலவிட்டது அவனுடைய உடலுக்குக் களைப்பை ஏற்படுத்தியதே தவிர, அவனுடைய மனத்தை அது சோர்வுறச் செய்யவில்லை. வாட்சண்டைப் பயிற்சிகளின்போது அவனுடைய உடலில் ஏற்பட்ட சிறு கீறல்கள் அவனுக்கு ஒருபோதும் வேதனையளித்ததில்லை. ஆனால், தாயற்றவன் என்ற வார்த்தை இப்போது ஏற்படுத்திய வேதனை வித்தியாசமானதாக இருந்தது. அது அவனுக்குப் புதிதாக இருந்தது. அவன் உடனடியாக கௌதமியிடம் சென்று, தன்னுடைய மனவேதனையைப் பற்றி அவரிடம் கூறி, அவ்விஷயத்தைப் பற்றிய உண்மையைத்

தனக்கு வெளிப்படுத்தும்படி அவரிடம் கெஞ்சினான்.

அவனுடைய பிறப்பைப் பற்றிய உண்மை முழுவதையும் கௌதமி அவனிடம் கூறினார். “மகாமாயா தேவி உன்னை ஒரு விதையாகத் தன்னுடைய கருவறைக்குள் எடுத்துச் சென்று, உனக்கு உயிர் கொடுத்து, பத்து மாதங்கள் உனக்கு உணவூட்டி, உன்னை உருவாக்கி, உனக்கு அடைக்கலம் கொடுத்தார். பிறகு அவர் உன்னை இவ்வுலகிற்குக் கொண்டுவந்தார்,” என்று கூறிய கௌதமி, மகாமாயா தேவியின் வசீகரமான தோற்றத்தையும், அவருடைய கண்ணியமான நடத்தையையும், இயற்கையின்மீது அவர் கொண்டிருந்த அன்பையும், அழகை அவர் ஆராதித்ததையும் பற்றி விரிவாக விவரித்தார். பிறகு, “அழகு குறித்து மகாமாயா தேவி கொண்டிருந்த ஆழமான ஏக்கம்தான், பேறுகாலம் நெருங்கிக் கொண்டிருந்த நேரத்தில், லும்பினிக்கு அருகே இருந்த தோட்டங்களை நோக்கி அவரைக் கவர்ந்திழுத்தது. அங்கிருந்த அழகான பூந்தோட்டத்தின் ஊடாக அவர் நடந்து சென்று கொண்டிருந்தபோது, அவர் உன்னை ஈன்றார். சூரியன் மற்றும் சந்திரனின் குணநலன்களின் ஒரு கலவையாக நீ இருந்தாய். ஆனால் ஏழு நாட்களுக்கு மட்டுமே அவரால் உன்னைத் தன் இதயத்தின் அருகே அணைத்து வைத்துக் கொள்ள முடிந்தது. பிறகு, உன் தாய்க்கும் உனக்கும் இடையேயான அந்தப் பிணைப்பு திடுதிப்பென்று துண்டிக்கப்பட்டது,” என்று கௌதமி கூறினார். சித்தார்த்தன் இவை எல்லாவற்றையும் கவனமாகக் கேட்டான். மகாமாயா தேவியின் மரணத்திற்குப் பிறகு தான் அவனைத் தன் மடியில் இருத்திக் கொண்டு அவனுடைய தாயாக மாறிய கதையை கௌதமி விவரித்தபோது, சித்தார்த்தன் அவரைக் கட்டியணைத்துக் கொண்டான். அன்றிலிருந்து பல இரவுகள், தான் ஒருபோதும் பார்த்திராத தன்னுடைய தாயை நினைத்து அவன் அழுதான், அவருக்காக துக்கம் அனுசரித்தான். அப்போது அவன் மிகுந்த மனவேதனையை அனுபவித்தான்.

இன்னோர் எண்ணம் அவனுடைய மனத்தைத் தொடர்ந்து அழுத்திக் கொண்டிருந்தது. தன்னுடைய தாயின் மரணத்திற்குத் தான்தான் காரணமோ என்ற எண்ணம்தான் அது. அவனுடைய தந்தை சுத்தோதனர்

தன்னால் இயன்ற அளவு அவனை அமைதிப்படுத்த முயற்சி செய்தார். பிரசவத்தின்போது கிட்டத்தட்ட எல்லாப் பெண்களுமே மரணத்தைத் தொட்டுவிட்டுத்தான் திரும்புகின்றனர் என்றும், மகாமாயா தேவியும் அவ்வாறு மரணத்தைத் தொட்டுவிட்டுத் திரும்பி வந்துவிட்டார் என்றும் அவனிடம் மீண்டும் மீண்டும் கூறி கௌதமி களைத்துப் போனார். பிரசவத்திற்குப் பிறகு அவனுடைய தாயாருக்கு ஏற்பட்ட நோய்க்கு அவன் காரணமல்ல என்பதை அவர் அவனுக்குத் தெளிவுபடுத்தினார். அந்த நேரத்தில்தான், ஒரு மாபெரும் ஞானியாகத் திகழ்ந்த ஒரு துறவியை சித்தார்த்தன் சந்திப்பதற்கு சுத்தோதனர் ஏற்பாடு செய்தார். தன்னுடைய மரணத்திற்கான பொறுப்பை அவரவர்தான் ஏற்றுக் கொண்டாக வேண்டும் என்று அத்துறவி சித்தார்த்தனுக்கு விளக்கினார். சித்தார்த்தனின் இதயத்தில் இருந்த வலியின் தீவிரத்தை அவருடைய வார்த்தைகள் தணித்தன. ஆனால் மரணத்தைப் பற்றிய கேள்விகளிலிருந்து அவன் முற்றிலுமாக விடுபடவில்லை. தன் தாயார் காலமாகியிருந்தார் என்ற உண்மையை அவனால் ஏற்றுக் கொள்ள முடிந்தது, ஆனால் மரணத்தைப் பற்றிய நிலையான உண்மை ஏதேனும் இருந்ததா என்பதை அவன் தெரிந்து கொள்ள விரும்பினான். அப்படி ஒன்று உண்மையிலேயே இருந்தால், அது என்ன? அவனுடைய மனத்தில் முளைத்தக் கேள்விகள் அவனுள் ஆழமாக வேரூன்றி, அவனோடு சேர்ந்து வளரத் தொடங்கின. தன்னுடைய தாயார் இனி ஒருபோதும் திரும்பி வர மாட்டார் என்பதை அவன் அறிந்திருந்தான். அவர் உயிரோடு இல்லை என்பதை அவன் உணர்ந்தான். அந்த வேதனைகரமான உண்மையைத் தன் வாழ்நாள் முழுவதும் தான் தாங்கிக் கொண்டாக வேண்டும் என்பதையும் அவன் அறிந்திருந்தான். ஆனால், இப்போது அவன் அதைப் புரிந்திருந்த விதம், முன்பு அவன் அதைப் புரிந்திருந்த விதத்திலிருந்து மாறுபட்டிருந்தது. காலப்போக்கில் அவனுடைய மனப்போக்கு மாறியிருந்தது. 'உயிரோடு இருத்தல்' என்பதற்கும் 'உயிரோடு இல்லாதிருத்தல்' என்பதற்கும் இடையேயான படுகுழியை, தன்னுடைய தாயாரின் விஷயத்தில் மட்டுமல்லாமல்,

தன்னைச் சுற்றி இருந்த அனைத்து விஷயங்களிலும் அவனால் தொடர்புபடுத்திப் பார்க்க முடிந்தது. அவற்றுக்குப் பின்னாலிருந்த மகிழ்ச்சியும் துயரங்களும் வெறும் அனுபவங்களே. அந்த அனுபவங்களின் இருப்பிடத்தை அவன் கண்டுபிடிக்க முயற்சித்துக் கொண்டிருந்தான், ஆனால் அது அவனுடைய புரிதலுக்கு அப்பாற்பட்டதாகவே இருந்தது. காலமுனியுடனான அவனுடைய கலந்துரையாடல்கள் பல விஷயங்களைப் பற்றிய புதிய புரிதலை அவனுக்குக் கொடுத்தன. ஆனால் அதே நேரத்தில், அப்புதிய அறிவிலிருந்து புதிய கேள்விகள் முளைத்தன. அவற்றுக்கான விடைகள் அவனுக்குத் தெரிந்தாக வேண்டியிருந்தது. துறவிகளால் அந்த விடைகளைக் கண்டுபிடிக்க முடிந்ததா அல்லது அவர்களும் அவற்றைத் தொடர்ந்து தேடிக் கொண்டுதான் இருந்தார்களா என்று சித்தார்த்தன் யோசித்தான்.

ஆழ்ந்த சிந்தனையில் மூழ்கியிருந்த சித்தார்த்தன், காலமுனியின் ஆசிரமத்திற்குப் போவதைப் பற்றி முற்றிலுமாக மறந்துவிட்டான். பிரக்ஞையற்ற நிலையில் நீண்ட நேரம் அலைந்து திரிந்துவிட்டு இறுதியில் அவன் தன் வீட்டிற்கு வந்து சேர்ந்தான்.

அன்று மாலையில் அவனுக்கு சாப்பிடப் பிடிக்கவில்லை. இசையில் ஈடுபடக்கூட அவன் விரும்பவில்லை. ஆனால், அவன் அதைத் தன் பெற்றோரிடம் கூறினால், அது அவர்களுக்கு மட்டுமல்லாமல், தன் வீட்டிலிருந்த அனைவருக்கும் வேதனையளிக்கும் என்பதை அவன் அறிந்திருந்தான். எனவே, அவர்களைத் துயரத்தில் மூழ்கடிப்பதற்கு பதிலாக, வழக்கம்போல கௌதமியின் முன்னிலையில் உணவு உட்கொண்டுவிட்டுப் பாடல்களைப் பாடிக் கொண்டு இருப்பதன் மூலம் தன்னுடைய பரிதவிப்பிலிருந்து மீளுவது சிறந்ததாக இருக்கும் என்று சித்தார்த்தன் நினைத்தான். அன்றிரவு அவனால் தூங்க முடியவில்லை. தன்னுடைய தாயைப் பற்றிய எண்ணங்கள் அவனைத் தொந்தரவு செய்தன. மகாமாயா தேவியை மறப்பதற்கான திறன் தனக்கு இல்லாமல் இருந்தது, மகாபிரஜாபதி கௌதமியைத் தான் கைவிடுவதாகவும் அவருக்கு மரியாதைக் குறைச்சலை ஏற்படுத்துவதாகவும்

அர்த்தப்படக்கூடும் என்பதை அவன் உணர்ந்தான். தான் அவருடைய கருப்பையிலிருந்து பிறக்கவில்லை என்பதற்காக, தன்மீது அவர் கொண்டிருந்த அன்பையும் பாசத்தையும் தான் சந்தேகிக்க வேண்டுமா என்று அவன் தன்னைத் தானே கேட்டுக் கொண்டான். ஆனால், விஷயம் அதுவல்ல.

தன்னை ஈன்றெடுத்தத் தாயின் ஸ்பரிசத்தையும் மென்மையான அரவணைப்பையும் அனுபவித்து உணருவதற்கு அவனுடைய இதயம் ஏங்கியது. அதுதான் அவனைத் தூங்கவிடாமல் செய்தது.

அவனுடைய மனத்தில் ஒரு சிறு வெறுமை இருந்தது. அவனுடைய தாயின் உருவத்தால்தான் அந்த வெறுமையை நிரப்ப முடியும். மகாமாயா தேவியை நன்றாக அறிந்திருந்தவர்கள், சித்தார்த்தன் அச்சசலாக அவரைப்போலவே இருந்ததாகக் கருதினர். ஆனால், துரதிர்ஷ்டவசமாக, அசல் உருவம் மறைந்துவிட்டிருந்தது, நகல்தான் இப்போது பிழைத்திருந்தது. மகாமாயா என்று யார் அவருக்குப் பெயரிட்டார்கள்? உச்சகட்ட மாயை! இந்த ஒட்டுமொத்தப் பிரபஞ்சமும் ஓர் உச்சகட்ட மகாமாயையால்தான் உருவாக்கப்பட்டதா? அந்த மாயைக்குப் பின்னால் உள்ள உண்மை என்ன? துயரத்தையும், பிரிவையும், ஒருபோதும் தணிக்கப்பட முடியாத ஓர் ஏக்கத்தையும் தான் அனுபவிப்பதற்காகத்தான் மகாமாயா தேவி தன்னை இவ்வுலகில் விட்டுச் சென்றாரா? இத்தகைய உணர்வுகள் அனைத்தும் வெறும் மாயைதான் என்றால், அறுதி உண்மை என்னவாக இருக்கும்? அதை தரிசிக்க முடியுமா? எந்த வழியில் அதை தரிசிக்க முடியும்?

இத்தகைய எண்ணங்கள் இரவைத் தாண்டி வைகறைவரை அவனுடைய மனத்தில் ஓடிக் கொண்டிருந்தன. செவ்வானத்தைப்போலவே அவனுடைய கண்களும் சிவந்திருந்தன. அவன் சன்னலுக்கு முன்னால் நின்று கொண்டு சிறிது நேரம் சூரியனைப் பார்த்தான். பிறகு அவன் தன்னுடைய அன்றாட வேலைகளைத் துவக்கப் போய்விட்டான்.

கபிலவஸ்துவைச் சுற்றிலும் இருந்த பல்வேறு கிராமங்களின் தலைவர்களுடன் சுத்தோதனர்

ஒரு கலந்துரையாடலில் ஈடுபட்டிருந்தார். ஒரு பெரிய சந்திப்புக்கூடத்தில் அவர்கள் எல்லோரும் வசதியாக அமர்ந்திருந்தனர். சித்தார்த்தன் அந்த சந்திப்புக்கூடத்திற்குள் நுழைந்தபோது, அத்தலைவர்கள் அனைவரும் ஆழ்ந்த அமைதியில் இருந்ததை கண்டு மிகவும் ஆசுவாசமடைந்தான். பொதுவாக அப்படிப்பட்ட சந்திப்புகளின்போது அத்தலைவர்கள் அனைவரும் காரசாரமாக விவாதித்துக் கொண்டும் மோசமாகச் சண்டையிட்டுக் கொண்டும் இருந்ததைத்தான் சித்தார்த்தன் அதுவரை பார்த்திருந்தான். அவர்கள் இப்படி அமைதியாக இருந்து அவன் ஒருபோதும் பார்த்ததில்லை. அதனால்தான், அவனுடைய தந்தை அவனைக் கூப்பிட்டு அனுப்பியபோதெல்லாம், அங்கு போவதைத் தவிர்ப்பதற்கு ஏதேனும் ஒரு சாக்குப்போக்கைக் கண்டுபிடிக்க அவன் முயற்சி செய்தான். ஆனால் பொய்யுரைக்கும் திறன் அவனுக்கு இல்லாததால், வேறு வழியின்றி இறுதியில் அவன் அந்தக் கலந்துரையாடல்களில் பங்கு கொள்ளும் கட்டாயத்திற்கு ஆளானான். அன்றும்கூட, வேண்டா வெறுப்பாகத்தான் அவன் அங்கு சென்றான். ஆனால், அங்கு அந்த கிராமத் தலைவர்கள் அனைவரும் அமைதியாக இருந்ததைக் கண்டு அவன் ஆச்சரியமடைந்தான்.

வயல்களுக்கு நீர்ப்பாய்ச்ச வேண்டிய காலகட்டம் அது. கபிலவஸ்து பொதுவாக மோசமான சச்சரவுகளில் மும்முரமாக ஈடுபட்டிருக்கும் காலகட்டமும் அதுதான். சில சமயங்களில், ரோகிணி ஆற்றின் நீரைப் பங்கு போட்டுக் கொள்ளுவது தொடர்பாக அண்டை ராஜ்ஜியங்களுடன் அது வாக்குவாதத்தில் ஈடுபட்டிருக்கும். இப்படிப்பட்ட ஒரு முக்கியமான நேரத்தில் அந்தத் தலைவர்கள் அனைவரும் இவ்வளவு அமைதியாக அமர்ந்திருந்ததுதான் சித்தார்த்தனின் வியப்புக்குக் காரணமாக இருந்தது. அவன் மெதுவாகத் தன் இருக்கையை நோக்கிச் சென்று அதன்மீது அமர்ந்தான். பிறகு அவன் சுத்தோதனரைப் பார்த்து, "தந்தையே! இன்று ஏன் நீங்கள் எல்லோரும் இவ்வளவு அமைதியாக இருக்கிறீர்கள்?" என்று கேட்டான்.

"விசேஷமாக எதுவும் இல்லை. இந்த ஆண்டு ரோகிணி ஆறு பொங்கிப் பெருகி ஓடிக் கொண்டிருக்கிறது. அதன்

நீரில் நம்முடைய பங்கைக் கேட்டு நம்முடைய அண்டை ராஜ்ஜியங்களுடன் நாம் போட்டியிடத் தேவையில்லை. எனவே, இந்த ஆண்டு நாம் போருக்குத் தயாராக வேண்டிய அவசியமில்லை என்று நாங்கள் கருதுகிறோம்," என்று சுத்தோதனர் கூறினார்.

இதைக் கேட்டவுன் சித்தார்த்தனின் முகம் ஒளிர்ந்தது. "உங்கள் தீர்மானம் நியாயமானது. ஏராளமான நீர் இருப்பது நல்லதுதான். ஆனால், எனக்கு இன்னோர் எண்ணம் தோன்றுகிறது. நாம் சமாதானத்தையும் அமைதியையும் அனுபவிக்க வேண்டுமென்றால், எல்லாம் நம்மிடம் அபரிமிதமாக இருக்க வேண்டும். அது நீராக இருக்கலாம், உணவாக இருக்கலாம், அல்லது வேறு எந்த வகையான செல்வமாக வேண்டுமானாலும் இருக்கலாம்," என்று சித்தார்த்தன் கூறினான்.

பெரும்பான்மையான சமயங்களைப்போலவே, அவன் கூறியது அங்கிருந்தவர்களில் பலருக்குப் புரியவில்லை. சிலருக்கு ஒருசில வார்த்தைகள் புரிந்தன, ஆனால், அவனுடைய வார்த்தைகளில் இருந்த உள்ளார்ந்த அர்த்தத்தைப் புரிந்து கொண்டவர்கள் அவனுடைய ஞானத்தைக் கண்டு பெரிதும் மகிழ்ந்தனர்.

அந்த கிராமத்துத் தலைவர்களில் ஒருவரான தேவாம்சர் இவ்வாறு கூறினார்: "சித்தார்த்தா, அபரிமிதம் எப்போதும் மனித முயற்சியை மட்டுமே சார்ந்திருக்க வேண்டியதில்லை. இந்த ஆண்டு போதுமான மழை பெய்துள்ளதால், நீர்ப்பாசனத்திற்கு ஏராளமான தண்ணீர் இருக்கிறது. ஆனால், இது ஒவ்வோர் ஆண்டும் நிகழுகிறதா? மழை எப்படி நம்முடைய கட்டுப்பாட்டில் இல்லையோ, அதேபோல, சமாதானமும் முழுமையாக நம்முடைய கைகளில் இல்லை. நீ சமாதானத்தைப் பற்றி அளவுக்கதிகமாக சிந்திக்கிறாய். ஆனால், நாம் தொடர்ந்து சமாதானத்தைக் கோருவது, போரில் நாம் பலவீனமானவர்களாக இருப்பதாகப் பார்க்கப்படும் என்பதை நீ புரிந்து கொள்ள வேண்டும். ரோகிணி ஆறு கரை புரண்டு ஓடினாலும் சரி அல்லது நூல்போல ஓடிக் கொண்டிருந்தாலும் சரி, போரில் நாம் எப்போதும் சிறப்பானவர்களாக இருக்க வேண்டும்."

தேவாம்சர் கூறியதைக் கேட்டு சித்தார்த்தன் எரிச்சலடைந்தான். அவன் மீண்டும் தன்னுடைய இயல்பு நிலைக்குத் திரும்புவதற்கு சிறிது நேரம் ஆனது. அவனுடைய முகத்தில் தென்பட்ட ஏமாற்றத்தை சுத்தோதனரால் தெளிவாகப் பார்க்க முடிந்தது. அவர் தன் மகன்மீது பரிதாபம் கொண்டார்.

இப்படிப்பட்ட நேரங்களில் அவர் அவனிடம் இவ்வாறு கூறினார்: "சித்தார்த்தா, நீ இன்னும் ஒரு சிறு பிள்ளைதான். நீ உலக அறிவைப் பெற வேண்டும் என்பதற்காகத்தான் இப்படிப்பட்ட சந்திப்புக்கூட்டங்களில் கலந்து கொள்ள நான் உனக்கு அழைப்பு விடுக்கிறேன். இங்கு பேசப்படும் விஷயங்களை கவனமாகச் செவிமடுத்து அவற்றைப் புரிந்து கொள்ள வேண்டியது உன்னுடைய கடமை. நீ இன்னும் சற்று வளர்ந்த பிறகு உன்னுடைய அபிப்பிராயங்களைத் தெரிவிக்கலாம்."

சித்தார்த்தன் தன் தந்தையின் அறிவுரையைப் பின்பற்ற உண்மையிலேயே முயற்சி செய்தான். ஆனால், போரைத் தூண்டிய வார்த்தைகள் அவன் காதுகளில் விழுந்தபோது, மற்ற எல்லாவற்றையும் அவன் மறந்துவிடுவான். அப்போது, சமாதானத்தின் முக்கியத்துவத்தை வலியுறுத்திய வார்த்தைகள் தாமாக அவனுடைய வாயிலிருந்து வெளிவரத் தொடங்கும். சமாதானம் பற்றிய அவனுடைய யோசனைகள், போர்விரும்பிகளுக்குக் கோபத்தை ஏற்படுத்தும். அவர்கள் அவனை ஒரு சிறுவனாகவே பார்த்தபோதிலும், அவனோடு வாக்குவாதத்தில் ஈடுபடுவர். ஆனால் வெகு விரைவில், அவனுடைய யோசனைகளோடு முரண்படுவது தங்களுக்கு சாத்தியமற்றதாக இருப்பதை அவர்கள் புரிந்து கொள்ளுவர். தங்களுடைய கையாலாகாத்தனத்தை நொந்து கொண்டே, அவர்கள் கோபத்தோடு அந்த இடத்தைவிட்டுப் புறப்பட்டுச் செல்லுவர்.

போரைப் பற்றியும் சமாதானத்தைப் பற்றியும் தேவாம்சர் கூறிய கருத்துக்கள் சித்தார்த்தனுக்கு உற்சாகமூட்டி, அவரை ஒரு விவாதத்திற்கு அழைக்க அவனைத் தூண்டின. சித்தார்த்தன் தேவாம்சரைக் கைகூப்பி வணங்கிவிட்டு, "உன்னதமான பிரபுவே! ரோகிணி ஆற்றின் நீர் அபரிமிதமாக இருக்கும்போது

அதை நம்மால் சமாதானமாகப் பகிர்ந்து கொள்ள முடியும் என்றால், அது பற்றாக்குறையாக இருக்கும்போதும் அதை நம்மால் சமாதானமாகப் பகிர்ந்து கொள்ள முடியும். நாம் எல்லோரும் பூமித் தாயின் குழந்தைகளைப் போன்றவர்கள். எல்லாவற்றையும் நாம் பங்கு போட்டுக் கொள்ள வேண்டும். பூமித் தாயின் செழிப்பான வளங்களை மட்டுமல்லாமல், அவளுடைய ஏழ்மையையும் பங்கு போட்டுக் கொள்ள மனிதர்கள் கற்றுக் கொண்டால், பிறகு போருக்கு எந்தக் காரணமும் இல்லாமல் போய்விடும். பூமித் தாயின் முகத்தில் அமைதி மட்டுமே குடிகொண்டிருக்கும்," என்று கூறினான்.

இதைக் கேட்டு தேவாம்சர் சினம் கொண்டார். இருபது வயதுகூட நிரம்பியிராத ஓர் இளைஞன் தனக்கு வார்த்தைகளின் அர்த்தத்தைக் கற்றுக் கொடுத்துக் கொண்டிருந்ததை அவர் விரும்பவில்லை.

அவர் ஒரு கண்டிப்பான குரலில், "சுத்தோதனா! குழந்தைகளின் அறிவுரைப்படி வழிநடத்தப்படுவதற்கு நான் ஒன்றும் ஒரு முட்டாளல்ல. உன்னுடைய அனுமதியோடு நான் உங்கள் அனைவரிடமிருந்தும் விடைபெற்றுக் கொள்ளுகிறேன்," என்று கூறினார்.

தேவாம்சர் அங்கிருந்து வெளியேறியவுடன், மற்றத் தலைவர்களும் சித்தார்த்தனுக்கு எதிராக சத்தமாகப் பேசியபடி தங்கள் இருக்கைகளைவிட்டு எழுந்துகொண்டனர். சுத்தோதனர் இருகரம் கூப்பி மரியாதையோடு அவர்களை வணங்கி, கூட்டம் முடிந்துவிட்டதாக அறிவித்தார். பிறகு, அக்கூட்டத்தில் அவர்கள் ஏதேனும் அசௌகரியத்திற்கு ஆளாகியிருந்தால் அதற்காகத் தன்னை மன்னிக்கும்படி அவர் அவர்களிடம் பணிவோடு வேண்டினார்.

சித்தார்த்தன் அமைதியாக அங்கிருந்து வெளியேறினான். சமாதானத்திற்கு பதிலாகப் போரை விரும்பிய அத்தலைவர்கள்மீது அவன் பரிதாபம் கொண்டான். "இவர்கள் எப்போதுமே போருக்கு ஆதரவாகவே தீர்மானம் மேற்கொள்ளுவர். அது அப்பாவி மக்களின் உயிரிழப்புக்கு மட்டுமே வழி வகுக்கும். இறந்தவர்களின் உறவினர்களுடைய ஒப்பாரிகள் அடங்குவதற்கு முன்பாக இன்னொரு போர் வெடிக்காது என்பதற்கு என்ன உத்தரவாதம் இருக்கிறது?"

என்று அவன் தன் மனத்திற்குள் நினைத்துக் கொண்டான்.

இத்தகைய சிந்தனையோடு தன் வீட்டைவிட்டு வெளியேறிய சித்தார்த்தன், வயல்வெளிகளின் ஊடாக நடக்கத் தொடங்கினான். வயல்களில் வளர்ந்து முதிர்ந்திருந்த பசுமையான பயிர்கள் சூரியனின் கதகதப்பை அனுபவித்தபடி, தம்முடைய தலைகளை அங்குமிங்கும் அசைத்தபடி அவனை வரவேற்றன. திடீரென்று, எங்கிருந்தோ ஒரு செம்மறியாட்டுக் குட்டி ஓடி வந்து சித்தார்த்தனின் முன்னால் நின்றது. தன்னைத் தூக்கிக் கொள்ளும்படி அது அவனுக்கு ஆசை காட்டியது. சித்தார்த்தன் குத்துக்காலிட்டு அமர்ந்து, அந்தச் செம்மறியாட்டுக் குட்டியைத் தூக்கித் தன் மடிமீது வைத்தான். அந்த ஆட்டுக்குட்டி தன் தலையை உயர்த்தி அவனை அன்போடு பார்த்தபோது, அவனுடைய இதயத்தை வதைத்துக் கொண்டிருந்த கொந்தளிப்பு முற்றிலுமாக அடங்கியது. பசுமையான வயல்களுக்கு நடுவே, தன் மடியில் ஒரு வெள்ளைச் செம்மறியாட்டுக் குட்டியுடன் அன்பையும் பாசத்தையும் பகிர்ந்தபடி சித்தார்த்தன் உட்கார்ந்திருந்த காட்சியைவிட அதிக அற்புதமான ஒரு காட்சி யாருக்கேனும் காணக் கிடைக்குமா!

சரியாக அந்த நேரத்தில், யசோதரை தன் மாமாவின் மகள்களுடன் தற்செயலாக அந்த வழியாக வந்தாள். அந்தக் குறும்புக்காரச் சிறுமியரை அடக்க முயற்சித்துக் கொண்டிருந்த அவள், சித்தார்த்தனைக் கண்டதும் அப்படியே சிலைபோல நின்றுவிட்டாள். அக்கணத்தில், ஏதோ ஒன்று அவ்விரு சிறுமியருக்கும் வேடிக்கையாகத் தெரிந்ததால் அவர்கள் சத்தமாகச் சிரிக்கத் தொடங்கினர். சித்தார்த்தன் தன் தலையைத் திருப்பி அவர்களைப் பார்த்தான். அப்போது அந்த ஆட்டுக்குட்டி அச்சிறுமியரைக் கவர்ந்தது. அவர்கள் அதை நோக்கி ஓடிச் சென்று, அதைத் தங்கள் கைகளுக்குள் எடுத்துக் கொள்ள முயற்சித்தனர். ஆனால் அந்த ஆட்டுக்குட்டி அவர்களுடைய கைகளிலிருந்து நழுவி அங்கிருந்து ஓடியது. அச்சிறுமியர் அதைத் துரத்திக் கொண்டு அதன் பின்னால் ஓடினர்.

யசோதரையும் சித்தார்த்தனும் ஒருவரையொருவர்

பார்த்தபடி நின்றனர். அவர்கள் இருவருமே தங்கள் இடங்களிலிருந்து நகரத் துணியவில்லை. சிறிது நேரத்தில் அவ்விரு சிறுமியரும் திரும்பி வந்தனர். அவர்களுடைய முகத்தில் ஏமாற்றம் அப்பட்டமாகத் தெரிந்தது. அந்த ஆட்டுக்குட்டி எங்கோ தொலைந்துவிட்டதாக அவர்கள் குறைபட்டுக் கொண்டனர். யசோதரை அவர்களுடைய கைகளைப் பிடித்துக் கொண்டு, தாங்கள் வந்திருந்த அதே வழியாகத் திரும்பி நடக்கத் தொடங்கினாள். தான் ஏன் அவ்வாறு செய்தோம் என்பது அவளுக்குத் தெரியவில்லை. சித்தார்த்தன் அங்கு இருந்தது அவளை ஏதோ தொந்தரவு செய்து அவளுக்குக் குழப்பத்தை ஏற்படுத்தியது.

அவள் அங்கிருந்து போனவுடன், சித்தார்த்தன் அங்கேயே நீண்ட நேரம் நின்றான். சூரியனின் வெப்பம் அவனுடைய தோலைச் சுட்டெரித்தது, ஆனால் அதை அவன் உணரவில்லை. அவன் உணர்வற்றும் உணர்ச்சியற்றும் சிந்தனையற்றும் இருந்தான். அவன் ஆழமான தியானத்தில் இருந்தபோதுகூட, தன்னுடைய எண்ணங்கள் தறிகெட்டு ஓடியபோது அதை அவனால் புரிந்து கொள்ள முடிந்தது. சிறிது முயற்சிக்குப் பிறகு அவன் மீண்டும் அவற்றைச் சரியான திசையில் வழிநடத்துவான். ஆனால் இன்று இந்த அனுபவம் வித்தியாசமானதாக இருந்தது. அவனுடைய மனம் சிந்திக்கும் திறனற்றுப் போயிருந்தது. அவனுடைய மனமும் உடலும் இந்த பௌதிக உலகிலிருந்து எங்கோ மாயமாய் மறைந்துவிட்டிருந்ததுபோலத் தோன்றியது. அது ஒரு புதிய அனுபவமா அல்லது அவனுடைய அனுபவமின்மையா?

தன் வயல்களை நோக்கிச் சென்று கொண்டிருந்த ஒரு விவசாயி, சித்தார்த்தனைப் பார்த்துவிட்டு அவனுடைய தோளின்மீது தட்டி, "இளைஞனே! நீ எதற்காக இந்த வேகாத வெயியில் நின்று கொண்டிருக்கிறாய்?" என்று கேட்டார். சித்தார்த்தன் குழப்பத்தோடு அவரைப் பார்த்தான்.

"இளைஞனே, வெயிலால் உன் முகம் எப்படிப் பழுப்பு நிறத்திற்கு மாறியிருக்கிறது பார்! உனக்கு வியர்த்துக் கொட்டிக் கொண்டிருக்கிறது. உடனே உன் வீட்டிற்குப் போ. உனக்கு தாகமாக இருக்கிறதா? உனக்குக் கொஞ்சம் தண்ணீர் தரட்டுமா?" என்று அவர் கேட்டார்.

சித்தார்த்தன் ஆமோதித்துத் தலையசைத்துவிட்டு, சிறிது தண்ணீர் பருகிவிட்டு, அங்கிருந்து திரும்பிக் கபிலவஸ்துவை நோக்கி நடக்கலானான்.

கபிலவஸ்துவுக்குப் பக்கத்திலிருந்த கோலியா கிராமத்தைச் சேர்ந்த பிம்பானனர் என்ற ஒரு ஜமீந்தாரின் மகள்தான் யசோதரை. பிம்பானனர் வேளாண்மையைவிட வேதங்கள்மீது அதிக ஆர்வம் கொண்டிருந்தார். அவர் சத்திரிய வகுப்பைச் சேர்ந்தவராக இருந்ததால், வேள்விகள் போன்ற மதச் சடங்குகளை அடிக்கடிச் செய்தார். அவர் பிராமணப் பண்டிதர்களை கௌரவித்தார், தத்துவார்த்தக் கலந்துரையாடல்களுக்காக அவர்களைத் தன் வீட்டிற்கு வரவழைத்தார். அப்படிப்பட்டக் கலந்துரையாடல்களின்போது யசோதரை தன் தந்தையின் பக்கத்தில் உட்கார்ந்து கொண்டாள். அங்கு விவாதிக்கப்பட்டுக் கொண்டிருந்த விஷயங்களை அவளால் அவ்வளவாகப் புரிந்து கொள்ள முடியவில்லை என்றாலும்கூட, அன்றைய நாளின் பிரபல அறிஞர்களின் பேச்சை அவள் பொறுமையாகக் கேட்டாள்.

ஒருமுறை, உலகம் செயல்படும் விதத்தைப் புரிந்து கொள்ளக்கூடிய அளவுக்கு யசோதரை பெரியவளாக வளர்ந்தபோது, ஒரு வேள்வியின் முடிவில் ஒரு விலங்கு பலி கொடுக்கப்பட்டதை அவள் பார்த்தாள். அது அவளைத் திகிலடையச் செய்தது. அவள் மயங்கிக் கீழே விழுந்து தன்னினைவிழந்தாள். உயிர்ப்பலிச் சடங்கில் கலந்து கொள்ள யசோதரையை அனுமதித்ததற்காக பிம்பானனர் தன் மனைவி விசிஷ்டையின்மீது கோபம் கொண்டார். அந்த உயிர்ப்பலியைப் பார்த்த நாளிலிருந்து, இறைச்சி உண்ணுவதை யசோதரை கைவிட்டாள். அதோடு, அவளுடைய இதயத்தில் வேள்விகள்மீது ஒரு கடும் வெறுப்பு உருவானது. மதச் சடங்குகளின் முக்கியத்துவத்தைப் போற்றிப் புகழ்ந்து, அவை அனைத்தையும் செய்யும்படி தன்னுடைய தந்தையை ஊக்குவித்த பிராமணர்களை அவள் வெறுக்கத் தொடங்கினாள். அவர்கள் கற்றுக்

கொடுத்துக் கொண்டிருந்த மதச் சம்பிரதாயங்கள் மற்றும் சடங்குகள் அனைத்துமே சமுதாயத்தில் அவர்களுடைய சொந்த இனத்தின் நலன்களைப் பாதுகாப்பதை மட்டுமே குறியாகக் கொண்டிருந்ததாக அவளுக்குத் தோன்றியது. இது பற்றி ஓரிரு முறை அவள் தன் தந்தையுடன் வாதிட முயற்சித்தாள், ஆனால் இப்படிப்பட்ட விவகாரங்களைப் பற்றி அவளோடு கலந்துரையாடுவதற்கு பிம்பானனர் தயங்கினார். மதத்தையும் தத்துவத்தையும் பற்றிப் பேசுவதற்குப் பெண்களுக்குத் தகுதியில்லை என்று கூறி அவர் யசோதரையை மென்மையாகக் கடிந்து கொண்டார். அவருடைய கடிந்துரை யசோதரையின் மனத்தை ஆழமாகக் காயப்படுத்தியது. உன்னதமான எண்ணங்களை எண்ணுவதற்கான திறன் பெண்களுக்கு இல்லை என்ற யோசனை அவளுடைய மென்மையான இதயத்தில் கடுமையான வேதனையை ஏற்படுத்தியது.

தன் பெற்றோருக்கு ஒரே குழந்தையாக இருந்த யசோதரை, மிகுந்த அன்போடும் பாசத்தோடும் வளர்க்கப்பட்டாள். அவள் பெரியவளானபோது, தான் ஒரு பெண் என்ற காரணத்தால் தன்னுடைய சமூக சுதந்திரமும் நடமாட்டமும் மிகவும் மட்டுப்படுத்தப்பட்டிருந்ததை அவள் புரிந்து கொண்டாள். தன் கணவனின் வீட்டில் அவள் எவ்வாறு நடந்து கொள்ள வேண்டும் என்பதையும், அவளுடைய நன்னடத்தை எப்படி அவளுடைய பெற்றோரைப் பெருமிதம் கொள்ளச் செய்யும் என்பதையும் பற்றி அவளுடைய தாயார் அடிக்கடி அவளுக்கு நினைவுபடுத்தினார். தன் தாயின் அறிவுரை யசோதரைக்கு ஒருபோதும் மகிழ்ச்சியளிக்கவில்லை. திருமணம், கணவன், அவனுடைய பெற்றோர் போன்றவற்றைப் பற்றிய எண்ணம் எப்போதுமே அவளைக் கவலை கொள்ளச் செய்தது. தன்னுடைய பிறந்த வீட்டில் தன்னுடைய பெற்றோருடன் தான் நிரந்தரமாக வாழும் விதத்தில் தன்னுடைய வாழ்க்கையை அமைத்துக் கொடுக்கும்படி அவள் தன் வீட்டில் இருந்த தெய்வத்திடமும் கோவிலில் இருந்த தெய்வத்திடமும் உளமாரப் பிரார்த்தனை செய்தாள். ஆனால், அவள் வளர வளர, இவ்விஷயத்தில் தெய்வத்திற்குக்கூட எந்த சக்தியும் இல்லை என்பதை

மெல்ல மெல்ல அவள் உணர்ந்து கொண்டாள்.

கோவிலில் முதன்முதலாக அவள் சித்தார்த்தனைப் பார்த்தபோது, தன்னுடைய திருமணத்தைப் பற்றிய கவலையூட்டும் எண்ணங்கள் அவளுடைய மனத்தைக் குழப்பிக் கொண்டிருந்தன. சித்தார்த்தனின் அமைதி தவழ்ந்த முகத்தை அவளால் மறக்க முடியவில்லை. இரண்டாவது முறையாக அந்த வயல்வெளியில் அவள் அவனைப் பார்த்தபோது, தான் அவனைத்தான் திருமணம் செய்தாக வேண்டும் என்ற வலிமையான உணர்வு அவளுக்குள் எழுந்தது. இப்போது திருமணத்தைப் பற்றிய கவலை அவளிடமிருந்து பறந்தோடிவிட்டது. சித்தார்த்தனைத் திருமணம் செய்து கொள்ளுவதைப் பற்றிய சிந்தனையைத் தவிர வேறு எந்த சிந்தனையும் அவளுடைய மனத்திற்குள் நுழையவில்லை. தான் அவனைத் திருமணம் செய்து கொள்ளுவது சாத்தியம்தானா என்ற கேள்வி ஒருபோதும் அவளுடைய மனத்தில் எழவில்லை. அவனுடைய பெயர், அவனுடைய பெற்றோர், அவன் வசித்த இடம் போன்ற, அவனைப் பற்றிய தனிப்பட்டத் தகவல்கள் எதுவும் அவளுக்குத் தெரிந்திருக்கவில்லை என்றாலும்கூட, தான் அவனைத்தான் கணவனாக அடைய வேண்டும் என்று அவள் உறுதியாகத் தீர்மானித்தாள்.

ஆனால், தன்னுடைய எண்ணங்களை மற்றவர்களுடன் அவளால் பகிர்ந்து கொள்ள முடியவில்லை. அவனைப் பற்றித் தன்னால் யாரிடமும் விசாரிக்க முடியாது என்பதை அவள் உணர்ந்தாள். ஒருசில நாட்களுக்கு, அவனைப் பற்றிய சிந்தனையிலும், அதிலிருந்து தனக்குக் கிடைத்த ஆனந்தத்திலும் அவள் தன் நேரம் முழுவதையும் செலவிட்டாள்.

ஒருநாள், தன்னுடைய தந்தை தனக்கு ஒரு பொருத்தமான கணவனைத் தேடிக் கொண்டிருந்த செய்தியைக் கேள்விப்பட்ட யசோதரை மிகுந்த வேதனையடைந்தாள். காலம் கடப்பதற்கு முன்பாக அது குறித்துத் தான் ஏதேனும் செய்தாக வேண்டும் என்பதை அவள் உணர்ந்தாள். கோவிலில் சித்தார்த்தனை சந்திப்பதற்கு அவளுக்கு ஒரு வாய்ப்பு இருந்தது. ஆனால், அவள் தினமும் கோவிலுக்குச் சென்று கொண்டிருந்தபோதிலும், அங்கு அவனைக்

காணாமல் அவள் தவித்தாள். கோவிலுக்கு அவன் வராமல் போனதற்கு ஒரு நியாயமான காரணம் இருந்தாக வேண்டும் என்று நினைத்த அவள், அக்காரணத்தைத் தேடுவதில் பல மணிநேரத்தைச் செலவிட்டாள். இறுதியில், தான் முதன்முறையாக அவனைப் பார்த்த நாளன்று தான் தாமதமாகக் கோவிலுக்குப் போயிருந்திருக்க வேண்டும் என்ற உண்மை அவளுக்கு உறைத்தது. அந்த உண்மை அவளை அவளுடைய கவலையிலிருந்து விடுவித்தது. அன்றைய எஞ்சிய நாள் முழுவதையும் ஏதோ ஒரு வேலையைச் செய்வதில் அவள் மகிழ்ச்சியாகக் கழித்தாள். அவளுடைய தாயார் கேட்காமலேயே அவள் தானாக வலிந்து அவருக்கு உதவினாள். மறுநாள் மாலையில், அவள் தன்னுடைய வழக்கமான நேரத்தில் கோவிலுக்குச் செல்லத் தயாராகாமல் இருந்தாள். இது அவளுடைய தாயாருக்கு வியப்பூட்டியது.

அவர் சிறிது கரிசனத்தோடு யசோதரையிடம், “இன்று மாலையில் நீ பூக்களைச் சேகரிக்கப் போகப் போவதில்லையா? நான் அதற்கு வேறு யாரையாவது அனுப்பட்டுமா?” என்று கேட்டார்.

அடுத்தக் கணம், யசோதரை தன்னுடைய பூக்கூடையைத் தூக்கிக் கொண்டு கோவிலை நோக்கி விரைந்தாள்.

அக்கோவில், கோலியா, கபிலவஸ்து ஆகிய கிராமங்களின் எல்லையோரமாக இருந்தது. ஆனால், அது கபிலவஸ்துவைவிடக் கோலியாவுக்கு மிக அருகில் இருந்தது. அங்கு சென்றடைவதற்கு வெகுநேரம் ஆனதால், பெரும்பாலான மக்கள் அதைத் தவிர்த்தனர். இயற்கையின் அழகை ரசித்தவர்கள் மட்டுமே எப்போதாவது அங்கு சென்றனர். சித்தார்த்தன் தினமும் அங்கு வந்து சிறிது நேரம் தியானத்தில் அமர்ந்ததை அத்தகையோரே நன்றாக அறிந்திருந்தனர். தாங்கள் அவனைத் தொந்தரவு செய்துவிடக்கூடாது என்பதில் கவனமாக இருந்த அவர்கள், அவனுக்கு அருகில் நடந்து செல்லுவதைத் தவிர்த்தனர்.

யசோதரை நிதானமாகக் கோவிலை நோக்கி நடந்தாள். அவளுக்கு எந்த அவசரமும் இருக்கவில்லை.

ஆனால் இறுதியில் அவள் அங்கு போய்ச் சேர்ந்தபோது, அங்கு சித்தார்த்தனை அவளால் பார்க்க முடியவில்லை. இதனால் அவள் ஏமாற்றமடைந்தாள். அவள் தன்னுடைய பூக்கூடையில் மெதுவாகப் பூக்களை நிரப்புவதில் சிறிது நேரத்தைச் செலவிட்டாள். ஆனாலும் அவனுடைய வருகைக்கான எந்த அறிகுறியும் தென்படவில்லை. அவள் கோவிலுக்குள் சென்று, தியானத்தின்போது சித்தார்த்தன் வழக்கமாக அமர்ந்த அந்தக் கற்பலகையின் முன்னால் போய் உட்கார்ந்து கொண்டாள். ஆனால், சிறிது நேரத்திற்குப் பிறகுதான் அவளுடைய தவறு அவளுக்கு உறைத்தது. தான் தியானம் செய்த இடத்திற்கு முன்பாக யாரோ ஒருவர் உட்கார்ந்திருப்பதை சித்தார்த்தன் பார்த்தால், அவன் அங்கிருந்து திரும்பிப் போய்விட மாட்டானா? இந்த எண்ணம் அவளை அச்சுறுத்தியது. அவள் உடனடியாக அங்கிருந்து எழுந்து, அந்தக் கற்பலகைக்குப் பக்கத்தில் இருந்த ஒரு தூணுக்குப் பின்னால் சென்று, கோவிலுக்குள் வந்த யாராலும் தன்னைப் பார்க்க முடியாதபடி உட்கார்ந்து கொண்டாள்.

நேரம் செல்லச் செல்ல, ஒவ்வொரு நொடியும் யசோதரையின் பதற்றம் அதிகரித்துக் கொண்டிருந்தது. திடீரென்று, அவளுடைய இதயம் ஒரு கணம் தன் துடிப்பை நிறுத்தியது, அவளுடைய கண்கள் மகிழ்ச்சியால் ஒளிர்ந்தன. ஏனெனில், சித்தார்த்தன் கம்பீரமாகக் கோவிலுக்குள் நுழைந்து கொண்டிருந்ததை அவள் பார்த்துவிட்டாள்.

சித்தார்த்தன் அக்கோவிலின் முற்றத்தில் நுழைந்து, நேராக அந்தக் கற்பலகையை நோக்கிச் சென்று, பத்மாசன நிலையில் அதன்மீது அமர்ந்தான். அவன் தன் கண்களை மூடிக் கொள்ளவிருந்த நேரத்தில், தனக்கு மிகவும் பரிச்சயமான சூழலில் வழக்கத்திற்கு மாறாக ஏதோ இருந்ததைத் திடீரென்று அவன் உணர்ந்தான். யாரோ ஒருவர் தனக்கு மிக அருகில் இருந்து தன்னை கவனித்துக் கொண்டிருந்தது போன்ற ஓர் உணர்வு அவனுக்கு ஏற்பட்டது. அவன் தன் தலையைப் பக்கவாட்டில் திருப்பி, அது யாரென்று பார்த்தான். மறுகணம் அவனுடைய கண்கள் அகலமாக விரிந்தன.

யசோதரை தன் நேரத்தை விரயம் செய்ய

விரும்பவில்லை. “நான் உங்கள் பெயரைத் தெரிந்து கொள்ளலாமா?” என்று அவள் அவனிடம் கேட்டாள்.

“சித்தார்த்த கௌதமன்.”

அந்த வார்த்தைகள் தாமாக அவனுடைய வாயிலிருந்து துள்ளி வெளியே குதித்தன. அப்பெண் யார் என்பதையோ, அவள் எதற்காகத் தன்னுடன் பரிச்சயம் ஏற்படுத்திக் கொள்ள விரும்பினாள் என்பதையோ அவன் அறியவில்லை. தான் யாரென்பதை அவளிடம் வெளிப்படுத்துவதற்கு முன்பாக அவளைப் பற்றி எதையும் தெரிந்து கொள்ளக்கூட அவன் விரும்பவில்லை.

“உங்கள் பெற்றோர் யார்? நீங்கள் எந்த வம்சத்தைச் சேர்ந்தவர்?”

“சுத்தோதனர் என் தந்தை. மகாபிரஜாபதி கௌதமி என் தாயார். நாங்கள் சாக்கிய வம்சத்தைச் சேர்ந்தவர்கள்.”

யசோதரை தெரிந்து கொள்ள விரும்பிய தகவல்கள் இவ்வளவுதான். அவற்றை அவள் தெரிந்து கொண்டதும் அவள் அங்கிருந்து எழுந்து கொண்டாள். சித்தார்த்தனும் எழுந்து கொண்டான். அவள் யாரென்று கேட்க அவன் விரும்பினான், ஆனால் அவனால் முடியவில்லை.

கோவில் வாசலை நோக்கி ஒருசில அடிகள் எடுத்து வைத்த யசோதரை திடீரென்று நின்றாள். பிறகு, பின்னால் திரும்பி சித்தார்த்தனை நோக்கி நடந்து சென்று, அவனுடைய கைகளைப் பிடித்து, அவனுடைய உள்ளங்கைகளை ஒரு குவளைபோல ஒன்றிணைத்து, தன்னுடைய பூக்கூடையில் இருந்து ஒரு கை நிறைய பூக்களை எடுத்து அவனுடைய உள்ளங்கைகளில் போட்டாள்.

“என் பெயர் யசோதரை. கோலிய வம்சத்தைச் சேர்ந்த பிம்பானனர் மற்றும் விசிஷ்டையின் மகள் நான்,” என்று கூறிவிட்டு, அவனைப் பார்த்து ஒரு புன்னகையை உதிர்த்துவிட்டு, அவள் அங்கிருந்து வேகவேகமாகப் புறப்பட்டுச் சென்றாள்.

சித்தார்த்தன் மீண்டும் தன்னிலைக்குத் திரும்புவதற்குச் சிறிது நேரம் ஆயிற்று. அவன் தன் கையிலிருந்த பூக்களைப் பார்த்தான். பிறகு அவற்றைத் தன்னுடைய சால்வையில் கவனமாக ஒரு மூட்டையாகக் கட்டினான். அன்று அவன் தன் தியானத்தைக் கைவிட்டுவிட்டு, அந்த லேசான

மூட்டையைத் தன் தோள்மீது சுமந்து கொண்டு அந்த இடத்தைவிட்டுப் புறப்பட்டான்.

யசோதரை தன் வீட்டிற்குச் செல்லும் வழி நெடுகிலும் சித்தார்த்தனைப் பற்றியே நினைத்துக் கொண்டிருந்தாள். இப்போது அவனுடைய பெயரும் முகவரியும் அவளுக்குத் தெரிந்திருந்ததால், அவனுடைய குணநலன்களைப் பற்றிய எல்லா விஷயங்களையும் அவள் தெரிந்து கொள்ள விரும்பினாள். சித்தார்த்தன் ஒரு வலிமையான, நேர்த்தியான உடலமைப்பைக் கொண்டிருந்தான். எப்போதும் மனிதாபிமானத்தால் நிரம்பியிருந்த அவனுடைய கண்கள், அவன் மென்மையான இதயத்தைக் கொண்டவன் என்பதைக் காட்டின. ஆனால் அவள் அதை உறுதிப்படுத்திக் கொள்ள விரும்பினாள். அதைத் தெரிந்து கொள்ளத் தன்னால் ஏதேனும் ஒரு வழியைக் கண்டுபிடிக்க முடியுமா என்று அவள் யோசித்தாள்.

யசோதரை தன் வீட்டை அடைந்தவுடன், பூக்கள் நிரம்பிய கூடையைத் தன் தாயாரிடம் கொடுத்துவிட்டு, தன்னுடைய மாமாவின் மகள்களை அழைத்துத் தன் பக்கத்தில் இருத்திக் கொண்டு, செம்மறியாட்டுக் குட்டிகளைப் பற்றிய ஒரு கதையை அவர்களிடம் கூறினாள். அச்சிறுமியர் அக்கதையை மிகுந்த கவனத்தோடு கேட்டனர். அக்கதை, அவர்களுடைய கைகளிலிருந்து நழுவித் தப்பியோடியிருந்த அச்சிறிய செம்மறியாட்டுக் குட்டியை அச்சிறுமியருக்கு நினைவுபடுத்தியது. அவர்களில் ஒருத்தி, “அந்த ஆட்டுக்குட்டியை மீண்டும் நம்மால் நம் கைகளில் தாங்கிப் பிடித்துக் கொள்ள முடிந்தால் எவ்வளவு நன்றாக இருக்கும்!” என்று கூறிப் பெருமூச்செறிந்தாள்.

தன்னுடைய திட்டம் நன்றாக வேலை செய்து கொண்டிருந்ததை அறிந்த யசோதரை ஒரு புன்னகையோடு, “அந்த ஆட்டுக்குட்டி யாருக்குச் சொந்தமானது என்று உங்களுக்குத் தெரியுமா?” என்று அவர்களிடம் கேட்டாள்.

தங்களுக்குத் தெரியாது என்று கூறும் விதமாக அவர்கள் தங்கள் தோள்களைக் குலுக்கினர்.

“அது சித்தார்த்தனுக்குச் சொந்தமானது. அவனிடமிருந்து அதை வாங்கிக் கொடுக்கும்படி உங்கள் தந்தையிடம் கூறுங்கள். அந்த ஆட்டுக்குட்டி அசாதாரணமான அழகு கொண்டதாக இருந்ததல்லவா? அதனிடம் நிச்சயமாக ஏதோ மாயாஜாலமான சக்திகள் இருக்கின்றன. இல்லாவிட்டால், அன்று எப்படிக் கண்ணிமைக்கும் நேரத்தில் அதனால் மாயமாய் மறைந்திருக்க முடியும்? அப்படிப்பட்ட அற்புதமான ஓர் ஆட்டுக்குட்டி உங்களுக்கு வேண்டாமா? இப்போதே உங்கள் தந்தையிடம் சென்று அதை வாங்கித் தரும்படி கேளுங்கள்,” என்று அவள் கூறினாள்.

அந்த ஆட்டுக்குட்டியின்மீது அச்சிறுமியருக்கு ஏற்பட்டிருந்த ஈர்ப்பு அவர்களை அலைக்கழித்தது. அவர்கள் உடனடியாகத் தங்கள் தந்தையைத் தேடிச் சென்றனர். யசோதரை அவர்களைப் பின்தொடர்ந்து அவர்களுடைய வீட்டிற்குச் சென்றாள்.

அச்சிறுமியர் தங்கள் தந்தையிடம் ஓடிச் சென்று, அவருக்குப் பக்கத்தில் அமர்ந்து கொண்டு, சித்தார்த்தனின் செம்மறியாட்டுக் குட்டியைத் தங்களுக்கு வாங்கிக் கொடுக்கும்படி அவரிடம் கேட்டனர். அவர் அவர்களைப் பார்த்துப் புன்னகைத்துவிட்டு, தான் நிச்சயமாக அதைப் பெற்றுக் கொடுப்பதாக அவர்களுக்கு உறுதியளித்துவிட்டு, அவர்களை அங்கிருந்து போகச் செய்தார்.

அவருடன் பேசிக் கொண்டிருந்த கிராமத்துத் தலைவர்களில் ஒருவர், “என்ன! சித்தார்த்தன் செம்மறியாடுகளை வளர்த்துக் கொண்டிருக்கிறானா?” என்று அவரிடம் கேட்டார்.

அதற்கு இன்னொருவர், “ஆமாம், அவன் அப்படிப்பட்ட விஷயங்களை நிச்சயமாகச் செய்யக்கூடியவன்தான். அன்றொரு நாள், சுத்தோதனர் கிராமத்துத் தலைவர்களை வரவழைத்து நடத்திக் கொண்டிருந்த ஒரு சந்திப்புக்கூட்டத்தில், சித்தார்த்தன் அவர்களிடம், ‘நாம் எல்லா உயிரினங்களையும் நேசிக்க வேண்டும். வேள்விகளின்போது நாம் விலங்குகளைப் பலி கொடுக்கக்கூடாது,’ என்று கூறினான். யாருக்குத் தெரியும்! அவன் நம்முடைய எல்லா விலங்குகளையும்

தனக்குச் சொந்தமாக்கிக் கொண்டு, பலி கொடுக்க நமக்கு விலங்குகள் இல்லாதபடி செய்துவிடக்கூடும்," என்று கூறிவிட்டு, தன்னுடைய அடர்த்தியான மீசையின் ஊடாக உரக்கச் சிரித்தார்.

"ஒரு சத்திரியனால் எப்படி இவ்வளவு மென்மையாக இருக்க முடியும் என்பது எனக்குப் புரியவில்லை. 'போர்' என்ற வார்த்தை அவன் காதுகளில் விழுந்துவிட்டால், நாம் எல்லோரும் நம்முடைய விற்களையும் அம்புகளையும் கீழே வீசி எறியும்வரை சமாதானத்தைப் பற்றி அவன் தொடர்ந்து ஒரு சொற்பொழிவாற்றிக் கொண்டே இருப்பான்."

"வேதச் சடங்குகளையும் அவற்றை மேற்கொள்ளுகின்றவர்களையும் அவன் மதிப்பதுபோலத் தெரியவில்லை."

"அவன் ஏன் செம்மறியாடுகளை வளர்த்துக் கொண்டிருக்கிறான் என்பது இப்போது எனக்குப் புரிகிறது. ஒரு சத்திரியனின் கடமைகளையும் வேதங்கள் கூறும் அறிவையும் கைவிட்டுவிட்ட ஒருவனால் செம்மறியாடுகளை வளர்ப்பதைவிட வேறு என்ன சிறந்த வேலையைத் தேடிக் கொள்ள முடியும்?"

இதைக் கேட்டு எல்லோரும் சத்தமாகச் சிரித்தனர்.

யசோதரையும் அவர்களோடு சேர்ந்து சிரித்தாள். அவளுடைய சிரிப்பு அடங்க வெகுநேரம் ஆனது.

சித்தார்த்தன் எப்போதும் ஒருமித்த கவனத்துடன் இருந்தான், அவனுடைய கவனம் ஒருபோதும் சிதறவில்லை. அவன் சரியான நேரத்தில் சரியான வேலையைச் செய்தான். தன்னால் முடிந்த அளவு ஒருமித்த கவனத்துடன் அவன் அதைச் செய்தான். நேரம் தவறாமை, உண்மைத் தன்மை ஆகிய பண்புநலன்களைப் பிறவியிலேயே அவன் பெற்றிருந்ததுபோலத் தோன்றியது. மிக எளிய செயலோ அல்லது மிகக் கடினமான செயலோ, தான் செய்த எல்லாவற்றிலும் அளப்பரிய அர்ப்பணிப்பை அவன் வெளிப்படுத்தினான். அவன் வேலை செய்து கொண்டிருந்தபோது அவனை கவனித்தவர்கள்,

அவனுடைய ஒருமித்த கவனத்தை எப்போதும் போற்றிப் புகழ்ந்தனர். தியானம் என்று வந்தபோது, அவனுடைய கவனக்குவிப்பு உச்சத்தில் இருந்தது. அவனைச் சுற்றிப் பலர் நடமாடிக் கொண்டிருந்த சூழல்களில்கூட அவனால் சுலபமாக ஓரிடத்தில் உட்கார்ந்து தியானம் செய்ய முடிந்தது.

ஆனால் அன்றிரவு அவன் சாப்பிட உட்கார்ந்தபோது, அவனுடைய கவனம் உணவின்மீது இல்லாததைக் கண்ட கௌதமி, அதற்கான காரணம் புரியாமல் குழப்பமடைந்தார். தான் என்ன சாப்பிட்டுக் கொண்டிருந்தோம் என்பதைப் பார்க்காமலேயே சித்தார்த்தன் தன்னுடைய உணவை விழுங்கிக் கொண்டிருந்ததைக் கண்டு அவர் அதிர்ச்சியடைந்தார்.

அவனைப் பற்றிக் கவலை கொண்ட அவர், “சித்தார்த்தா ! இதற்கு முன்பு நீ இப்படி கவனமின்றி இருந்து நான் ஒருபோதும் பார்த்ததில்லை. மகனே, ஏதேனும் பிரச்சனையா ?” என்று கேட்டார்.

தன்னுடைய எண்ணங்களையும் உணர்வுகளையும் மறைத்து எல்லாம் சிறப்பாக இருந்ததாகப் பாசாங்கு செய்வது சித்தார்த்தனின் இயல்பு அல்ல. அவனுடைய மனத்தில் என்ன இருந்தாலும், அதை அவன் நேர்மையாக மற்றவர்களுடன் பகிர்ந்து கொள்ளுவான். அவன் கௌதமியைப் பார்த்துவிட்டு ஒரு புன்னகையை உதிர்த்தான்.

பிறகு, ஒரு மென்மையான, கிசுகிசுப்பான குரலில், “அம்மா ! இன்று மாலையில் ஓர் அந்நியரால் என் தியானத்திற்கு இடையூறு ஏற்பட்டது,” என்று கூறினான்.

கௌதமி சற்றுக் கவலையோடு, “உன்னை எதற்காக ஒருவர் தொந்தரவு செய்ய வேண்டும் ?” என்று கேட்டார்.

“அம்மா, அப்பெண் யாரென்று எனக்குத் தெரியாது. ஒருசில நாட்களுக்கு முன்பு வயல்வெளியில் அவளை ஒருமுறை நான் பார்த்தேன். இன்று மாலையில், கோவிலில் நான் தியானம் செய்யத் தயாராகிக் கொண்டிருந்தபோது, அவள் என்னிடம் வந்து என்னுடைய பெயரையும் என் குடும்பத்தின் பெயரையும் கேட்டாள். தன்னுடைய பெயர் யசோதரை என்றும், கோலியா கிராமத்தைச் சேர்ந்த

பிம்பானனர் மற்றும் விசிஷ்டையின் மகள் தான் என்றும் அவள் தன்னை அறிமுகப்படுத்திக் கொண்டாள். பிறகு அவள் அங்கிருந்து புறப்பட்டுச் சென்று கொண்டிருந்தபோது, திடீரென்று நின்றுவிட்டு, மீண்டும் என்னிடம் திரும்பி வந்தாள். அவள் ஒரு கை நிறைய பூக்களை எடுத்து என்னுடைய கைகளில் போட்டுவிட்டு, பிறகு மீண்டும் அங்கிருந்து போய்விட்டாள். இதெல்லாம் என்னுள் ஒரு விதமான மகிழ்ச்சியைத் தூண்டியது. ஆனால், அதே நேரத்தில், அது என்னைத் தொந்தரவும் செய்கிறது. என் இதயம் கனத்திருப்பதுபோல நான் உணருகிறேன். அம்மா! என் வாழ்வில் இதுவரை இப்படிப்பட்ட ஓர் உணர்வை நான் ஒருபோதும் அனுபவித்ததில்லை.”

சித்தார்த்தனின் ஒவ்வொரு வார்த்தையையும் மிகவும் கவனமாகச் செவிமடுத்துக் கொண்டிருந்த கௌதமியின் முகம் மேன்மேலும் பிரகாசமடைந்து கொண்டே போனது. அவருடைய கண்கள் ஆனந்தக் கண்ணீரால் நிரம்பின.

அவர் தன்னுடைய கண்ணீரைத் துடைத்துக் கொண்டே, “சித்தார்த்தா, நீ கவலைப்படத் தேவையில்லை. இதெல்லாம் உன் நல்லதற்குத்தான். மகிழ்ச்சியாக இரு. கோவிலில் நீ எந்த உணர்வுகளை அனுபவித்தாயோ, இப்போது நீ எந்த உணர்வுகளை அனுபவித்துக் கொண்டிருக்கிறாயோ, அவை எல்லாமே உண்மையானவை, யதார்த்தமானவை. உண்மையான மற்றும் யதார்த்தமான அனைத்தையும் நீ ஏற்றுக் கொண்டாக வேண்டும்,” என்று கூறினார்.

கௌதமி பாசத்தோடு சித்தார்த்தனின் தலையை வருடிக் கொடுத்தார்.

சித்தார்த்தன் தூங்கப் போன பிறகு, கௌதமி சுத்தோதனரிடம் சென்று, சித்தார்த்தன் தன்னிடம் கூறியிருந்த விஷயங்களை வரிவிடாமல் அப்படியே அவரிடம் ஒப்பித்தார்.

கௌதமி கூறியதை கவனமாகக் கேட்ட சுத்தோதனர், “அவள் ஓர் அசாதாரணமான பெண்போலத் தெரிகிறாள். ஓர் அந்நியரிடம் அவள் இவ்வாறு பேச எப்படித் துணிந்தாள்? எனக்கு அவளுடைய தந்தையைத் தெரியும். சத்திரியர்களுக்கு வகுக்கப்பட்டுள்ள கடமைகளை ஒழுங்காகச் செய்கின்றவர் அவர். பிராமண அறிஞர்களை

அவர் கௌரவப்படுத்துகிறார். அவர் யாகங்களையும் செய்கிறார்," என்று கூறினார்.

கௌதமி கரிசனத்தோடு அவரைப் பார்த்துவிட்டுப் புன்னகைத்தார். பிறகு, "அப்பெண் சித்தார்த்தனுக்கு மிகப் பொருத்தமான துணைவியாக இருப்பாள் என்று உங்களுக்குத் தோன்றவில்லையா? நம்முடைய மகன் தியானம் செய்ய உட்கார்ந்துவிட்டால், அவனுடைய கவனத்தை இக்கணம்வரை யாராலும் சிதறடிக்க முடிந்ததில்லை. சித்தார்த்தனின் கவனத்தை இதுவரை எந்தவொரு பெண்ணாலும் இவ்வளவு தூரம் ஈர்க்க முடிந்ததில்லை. சித்தார்த்தனுக்கு இப்பெண்ணை நாம் மணமுடித்து வைத்துவிட்டால் நம்முடைய கவலைகள் அனைத்திலிருந்தும் நாம் விடுபட்டுவிடுவோம் என்று எனக்குத் தோன்றுகிறது," என்று அவர் கூறினார்.

"நீ நினைப்பது சரிதான். திருமணம் செய்து கொள்ளுவதைப் பற்றி அவனிடம் பேச இவ்வளவு நாட்களாக நாம் தயக்கம் காட்டி வந்திருக்கிறோம். இப்போது அவனே நமக்கு அந்த வாய்ப்பைக் கொடுத்திருக்கிறான். உடனடியாக அப்பெண்ணின் தந்தைக்குச் செய்தியனுப்பி, நாளைக்கே அவர் இங்கு வருவதற்கான ஏற்பாடுகளைச் செய்," என்று சுத்தோதனர் கூறினார்.

திருமணத்தைப் பற்றிய நினைப்பு இறுதியில் எப்படியோ சித்தார்த்தனுக்கு வந்திருந்தது குறித்து சுத்தோதனரும் கௌதமியும் பெருமகிழ்ச்சி கொண்டனர். கடந்த சில வருடங்களாக, தியானத்தின்மீது சித்தார்த்தனுக்கு ஏற்பட்டுக் கொண்டிருந்த அளப்பரிய ஈர்ப்பையும், துறவிகளுடனான அவனுடைய நட்பையும், தன்னுடைய வகுப்பிற்கென்று வகுப்பட்டிருந்த கடமைகள் குறித்து அவன் கொண்டிருந்த வெறுப்பையும் கண்டு அவர்கள் இருவரும் தொடர்ந்து கவலைப்பட்டு வந்திருந்தனர். திருமணத்தின்மீது சித்தார்த்தன் அவ்வளவு ஆர்வமாக இல்லை என்பதை அவர்கள் அறிந்திருந்ததால், அவனுடைய முன்னிலையில் அதைப் பற்றிப் பேசுவதை அவர்கள் தவிர்த்தனர்.

சுத்தோதனர் தன் மனைவியின் பரிந்துரையைத் தொடர்ந்து, பிம்பானனரைத் தானே நேரில் சந்தித்து இவ்விஷயத்தைப் பற்றி அவரோடு கலந்து பேசுவது

சிறந்ததாக இருக்கும் என்று கருதினார்.

இதற்கிடையே, யசோதரையுடனான தன் அனுபவத்தை சித்தார்த்தன் கவனமாக ஆய்வு செய்து கொண்டிருந்தான். அன்பு, இரக்கம், பாசம், பரிவு, நட்பு போன்ற உணர்வுகள் பற்றி அவன் அறிந்திருந்தான். அவை எப்போதுமே அவனுடைய இதயத்தில் உறைந்திருந்தன. ஆனால் யசோதரை குறித்து அவன் கொண்டிருந்த உணர்வு ஏனைய உணர்வுகள் எல்லாவற்றையும்விட மேலானதாக அவனுக்குத் தோன்றியது. அது வித்தியாசமானதாகவும் விவரிக்கப்பட முடியாத அளவுக்கு அற்புதமானதாகவும் இருந்தது. அவன் முன்பு ஒருபோதும் அனுபவித்திராத ஓர் இனிய வேதனையால் அது அவனுடைய இதயத்தை நிறைத்தது. அன்பு, மனிதாபிமானம் போன்ற உணர்வுகள் உணர்ச்சிரீதியாக எப்போதுமே அவனுடைய இதயத்தை நெகிழச் செய்தன, அவனுடைய மனத்திற்கு மகிழ்ச்சியூட்டின. ஆனால் இப்போது அவன் அனுபவித்துக் கொண்டிருந்த இப்புதிய உணர்வு அவனுடைய உடலையும் தொட்டு, அவனுக்கு உணர்ச்சிரீதியான இன்பத்தைக் கொடுத்ததோடு, அவனுடைய ஐம்புலன்களையும் கிளர்ந்தெழச் செய்வதாக இருந்தது. அது ஒருவேளை ஓர் ஆணுக்கும் ஒரு பெண்ணுக்கும் இடையே ஏற்படுகின்ற இயற்கையான உடல்ரீதியான ஈர்ப்பாக இருக்கக்கூடும் என்று சித்தார்த்தன் நினைத்தான். அவனுடைய தாயார் குறித்தும் இவ்வுலகிலுள்ள பிற உயிரினங்கள் குறித்தும் அவன் கொண்டிருந்த அன்பு, யசோதரை குறித்து அவனிடம் ஏற்பட்டிருந்த அன்பிலிருந்து முற்றிலும் வித்தியாசமாக இருந்தது. இவ்விரண்டு அன்பிற்கும் இடையே அப்படியென்ன பெரிய வேறுபாடு இருந்தது? அவன் அதைத் தெரிந்து கொள்ள விரும்பினான். பிற விஷயங்களைப்போலவே, அவன் அதைப் பற்றியும் ஆழமாக சிந்தித்தான். ஒருசில நிமிடங்களில் அவனால் அதைப் புரிந்து கொள்ள முடிந்தது. அவன் தன்னுடைய தாயாரையும் தான் அக்கறை கொண்டிருந்த ஏனைய அனைவரையும் பற்றி நினைத்தபோது, அவர்களுக்குத் தன் அன்பை வழங்க வேண்டும் என்ற ஆழ்விருப்பம்தான் அவனுள் ஓர் ஆதிக்கமான ஆற்றலாக இருந்தது. பதிலுக்கு

அவன் அவர்களிடமிருந்து எதையும் எதிர்பார்க்கவில்லை. ஆனால் இப்போது, இந்த இளம்பெண், பெறுவதற்கான ஆழ்விருப்பத்தை அவனுடைய இதயத்தில் தூண்டியிருந்தாள்.

ஒன்றைப்பெறுவதற்கு சித்தார்த்தன் தன் வாழ்வில் இதற்கு முன்பு இவ்வளவு ஆழமாக ஒருபோதும் ஏங்கியதில்லை. அவன் கேட்காமலேயே அவனுக்குத் தேவையான எல்லாம் அவனுக்குக் கொடுக்கப்பட்ட ஒரு வாழ்க்கை அவனுக்கு வாய்த்திருந்தது. இக்காரணத்திற்காகத்தான் லௌகிகப் பொருட்கள் குறித்து ஏங்க அவன் ஒருபோதும் கற்றுக் கொள்ளவில்லைபோலும். லௌகிகப் பொருட்கள் அல்லாதவையும் ஆன்மிக அம்சங்களுமே அவனுடைய கவனத்தை மொத்தமாக ஈர்த்தன. அவன் மற்ற எல்லாவற்றையும்விட இவற்றுக்குத்தான் அதிக மதிப்புக் கொடுத்தான். பிரபஞ்சத்தையும், அதன் படைப்பையும், மனித வாழ்க்கைக்கும் அதற்கும் இடையேயான தொடர்பையும் பற்றி சிந்திப்பதில் சித்தார்த்தன் தன் நேரத்தின் பெரும்பகுதியைச் செலவிட்டான். சாதாரண மக்களிடமிருந்து முற்றிலும் வித்தியாசமான ஒரு வாழ்க்கையை வாழ்ந்து கொண்டிருந்த துறவிகளையும் ஆன்மிக ஆசான்களையும் நோக்கி அவன் ஈர்க்கப்பட்டான். அவர்கள் ஓர் ஆழமான ஆன்மிகத் தேடலில் ஈடுபட்டிருந்ததால் அவன் அவர்களை மிகவும் மதித்தான். ஆனால், யசோதரை அவனுடைய கவனத்தை ஆன்மிகத் தளத்திலிருந்து பௌதிகத் தளத்திற்குத் திசை திருப்பியிருந்தாள். சக்தி வாய்ந்த இப்புதிய உணர்வு, ஒரு பெருங்கடலைப்போல அவனை ஆட்கொண்டது. அன்பை வழங்குவதற்கு அவனுள் குடிகொண்டிருந்த பேரார்வத்தோடு கூடவே, அந்த அன்பைப் பெறுவதற்கான ஆழ்விருப்பமும் அவனுடைய இதயத்தில் முளைவிட்டுப் பிரகாசமாக ஒளிர்ந்தது.

யசோதரை தன்னுடைய சந்தேகங்கள் மற்றும் கவலைகள் அனைத்திலிருந்தும் முழுமையாக விடுபட்டிருந்தாள். அவள் மகிழ்ச்சி வெள்ளத்தில் நீந்திக் கொண்டிருந்தாள்.

சித்தார்த்தனோடு தான் வாழவிருந்த வாழ்க்கையைப் பற்றிய கனவுகளால் நிரப்ப அவளுடைய மனத்தில் துளிகூட இடமிருக்கவில்லை. ஏனெனில், சித்தார்த்தனைக் குறித்த எல்லையற்ற அன்பு அவளுடைய மனத்தை முழுவதுமாக ஆக்கிரமித்திருந்தது. அவனை மீண்டும் சந்திக்கும்வரை தன்னுடைய நேரத்தைக் கழிக்க முடியாமல் அவள் தவித்தாள். இப்போதைக்கு இதுதான் அவளுடைய மிகப் பெரிய பிரச்சனையாக இருந்தது. தன்னைச் சுற்றி நேரம் நகர்ந்து கொண்டிருந்ததை கவனித்தபடி அவள் உட்கார்ந்திருந்தாள். இரவு கடந்து சென்று பொழுது புலர்ந்ததை அவள் கவனித்தாள். எல்லாமே அவளுடைய கண்களை மகிழ்வித்தன. கதகதப்பான சூரியனும் குளிர்ந்த தென்றல் காற்றும் சேர்ந்து மலர்கள் தம்முடைய தலைகளை அங்குமிங்கும் அசைக்கும்படி செய்ததையும் மகிழ்ச்சியால் அவை சிரிக்கும்படி செய்ததையும் அவள் பார்த்தாள். உலகத்திற்குக் கதகதப்பையும் ஆற்றலையும் கொடுப்பதற்காக சூரியன் வானத்திற்குள் ஏறி வந்தான். ஆற்றல் கொப்பளிக்க, மக்கள் தங்களுடைய அன்றாட வேலைகளைத் துவக்கினர். அவர்கள் பேசிக் கொண்டே நடந்தனர், சிரித்துக் கொண்டே வேலை செய்தனர், வியர்வையால் தங்கள் உடல்களைக் குளிரச் செய்தனர், உணவால் தங்கள் பசியைப் போக்கிக் கொண்டனர், உரையாடல்களால் தங்கள் மனங்களை மகிழ்வித்தனர். அவர்களுடைய முயற்சிகளுக்கு இடையூறு ஏற்படுத்தும் விதமாக, சூரியன் தன்னுடைய கோடிக்கணக்கான கதிர்களை வீசினான். ஆனால் விரைவில், மனிதர்களைப் போன்ற சிறு உயிரினங்கள்மீது தன்னுடைய வலிமையைத் தான் தவறாகப் பயன்படுத்தக்கூடாது என்பதை அவன் உணர்ந்து கொண்டான். வாழ்க்கை தனக்கு ஒரு விளையாட்டாக இருந்ததைப்போல அவர்களுக்கு இருக்கவில்லை, மாறாக, அவர்களுடைய வாழ்க்கையானது கடின உழைப்பையும் தொடர்ச்சியான உடலுழைப்பையும் உள்ளடக்கியது என்பதை அவன் அறிந்திருந்ததால், அவன் அவர்கள்மீது இரக்கம் கொண்டு மேற்கை நோக்கி விரைந்தான். தாங்கள் ஒரு நிழலான இடத்தைத் தேடிப் போக வேண்டியதில்லை என்பதைக் கண்ட மக்கள் நிம்மதிப் பெருமூச்செறிந்தனர்.

நிழல் அவர்களைத் தேடி வந்தது. குழந்தைகள் தங்களுடைய அன்னையரின் பிடிகளிலிருந்து தங்களை விடுவித்துக் கொண்டு, குதூலகமாகத் தெருவில் விளையாடுவதற்காகத் தங்கள் வீடுகளிலிருந்து வெளியே ஓடினர்.

நேரம் வழக்கம்போல அன்றும் தொடர்ந்து திறமையாக நகர்ந்து கொண்டிருந்ததை மிகுந்த பொறுமையுடன் யசோதரை கவனித்தாள். தொடர்ந்து கவனிக்க முடியாதபடி தூக்கம் அவளுடைய கண்களைச் சுழற்றியது, ஆனாலும் அவள் அதைப் பார்த்தாக வேண்டியிருந்தது. அந்திப் பொழுது மறையும்போதுதான் நிலவு வெளியே தலைகாட்டும். ஆனால், சித்தார்த்தனைப் பார்ப்பதற்கான நேரம் வந்தபோது, கோவிலுக்குத் தான் செல்லுவதில் என்ன அர்த்தம் இருந்தது என்று யசோதரை யோசித்தாள். “நான் அங்கு சென்றால், அவனுடைய தியானத்திற்கு இடையூறு ஏற்படுத்துவதைத் தவிர என்னால் வேறு என்ன செய்ய முடியும்? அவனுக்குப் போதிய அறிவு இருந்தால், என்னோடு ஓர் உரையாடலைத் துவக்குவதற்கு அவன்தான் முதலில் முயற்சி எடுக்க வேண்டும். அவன் தானாகவே அடுத்த நடவடிக்கையை மேற்கொள்ளும்வரை நான் காத்திருப்பதுதானே முறை?” முந்தைய நாள் மாலையில் சித்தார்த்தனை சந்தித்ததிலிருந்து இன்று மீண்டும் அவனை சந்திப்பதற்காகப் பொறுப்மையாக அவள் காத்துக் கொண்டிருந்த நேரத்தில் இப்படிப்பட்ட சந்தேகங்கள் அவளுடைய மனத்தைக் குழப்பின. அவளுடைய கண்களில் கண்ணீர் பொங்கியது. ஆனால் விரைவில், தான் இவ்வளவு தூரம் கவலைப்படுவது தனக்கு வேதனையைத்தான் கொடுத்ததே தவிர அமைதியைக் கொடுக்கவில்லை என்பதால் தான் அவ்வாறு கவலைப்படுவதில் எந்த அர்த்தமும் இல்லை என்பதை அவள் உணர்ந்தாள். கடைசியில், அமைதியையும் நட்பையும் தேடிக் கோவிலுக்குச் செல்லுவதென்று அவள் தீர்மானித்தாள்.

அவள் வழக்கம்போலக் கோவிலுக்கு இடப்பக்கத்தில் இருந்த பூந்தோட்டத்திற்குள் நுழையவிருந்த நேரத்தில் ஏதோ ஒன்று அவளைத் தடுத்து நிறுத்தியது. அவள் கோவிலுக்கு வருவாள் என்பதை உறுதியாக அறிந்திருந்தவன்போல சித்தார்த்தன் அங்கே காத்துக் கொண்டிருந்தான். அவன்

அவளைப் பார்த்தபோது, ஒரு மென்மையான புன்னகை அவனுடைய உதடுகள்மீது அரும்பியது. அமைதி தவழ்ந்த அவனுடைய முகத்திற்கு அது மேலும் அழகு சேர்த்தது. முந்தைய நாளன்று அவனிடம் தானாகவே தன்னை அறிமுகம் செய்து கொள்ளுவதற்கு எந்தத் துணிச்சல் யசோதரையைத் தூண்டியதோ, அந்தத் துணிச்சல் இப்போது அவளைக் கைவிட்டது. அவள் அவனைப் பார்க்க வெட்கப்பட்டுத் தலைகுனிந்து அங்கேயே நின்றாள். சித்தார்த்தன் அவளை நோக்கி நடந்து வந்து, அவளைப் பார்த்தபடி ஒருசில நிமிடங்கள் அமைதியாக நின்றான்.

இறுதியில், மிகுந்த கருணையுடன் அவன் இவ்வாறு கூறினான்: "யசோதரை, நேற்று நீ என்னுடைய பெயரைத் தெரிந்து கொள்ள விரும்பினாய். என்னுடைய பெற்றோரையும் என்னுடைய வம்சத்தைப் பற்றியும்கூட நீ தெரிந்து கொள்ள விரும்பினாய். ஆனால் என்னைப் பற்றித் தெரிந்து கொள்ள உனக்கு விருப்பமில்லையா? என்னைப் பற்றிய எல்லா விஷயங்களையும் உன்னிடம் கூறத்தான் இன்று நான் இங்கு வந்திருக்கிறேன்."

யசோதரை தன் கண்களை உயர்த்தி அவனைப் பார்த்தாள். அவனுடைய இயல்பு எப்படிப்பட்டதென்று கேட்பதுபோல அவளுடைய பார்வை இருந்தது.

"யசோதரை, நீ அங்கு போய் அந்தக் கற்பலகையின்மீது அமர்ந்து கொள். நான் இங்கே நின்றபடி உன்னிடம் பேசுகிறேன்," என்று சித்தார்த்தன் கூறினான்.

"ஐயோ! நீங்கள் நின்று கொண்டிருக்கும்போது என்னால் எப்படி உட்கார முடியும்!" என்று அவள் படபடத்தாள்.

"பரவாயில்லை. தயவு செய்து நீ வசதியாக அமர்ந்து கொள்," என்று சித்தார்த்தன் கூறினான்.

யசோதரை அந்தக் கற்பலகையை நோக்கி மெதுவாக நடந்து சென்று அதன்மீது அமர்ந்தாள். அவர்கள் இருவரையும் வரவேற்பதற்காகப் பூந்தோட்டத்திலிருந்து இனிமையான வாசனைகளைச் சுமந்து கொண்டு மெல்லிய தென்றல் அவர்களை நோக்கி விரைந்தது.

"நான் ஒரு சத்திரியக் குடும்பத்தில் பிறந்திருந்தாலும், போர்களும் வலிமையை நிரூபிப்பதற்கான சோதனைகளும்

எனக்குப் பிடிக்காது. என்னைச் சுற்றிலும் உள்ள உலகத்தைப் பற்றி ஆழமாகப் புரிந்து கொள்ளுவதில் மட்டுமே நான் ஆழ்ந்த விருப்பம் கொண்டுள்ளேன். அதைத் தவிர, வேறு எந்த விருப்பமும் உண்மையிலேயே என்னைத் தொந்தரவு செய்வதில்லை. உலகத்தையும் அதிலுள்ள வேதனையையும் புரிந்து கொள்ளுவதற்காக மற்ற உலக விவகாரங்கள் அனைத்திடமிருந்தும் நான் விலகியே இருக்கிறேன். பிராமணர்கள் மேற்கொள்ளுகின்ற மதரீதியான உயிர்ப்பலிகளையும் நான் வெறுக்கிறேன். நான் சற்று விநோதமாக இருப்பதாக சாதாரண மக்கள் நினைக்கின்றனர்."

அவன் தன் பேச்சை நிறுத்திவிட்டு, அவளை ஒருசில கணங்கள் பார்த்தான். பிறகு அவன் தன் பேச்சைத் தொடர்ந்தான்.

"உன்னைப் பற்றியும், உன்னுடைய எதிர்பார்ப்புகள் மற்றும் லட்சியங்களைப் பற்றியும் எனக்கு எதுவும் தெரியாது. அன்று நீ ஏன் என்னைத் தேடி வந்தாய் என்பதும் எனக்குத் தெரியாது. என்னுடைய உண்மையான இயல்பைக் கண்டு நீ ஏமாற்றம் கொள்ள நேரிடலாம் என்றால், அந்த ஏமாற்றத்தை இக்கணமே நீ அனுபவித்துவிடுவது நல்லது."

யசோதரை சிறிது நேரம் அவனைப் பார்த்துக் கொண்டே இருந்தாள். இப்போது அவளுடைய வெட்கமும் அடக்கமும் காணாமல் போயிருந்தன.

அவள் சித்தார்த்தனிடம், "நீங்கள் எனக்குக் கொடுத்துள்ள மதிப்பை நான் இதுவரை ஒருபோதும் பெற்றதில்லை. அது வேறு எவரிடமிருந்தும் எனக்கு ஒருபோதும் கிடைக்காது என்பதை நான் உறுதியாக அறிவேன். நான் இந்த மதிப்பை இழக்க விரும்பவில்லை. எனவே, நான் உங்களைப் புரிந்து கொள்ள முயற்சி செய்கிறேன். அப்போது, உலகத்தைப் பற்றிய உங்களுடைய ஆய்வை என்னால் புரிந்து கொள்ள முடியும். உங்கள்மீது எனக்கு ஒருபோதும் எந்த ஏமாற்றமும் ஏற்படாது என்பது எனக்கு நிச்சயமாகத் தெரியும். உலகைப் பற்றி நீங்கள் வித்தியாசமாக சிந்திப்பதுபோல சிந்திப்பதற்கு எனக்கு வாய்ப்புக் கிடைத்ததில்லை. ஆனாலும், வேள்விகளையும் விலங்குகள் பலி கொடுக்கப்படுவதையும் நான்

வெறுக்கிறேன். வேதங்களில் கூறப்பட்டுள்ள கட்டளைகள் எனக்கு அறவே பிடிக்காது. ஆனால் அதற்காக, உலகைப் பற்றிய ஒரு தத்துவார்த்த விளக்கத்தைக் கேட்க நான் விரும்புகிறேன் என்று அர்த்தமில்லை. என் விருப்பமெல்லாம் அமைதியாக வாழுவதும், என்னுடைய சுயமரியாதையைப் போற்றுவதும், ஒரு பெண்ணாகப் பிறந்திருப்பதற்காக யாராலும் ஒருபோதும் ஏளனம் செய்யப்படாமல் இருப்பதும் மட்டும்தான். நான் என்னுடைய வாழ்க்கையை உங்களோடு பகிர்ந்து கொண்டால் என்னுடைய கனவுகளை என்னால் நனவாக்க முடியும் என்று நான் உறுதியாக நம்புகிறேன்," என்று கூறினாள்.

யசோதரை தெளிவாகவும் கம்பீரமாகவும் ஆய்ந்தறிந்தும் பேசிய விதத்தைக் கண்டு சித்தார்த்தன் மிகவும் ஆச்சரியமடைந்தான். தன்னுடைய தாயைத் தவிர வேறு எந்தவொரு பெண்ணுடனும் அவன் இவ்வளவு அருகில் ஒருபோதும் இருந்திருக்கவில்லை. பெண்களைப் பற்றி அவன் பல தவறான கருத்துக்களைக் கொண்டிருந்தான். அவை அனைத்தும் அவன் துறவிகளுடன் கொண்டிருந்த சகவாசத்தின் விளைவாக உருவானவையே. அத்துறவிகள் அடிக்கடி, "பெண்கள் அனைவரும் மோசமான மற்றும் ரகசியமான ஆசைகளால் துன்புறுகின்றனர். அவர்கள் ஆண்களைக் காதல் மயக்கம் கொள்ளச் செய்து குடும்ப வாழ்க்கை எனும் படுகுழிக்குள் தள்ளிவிடுகின்றனர். அதிலிருந்து அந்த ஆண்கள் தப்பிப்பது சாத்தியமே இல்லை. பெண்கள் தன்னலவாதிகள், சண்டையிடும் இயல்புடையவர்கள். அவர்களிடமிருந்து விலகி இருப்பதே சிறந்தது," என்று கூறியதை சித்தார்த்தன் கேட்டிருந்தான். பெண்களுக்கு எதிராகக் கூறப்பட்டக் கருத்துக்கள் உண்மைதானா என்று ஆய்ந்தறிய சித்தார்த்தன் ஒருபோதும் தீவிர முயற்சி மேற்கொண்டதில்லை. ஆனால் இப்போது, யசோதரை கூறியவற்றை அவன் கேட்டபோது, அத்துறவிகளின் எண்ணம் தவறு என்பதை அவன் உறுதியாக அறிந்தான். தன்னைப்போலவே யசோதரையும் தனித்துவமானவள் என்பதை அவனால் புரிந்து கொள்ள முடிந்தது.

அவன் அவளை நோக்கிச் சென்று, அந்தக்

கற்பலகையின்மீது அவளுக்குப் பக்கத்தில் உட்கார்ந்தான். அவர்கள் இருவருக்கும் இடையே இருந்த நெருக்கம் அவர்களுக்கு மகிழ்ச்சியக் கொடுத்தது. அவர்கள் இருவரும் அந்த நெருக்கத்தில் சௌகரியமாக உணர்ந்தனர். அன்பு பொங்கி வழிந்து கொண்டிருந்த அவர்களுடைய இதயங்கள் வார்த்தைகளுக்கான தேவை இல்லாமலேயே ஒன்றோடொன்று உரையாடிக் கொண்டன. மெல்ல மெல்ல, இருளெனும் போர்வை பூமியை மூடத் தொடங்கியது.

அந்த மயக்க நிலையிலிருந்து யசோதரைதான் முதலில் விடுபட்டாள்.

“ஓ! நான் இன்னும் பூக்களைச் சேகரிக்கவில்லை. எனக்கு நேரமாகிக் கொண்டிருக்கிறது,” என்று அவள் கூறினாள்.

பிறகு அவள் எழுந்து பூந்தோட்டத்திற்குள் நடந்து சென்றபோது, சித்தார்த்தன் அவளைப் பின்தொடர்ந்தான். அவனும் சில பூக்களைப் பறித்து அவற்றை அவளுடைய கூடைக்குள் போட்டான். அப்போது அவர்கள் இருவரும் ஒருவரையொருவர் பார்த்துப் புன்னகைத்துக் கொண்டனர். எந்தவொரு வேலையும் சேர்ந்து செய்யப்படும்போது விளைகின்ற மகிழ்ச்சி, அது தனியாகச் செய்யப்படும்போது கிடைக்கும் மகிழ்ச்சியைவிட மிகவும் அதிகம் என்ற அழகான ரகசியத்தை அவர்களால் புரிந்து கொள்ள முடிந்தது. சித்தார்த்தனிடமிருந்து விடைபெற்றுக் கொள்ள யசோதரை விரும்பவில்லை என்றாலும், அவள் அவனிடம் சொல்லிக் கொண்டு தன் வீட்டிற்குத் திரும்பிச் செல்ல வேண்டியிருந்தது. சித்தார்த்தன் அவளுடனான தன்னுடைய அனுபவத்தைப் பற்றி சிந்தித்தவாறு தனியாக அங்கே நின்றான். அவன் தன்னுடைய சிந்தனையிலிருந்து மீண்டு வெளிவந்தபோது, இரவு உணவுக்கான நேரம் வந்துவிட்டிருந்தது.

சித்தார்த்தன் தாமதமாகத்தான் வருவான் என்பதை கௌதமி அறிந்திருந்தார். அவர் அதைப் பற்றிக் கவலைப்படவில்லை. உண்மையில், அவர் அது குறித்து மிகவும் மகிழ்ந்தார். சித்தார்த்தன் தன்னுடைய தாயைப் பார்த்தபோது, தான் தாமதமாக வந்தது குறித்து அவர் எவ்வாறு உணர்ந்தார் என்பதை அவனால் புரிந்து கொள்ள

முடிந்தது.

சுத்தோதனர் பெரும் அவசரத்தில் இருந்தார். தன்னை மிகவும் அழுத்திக் கொண்டிருந்த ஒரு முக்கியமான காரியத்திலிருந்து தன்னை விடுவித்துக் கொள்ள வேண்டும் என்று அவர் தவித்ததுபோலத் தோன்றியது. சித்தார்த்தனின் திருமணம் குறித்து அவர் உயர்ந்த எதிர்பார்ப்புகளைக் கொண்டிருந்தார், ஆனால் அவனுடைய மனநிலையையும் மனப்போக்கையும் கண்டு அவர் பயந்தார். துவக்கத்திலிருந்தே, அவருடைய மகனுடனான அவருடைய அனுபவங்கள் எப்போதும் இருமை இயல்பு கொண்டவையாகவே இருந்தன. தன் மகன் பிறந்ததை பிரம்மாண்டமாகக் கொண்டாடுவதில் அவர் ஈடுபட்டபோது, தன் மனைவியின் மரணம் என்ற கொடூரமான யதார்த்தத்தை அவர் எதிர்கொள்ள வேண்டியிருந்தது. சித்தார்த்தன் பிறந்து ஏழு நாட்களுக்குப் பிறகு மகாமாயா காலமானார். சுத்தோதனருக்கு ஒரு மகனைக் கொடுப்பதற்காகவே அவர் இந்த பூமிக்கு இறங்கி வந்திருந்ததுபோல இருந்தது அது. தன் மகன்மீது அன்பையும் பாசத்தையும் பொழிந்ததன் மூலம் சுத்தோதனர் தன் துயரத்திலிருந்து மீள முயற்சித்தார். உண்மையில் அவரால் அதிலிருந்து விடுபடவும் முடிந்தது. சித்தார்த்தனை வளர்ப்பதற்காக, மகாமாயா தேவியின் சகோதரியான கௌதமியை அவர் மணந்து கொண்டார். சித்தார்த்தனைத் தன் மடியில் தூக்கி வைத்த முதல் நாளிலிருந்தே, கௌதமி அவனுடைய மாற்றாந்தாயாக ஆகாமல் அவனுடைய சொந்தத் தாயாக ஆனார். தாயும் குழந்தையும் அன்பாலும் பாசத்தாலும் பிணைக்கப்பட்டு இருந்ததை சுத்தோதனர் பார்த்தபோது, அவர் தன்னுடைய கவலைகளிலிருந்து விடுபட்டு மீண்டும் மகிழ்ச்சியை சுவீகரித்துக் கொண்டார்.

ஆனால், சோதிடர்கள் கணித்துக் கூறிய விஷயம் அவரை மீண்டும் மனச்சோர்வு கொள்ளச் செய்தது. தான் ஏன் அந்த சோதிடர்களை வரவழைத்தோம் என்று இப்போது அவர் தன்னைத் தானே நொந்து கொண்டார். சித்தார்த்தன் ஒரு பேரரசனாக ஆவான் அல்லது ஒரு புனிதத் துறவியாக ஆவான் என்று அவர்கள் ஆரூடம் கூறினர். ஒன்று, அவன் இன்பமும் ஆடம்பரமும் நிறைந்த

ஒரு வாழ்க்கையைத் தேர்ந்தெடுப்பான், அல்லது, அனைத்து இன்பங்களையும் துறந்துவிட்டு மனிதகுலத்தின் நலனுக்காக வேலை செய்வதில் அவன் தன்னை ஈடுபடுத்திக் கொள்ளுவான் என்று அவர்கள் சுத்தோதனரிடம் கூறினர். அன்றிலிருந்து, சுத்தோதனர் தன்னுடைய மகனை மிகுந்த கவனத்தோடு கண்காணிக்கலானார். ஆண்டுகள் கடந்தபோது, சித்தார்த்தன் ஓர் அரசனாக ஆவான் என்ற நம்பிக்கையை அவர் இழந்துவிட்டார். சித்தார்த்தனின் வளர்ச்சியின் எந்தவொரு நிலையிலும், சத்திரிய சாதிக்கே உரிய கர்வத்தையும் ஆணவத்தையும் சுத்தோதனரால் அவனிடம் ஒருபோதும் காண முடியவில்லை. அன்பு, பரிவு, இரக்கம், அமைதி போன்ற உணர்வுகளையே அவனுடைய கண்கள் பிரதிபலித்தன. சண்டைக் கலை உட்பட அனைத்துக் கலைகளிலும் அவன் நன்றாகத் திறமை பெற்றிருந்தான், போட்டிகளில் அவன் எப்போதும் சிறப்பாகச் செயல்பட்டான். ஆனால், வெறுமனே கற்றுக் கொள்ளுவதற்காக மட்டுமே அவன் அவற்றைக் கற்றானே அன்றி, தன்னுடைய வல்லமையை வெளிக்காட்டுவதில் அவன் கடுகளவுகூட ஆர்வம் காட்டவில்லை.

வேறு எந்தவொரு வேலையையும்விட விவசாய வேலையை சித்தார்த்தன் மிகவும் விரும்பியதை சுத்தோதனர் கவனித்தார். அவர் அவனை வயல்களுக்கு அழைத்துச் சென்றார். ஆனால் அங்குகூட, அந்த வயல்களின் அழகாலும் அங்கு வேலை செய்து கொண்டிருந்த மக்களின் உற்சாகத்தாலும் அவன் ஆட்கொள்ளப்பட்டான். அவன் வளர வளர, துறவிகளுடனான அவனுடைய ஈடுபாடு மேன்மேலும் அதிகரித்தது. இது சுத்தோதனரின் கவலையை அதிகரித்தது. ஆற்று நீர்ப் பங்கீடு தொடர்பாக சுற்றுவட்டார கிராமங்களுடன் ஏற்பட்டச் சச்சரவுகள் மற்றும் சண்டைகள் குறித்து சித்தார்த்தன் கொண்டிருந்த வெறுப்பு சுத்தோதனரை ஊக்கமிழக்கச் செய்தது. தன்னுடைய பெற்றோருக்கு வேதனையூட்டும் அளவுக்குத் தங்கள் மகன் ஒன்றும் அவ்வளவு கல்நெஞ்சக்காரன் அல்ல என்றும், தங்களுடைய முதுமைப் பருவத்தில் அவன் நிச்சயமாகத் தங்களை அக்கறையோடு கவனித்துக் கொள்ளுவான் என்றும் கூறி கௌதமி தன்னால்

முடிந்த அளவுக்குத் தன் கணவருக்கு ஆறுதல் கூறினார். ஆனால், சித்தார்த்தனின் முன்னிலையில் திருமணத்தைப் பற்றிய பேச்சை எடுக்க மட்டும் அவர்கள் இருவருமே துணியவில்லை. ஏனெனில், திருமணம் வேண்டாம் என்று ஒரு முறை அவன் மறுத்துவிட்டால், பிறகு அவனை மீண்டும் ஒப்புக் கொள்ள வைப்பது ஒருபோதும் இயலாத காரியமாக ஆகிவிடும் என்பதை அவர்கள் உறுதியாக அறிந்திருந்தனர். இது அவர்கள் தங்களுடைய கவலையை அடக்கிக் கொண்டு தொடர்ந்து அமைதியாக இருக்கும்படி செய்தது.

இப்போது சித்தார்த்தன் தானாகவே ஒரு பெண்ணைப் பற்றி நினைத்துக் கொண்டிருந்தான், அவளைப் பற்றித் தன் தாயாரிடம் பேசினான். இது உதாசீனப்படுத்தப்பட வேண்டிய ஒரு விஷயமல்ல, மாறாக, பெரும் முக்கியத்துவம் வாய்ந்த, உடனடியாக நடவடிக்கை எடுக்கப்பட வேண்டிய ஒரு விஷயம் என்பதை சுத்தோதனர் நன்றாக அறிந்திருந்தார். எனவே, அவர் வேகமாகச் செயல்படலானார். கோலியாவுக்குச் சென்று பிம்பானனரை சந்திப்பதற்கான தயாரிப்புகளை அவர் மேற்கொண்டார். தன்னுடைய வருகையை அறிவிப்பதற்கு ஒரு தூதுவனை அவர் பிம்பானனரின் வீட்டிற்கு அனுப்பினார். இப்பயணத்தில் தன்னுடன் இணைந்து கொள்ளும்படி தன்னுடைய அன்புக்குரியவர்களுக்கு அவர் செய்தி அனுப்பினார். பிம்பானனர் தன்னுடைய வீட்டில் அவர்களுக்குக் கொடுத்த அமோகமான வரவேற்பு அவர்கள் அனைவருக்கும் மகிழ்ச்சியளித்தது. ஆனால், சித்தார்த்தனுக்கு யசோதரையை மணமுடிப்பது குறித்த முன்மொழிவுக்கு அவர் எந்த பதிலும் கூறாமல் மௌனமாக இருந்தது அவர்களுக்கு எரிச்சலூட்டியது. ஒரு நீண்ட யோசனைக்குப் பிறகு, பிம்பானனர் தன் மனத்தில் இருந்ததை அவர்களிடம் வெளிப்படுத்தினார்.

“ஒரு சத்திரியனின் கடமைகளைச் செய்வதில் சித்தார்த்தனுக்குப் பெருமிதம் இல்லை என்று நான் அடிக்கடிக் கேள்விப்பட்டிருக்கிறேன். ஒரு சத்திரியன் தன்னுடைய குடும்ப உறுப்பினர்களையும், தன்னுடைய கிராமத்து மக்களையும், தன்னைப்

பின்பற்றுகின்றவர்களையும் தன் உயிரைக் கொடுத்தாவது காப்பாற்ற வேண்டும். அதைச் செய்வதற்கு அவன் வாள் சண்டையில் திறமை படைத்தவனாக இருக்க வேண்டும்."

இதைக் கேட்டவுடன் சுத்தோதனரின் கவலை மறைந்தது. பிறகு அவர் நிம்மதிப் பெருமூச்செறிந்துவிட்டு, பெருமிதத்துடன்கூடிய ஒரு புன்னகையைத் தன் உதடுகள்மீது படரவிட்டபடி, "என் மகன் அனைத்து வகையான சண்டைகளிலும் சிறப்பாகப் பயிற்சி பெற்றுள்ளான். அவன் அவற்றை வெறுமனே கற்றுக் கொள்ள வேண்டும் என்பதற்காகக் கற்கவில்லை; மாறாக, அவை ஒவ்வொன்றிலும் அவன் கைதேர்ந்தவனும்கூட," என்று கூறினார்.

ஆனால் பிம்பானனருக்குத் திருப்தி ஏற்படவில்லை. அவர் ஓர் ஏளனப் பார்வையுடன், "ஒவ்வொரு தந்தையும் தன் மகனின் வீரத்தைப் பற்றிப் பெருமை கொள்ளுவது இயல்புதான். என் மகள்கூட வில் வித்தையைக் கற்றிருக்கிறாள். ஆனால், அவளால் தன் மக்களைக் காக்க முடியும் என்று அது அர்த்தமாகிவிடாது," என்று கூறினார்.

சுத்தோதனர் தன்னுடைய கௌரவத்தைக் காப்பாற்றிக் கொள்ளும் முயற்சியில், "என் மகனைப் பற்றி நானே புகழ்ந்து கூறக்கூடாது. நீங்கள் எங்களை நம்பத் தயாராக இல்லை என்றால், நீங்கள் அவனுடைய வீரத்தை உங்கள் கண்களால் நேரடியாகப் பார்க்க விரும்பினால், அவன் தன்னுடைய வீரத்தை நிரூபிப்பதற்கு எந்த சோதனையை வேண்டுமானாலும் எதிர்கொள்ளுவான்," என்று கூறினார். அவர் எதற்காகவும் யசோதரையை விட்டுக்கொடுக்கத் தயாராக இருக்கவில்லை.

பிம்பானனர் சுத்தோதனரின் பேச்சைக் கேட்டுவிட்டு, "இப்போது நீங்கள் ஒரு சத்திரியனைப்போலப் பேசியிருக்கிறீர்கள். நம்முடைய கிராமங்களின் எல்லையோரத்தில் ஒரு போட்டிக்குத் தேவையான அனைத்து ஏற்பாடுகளையும் நான் செய்கிறேன். நான் உங்களுக்கு அழைப்பு விடுக்கும்போது, நீங்கள் உங்கள் மகனுடனும் உங்கள் சுற்றத்துடனும் அங்கு வரலாம். உங்கள் மகன் அப்போட்டியில் வெற்றி பெற்றால், என் மகள் யசோதரையை நான் உங்கள் மருமகளாக அனுப்பி

வைப்பேன். இல்லையென்றால்-”

சுத்தோதனர் அவசரமாகக் குறுக்கிட்டு, “நிறுத்துங்கள்! நீங்கள் உங்கள் வாக்கியத்தை முடிப்பதற்கு உங்களுக்கு வாய்ப்புக் கிடைக்காது,” என்று கூறிவிட்டு, தன் இருக்கையைவிட்டு எழுந்து பிம்பானனரிடமிருந்து விடைபெற்றுக் கொண்டார்.

தான் ஒரு வாட்சண்டைப் போட்டியில் வெற்றி பெற்று யசோதரையைக் கைப்பிடிக்க வேண்டும் என்ற யோசனை சித்தார்த்தனுக்கு மகிழ்ச்சியளிக்கவில்லை. அது அவனுடைய காதுகளையும் குளிர்விக்கவில்லை, அவனுடைய இதயத்திற்கும் மகிழ்ச்சியளிக்கவில்லை. அவன் தன் தந்தை கூறியதை கவனமாகக் கேட்டுவிட்டு, தன் மனத்தில் இருந்ததைத் தன் பெற்றோரிடம் கூறாமல் அங்கிருந்து போய்விட்டான். அவனுடைய மௌனத்திற்கான அர்த்தத்தை சுத்தோதனராலும் கௌதமியாலும் புரிந்து கொள்ள முடிந்ததால், அவர்கள் அதிர்ச்சியடைந்தனர். சித்தார்த்தன் அப்போட்டியில் பங்கு கொள்ள மறுத்தால், பிம்பானனருக்கு சவால்விட்டதற்காக சுத்தோதனர் அவமானத்திற்கு ஆளாக நேரிடும். அதைவிட முக்கியமாக, தங்களுக்கு ஒரு மருமகள் கிடைப்பாள் என்ற நம்பிக்கையை அவர்கள் கைவிட வேண்டியிருக்கும்.

தன் மகனின் உணர்வுகளுக்கு வேதனை ஏற்படுத்தியது குறித்து சுத்தோதனர் வருந்தினார். கௌதமியால் அவனுடைய வேதனையைப் புரிந்து கொள்ள முடிந்தது. அவர் தன் கணவருக்கு ஆறுதல் கூறும் முயற்சியாக, “சித்தார்த்தன் எளிதில் உணர்ச்சிவசப்படக்கூடியவன் என்பதில் சந்தேகமில்லை. அவனுடைய மனம் நம்மால் நினைத்துப் பார்க்க முடியாத அளவுக்கு மிக அதிக ஆழம் கொண்ட ஒரு பள்ளத்தாக்கைப் போன்றது. அதில் என்ன இருக்கிறது என்பதை நம்மால் ஒருபோதும் பார்க்க முடியாது. அவனுடைய மென்மையான இதயம் சிறிதளவு கடினமாக வேண்டும். காயமடைந்த ஓர் அன்னப் பறவையைக் கண்டு கண்ணீர்விட்ட ஒரு குழந்தையாகவே

அவன் என்றென்றும் இருக்கப் போவதில்லை. அது நிச்சயம். துன்பத்தைப் பற்றிய அறிவு இல்லாமல் அவன் வெறுமனே இன்பங்களை விரும்பும்படி செய்வதற்கு நீங்கள் மேற்கொள்ளும் முயற்சிகள் அனைத்தும் வீண்தான். ஒருவன் துன்பத்தை அனுபவிக்கத்தான் வேண்டும். அன்பு-வெறுப்பு, இன்பம்-வேதனை, மகிழ்ச்சி-துயரம் ஆகியவற்றை அவன் அமைதியாக எதிர்கொள்ளக் கற்றுக் கொண்டாக வேண்டும். அவன் சிந்திக்கட்டும், போராடட்டும், துன்புறட்டும். அப்போதுதான் அவனிடமுள்ள மிகச் சிறந்த அம்சம் வெளிவரும்," என்று கூறினார்.

சுத்தோதனர் மனத்தளவில் சோர்ந்து போயிருந்தபோதெல்லாம் அவரை ஊக்குவிக்கும் விதமாகப் பேசி அவரை அந்த மனச்சோர்விலிருந்து வெளிக்கொண்டு வருவதை கௌதமி தன்னுடைய பொறுப்புகளில் ஒன்றாக வரித்துக் கொண்டிருந்தார். அந்தப் பொறுப்பை ஏற்றுக் கொண்டதன் மூலம், அவரால் தன்னுடைய சிந்தனையை விரிவுபடுத்தவும் தன்னுடைய ஞானத்தை ஆழப்படுத்தவும் முடிந்தது. ஆண்களுக்கான பொறுப்பை ஏற்றுக் கொண்டு அவர்களைச் சரியாக வழிநடத்துவதன் மூலம் பெண்கள் அதிக ஞானம் கைவரப் பெறுகின்றனர், ஆனால் அவர்களுடைய ஞானம் இவ்வுலகிற்கு வெளிப்படுத்தப்படுவதில்லை. அது அவர்களுடைய குடும்பத்தைத் தாண்டி வெளியே போகாதவாறு ஒடுக்கப்பட்டுவிடுகிறது. தங்களுடைய பெண்களின் ஞானத்தால் வழிநடத்தப்படுவதைப் பெரும்பாலான ஆண்கள் விரும்புவதில்லை என்பதால், சில பெண்கள் தங்களுடைய அறிவைத் தவறாகப் பயன்படுத்தி அந்த ஆண்களின் வாழ்க்கையை அவலமானதாக ஆக்கிவிடுகின்றனர். சுத்தோதனர் தன் மகன்மீது கொண்டிருந்த ஆழமான அன்புதான் அவருடைய முதன்மையான பலவீனமாக இருந்தது. பகுத்தறிவுரீதியாக சிந்திப்பதில் இது கௌதமியை அவரைவிட மேன்மையானவராக ஆக்கியது. ஆனால், சித்தார்த்தனின் அறிவாற்றலோடு ஒப்பிடுகையில் கௌதமியின் அறிவாற்றல் அவ்வளவு குறிப்பிடத்தக்கதாக இருக்கவில்லை. அவருடைய அறிவு, உலகம் சார்ந்ததாக இருந்தது. ஆனால் சித்தார்த்தன் உண்மையைத் தேடிக்

கொண்டிருந்தான். உலக அறிவைக் கைவசப்படுத்திய பிறகு, அவன் அப்போதுதான் உண்மையை நோக்கிப் பயணிக்கத் தொடங்கியிருந்தான். சமுதாயத்தின் நலனுக்கு உலக அறிவு தேவை என்றாலும், லௌகிக விஷயங்கள்மீது மட்டுமே குறியாக இருக்கும் மக்கள் அதைத் தவறாகப் பயன்படுத்தும்போது அது எவ்வாறு தீங்கு விளைவிப்பதாக மாறும் என்பதை அவன் உன்னிப்பாக கவனித்தான். மறுபுறம், உச்சகட்ட உண்மைக்கான தேடலில் சிலர் பின்பற்றிச் சென்ற பல்வேறு பாதைகளையும் அவன் கணக்கில் எடுத்துக் கொண்டான்.

துல்லியமாக இக்காரணத்திற்காகத்தான், ஏதேனும் ஒரு விஷயத்தை சுத்தோதனரை ஒப்புக் கொள்ள வைக்கும் அளவுக்கு சித்தார்த்தனை அவ்விஷயத்தை ஒப்புக் கொள்ள வைப்பது கௌதமிக்கு அவ்வளவு எளிதானதாக இருக்கவில்லை. அதனால், பல சமயங்களில், சித்தார்த்தனுடன் எந்தவொரு விஷயத்தையும் பற்றி விவாதிப்பதை கௌதமி தவிர்த்தார். அவர் வெறுமனே மௌனமாக அவனுடைய பேச்சைக் கேட்டுவிட்டு அவனுடைய எண்ணங்களைப் புரிந்து கொள்ள முயற்சித்தார். ஆனால், அவன் கைவசப்படுத்த விரும்பிய புனிதமான அறிவையும், அந்த அறிவு எப்படி லௌகிக வாழ்க்கையின் வேதனையிலிருந்தும் துயரங்களிலிருந்தும் ஒருவர் விடுபட உதவும் என்பதையும் புரிந்து கொள்ளுவது அவருடைய கற்பனைக்கு அப்பாற்பட்டதாக இருந்தது. ஆனாலும், அவன்மீது அவர் கொண்டிருந்த நம்பிக்கை அளப்பரியதாகவும் உறுதியானதாகவும் இருந்தது.

இப்போதுகூட, கௌதமியாலும் சுத்தோதனராலும் சித்தார்த்தனைப் புரிந்து கொள்ள முடியவில்லை. அவன் வாட்சண்டையில் வல்லவனாகத் திகழ்ந்தான் என்பதை அவர்கள் நன்றாக அறிந்திருந்தனர், ஆனால் தன்னுடைய தனிப்பட்ட நலனுக்காக அதைப் பயன்படுத்துவதை அவன் ஏன் விரும்பவில்லை என்பது அவர்களுடைய புரிதலுக்கு அப்பாற்பட்டதாக இருந்தது. சித்தார்த்தன்மீது சுத்தோதனர் கொண்டிருந்த அன்பு, அவனுடைய மௌனம் குறித்து அவரைக் கவலை கொள்ளச் செய்தது. ஆனால் கௌதமி சித்தார்த்தன்மீது கொண்டிருந்த நம்பிக்கை,

அவன் எப்போதும் சரியான விஷயத்தையே செய்வான் என்ற உத்தரவாதத்தை அந்தத் தாய்க்குக் கொடுத்தது. அன்றைய நாளின் வெப்பம் சுத்தோதனருக்கு மேலும் அசௌகரியமூட்டியது. ஆனால் கௌதமி தன்னுடைய பணிப்பெண்கள் தனக்கு ஆற்றிய சேவைகளில் ஆசுவாசம் கொள்ளலானார்.

தோட்டத்தில் சில மொட்டுக்கள் மெதுவாகத் தம்முடைய இதழ்களை விரித்து மலரத் தயாராகிக் கொண்டிருந்தன. வேறு சில மலர்கள் தம்முடைய இதழ்களை மெதுவாக மூடியபடி, உதிருவதற்குத் தயாராகிக் கொண்டிருந்தன. யசோதரையின் முகம் அவற்றின் வண்ணங்களையும் மனநிலைகளையும் பிரதிபலித்தது. ஒரு புறம், அவள் சித்தார்த்தனின் முன்னிலையில் இருந்தது அவளுடைய மனத்தை மகிழ்ச்சியால் நிரப்பியது. மறுபுறம், அவனால் அந்தப் போட்டியில் வெற்றி பெற முடியுமா முடியாதா என்ற எண்ணம் அவளைக் கவலை கொள்ளச் செய்தது.

சித்தார்த்தன் மிகவும் அமைதியாக, "யசோதரை, உன்னை மணந்து கொள்ள விரும்புகின்ற அனைவரோடும் நான் போட்டியிட்டு உன்னை வெற்றி கொள்ள வேண்டும் என்ற யோசனை எனக்கு அறவே பிடிக்கவில்லை. நாம் திருமணம் செய்து கொண்டு சேர்ந்து வாழுவது பற்றிய தீர்மானத்தை நாம்தானே எடுக்க வேண்டும்?" என்று கேட்டான்.

சித்தார்த்தனின் கருத்தோடு யசோதரை முழுவதுமாக உடன்பட்டாள். ஆனால் சித்தார்த்தன் அதோடு நிற்கவில்லை. தன்னுடைய எண்ணங்களை அவளுக்குத் தெளிவாக எடுத்துரைப்பதற்காக அவன் தன் விவாதத்தைத் தொடர்ந்தான்.

"நான் உன்னையும் என் குடும்ப உறுப்பினர்களையும் என்னுடைய கிராமத்து மக்களையும் பாதுகாக்க வேண்டும் என்று உன் தந்தை எதிர்பார்க்கிறார். வாட்சண்டையில் வல்லமை கொண்ட ஒருவனால் மட்டுமே அதைச்

செய்ய முடியும் என்று அவர் நம்புகிறார். ஆனால் அதில் நான் அவரோடு முரண்படுகிறேன். 'பாதுகாத்தல்' என்ற வார்த்தைக்கு என்ன பொருள்? யாரிடமிருந்து நான் பாதுகாக்க வேண்டும்? எதிரிகள்! யார் அந்த எதிரிகள்? பகைமை என்ற ஒன்று ஏன் இருக்க வேண்டும்? மனிதர்கள் ஏன் பிற மனிதர்கள் குறித்துக் கோபமும் வெறுப்பும் பகைமையும் கொள்ள வேண்டும்?"

அவனுடைய எண்ணங்களின் ஆழமும் தீவிரமும் அவனையே சிறிது நேரம் ஊமையாக்கின.

அவன் என்ன சொல்ல முயற்சித்துக் கொண்டிருந்தான் என்பதைப் புரிந்து கொள்ள யசோதரை கடுமையாக முயற்சித்தாள், ஆனால் அவளால் அது முடியவில்லை. பகைமை உணர்விலிருந்து ஒருவரைப் பாதுகாக்க வேண்டும் என்ற யோசனை அவளால் புரிந்து கொள்ள முடியாத ஒன்றாக இருந்தது. ஒருவர் தன்னைத் தானே பாதுகாத்துக் கொள்ள வேண்டும்; அல்லது, ஒரு வலிமையான நபர், பகைமையுணர்வால் நிரம்பி வழிகின்ற ஒருவரிடமிருந்து ஒரு பலவீனமான நபரைப் பாதுகாக்க வேண்டும் என்பதை அவள் அறிந்திருந்தாள். அதற்கு அப்பால் அவள் ஒருபோதும் சிந்தித்ததில்லை. வேறு விதமாக சிந்திப்பது சாத்தியம்தானா என்பதைக்கூட அவள் அறியவில்லை. அந்த எண்ணம் சித்தார்த்தனுக்குக்கூடப் புதியதாக இருந்தது. அந்த வார்த்தைகள் அவனுடைய வாயிலிருந்து வெளிவரும்வரை, பாதுகாப்பு என்ற யோசனையைப் பற்றி அவன் ஒருபோதும் ஆழமாக சிந்தித்திருக்கவே இல்லை. அந்த யோசனை உண்மைதானா, அது நடைமுறைச் சாத்தியம் கொண்டதுதானா என்பதை அவன் ஆய்வு செய்து கண்டறிய விரும்பினான். அவனுடைய இப்புதிய எண்ணத்திற்கு யசோதரை காரணமாக இருந்ததால், அவள்மீதான அன்பால் அவனுடைய இதயம் நிரம்பியது. அவன் அன்போடு அவளைப் பார்த்தான். மறுகணம், அவளுடைய முகத்தில் இயலாமை தென்பட்டதை அவன் கவனித்தபோது, அவள்மீது அன்பிற்கு பதிலாக இப்போது அவனிடம் பரிதாபம் தோன்றியது. அவளுடைய ஆற்றாமையிலிருந்து அவளை வெளிக்கொண்டு வர அவளுக்குத் தான் உதவியாக வேண்டும் என்று அவன்

தீர்மானித்தான். அத்தீர்மானம் அவனுக்கு மாபெரும் வலிமையைக் கொடுத்தது.

அவன் தான் பேசிய வார்த்தைகள் குறித்து வருத்தம் கொண்டு, “யசோதரை, என்னுடைய வார்த்தைகள் உனக்குக் குழப்பத்தையும் அச்சத்தையும் ஏற்படுத்தியிருக்க வேண்டும் என்பதை நான் அறிவேன். முதலில் நான் அவற்றைச் சிறப்பாகப் புரிந்து கொண்டாக வேண்டும். ஆனால், உன்னால்தான் இந்த எண்ணம் என் மனத்திற்குள் வந்துள்ளது என்பது மட்டும் எனக்கு உறுதியாகத் தெரிகிறது. எனவே, நான் அதற்கு மகிழ்ச்சியாகப் பொறுப்பேற்றுக் கொண்டு, நான் என்ன சொல்ல வருகிறேன் என்பதை நான் உன்னிடம் கூறுகிறேன். நீ இப்படி நம்பிக்கை இழக்கத் தேவையில்லை,” என்று கூறினான்.

இதைக் கேட்டவுடன் யசோதரையின் முகம் மலர்ந்தது.

அவள் ஒரு மெல்லிய புன்னகையுடன், “அப்படியானால், என்னுடைய இயலாமையிலிருந்து நீங்கள் என்னைப் பாதுகாக்க விரும்புகிறீர்கள், இல்லையா?” என்று கேட்டுவிட்டு, “என் தந்தை அதைத்தானே உங்களிடமிருந்து விரும்பினார்? உங்களுடைய குடும்ப உறுப்பினர்களோ அல்லது உங்கள் கிராமத்து மக்களோ ஆதரவற்று இருக்கும்போது, அவர்களுக்கான பொறுப்பை நீங்கள் ஏற்றுக் கொண்டு நீங்கள் அவர்களைப் பாதுகாக்க வேண்டும்,” என்று கூறினாள்.

சித்தார்த்தன் இதைக் கேட்டு மனதாரச் சிரித்தான். அப்படிப்பட்டச் சிரிப்பு அரிதிலும் அரிதாக இருந்தது. ஒரு பௌர்ணமி இரவில் வானில் எழுகின்ற நிலவின் ஒளியைப்போல அச்சிரிப்பு யசோதரையின் இதயத்தைக் கவர்ந்தது. அவள் அதில் லயித்துப் போனாள். அவளுடைய பரவசத்தால் கவரப்பட்ட சித்தார்த்தான், வைத்தக் கண் வாங்காமல் அவளைப் பார்த்தபடி பரிதாபமாக நின்றான்.

அவர்களுடைய பிரச்சனை தீராமல் தொடர்ந்தது. அவர்கள் பிம்பானனரை நேரில் சந்தித்து, அவர் தன்னுடைய மனத்தை மாற்றிக் கொள்ளும்படி அவரைக் கேட்டுக் கொள்ள வேண்டுமா? அதை எப்படிச் செய்வது? யசோதரை இக்கேள்விகளுக்கான பதில்களைத் தெரிந்து கொள்ள விரும்பினாள். யசோதரையைத்

தன்னுடைய வாழ்க்கைத் துணையாகப் பெறுவதற்கு சித்தார்த்தன் ஆழ்விருப்பம் கொண்டிருந்தான், ஆனால் அவன் மற்றவர்களோடு போட்டியிட்டு அவளை வெற்றி கொள்ளத் தயாராக இருக்கவில்லை. போட்டியாளர்களை எதிர்கொள்ளுவது ஒன்றும் அவனுக்குப் புதிதல்ல. அவன் போட்டியிட்டு வெற்றி பெற்றிராத எந்தவொரு போட்டியும் இருந்ததில்லை. அவை அனைத்தும் அவனுக்கு ஒரு விளையாட்டைப்போல இருந்தன. ஆனால் இப்போது அவன் தன் வாழ்வில் மிக முக்கியமான ஒரு நிகழ்வை எதிர்கொண்டிருந்தான். திருமணம் என்பது அவனைப் பொருத்தவரை ஒரு சாதாரண விவகாரமல்ல. திருமணம் என்பது பக்குவப்பட்ட இரண்டு மனங்கள் தங்கள் வாழ்நாள் முழுவதும் சேர்ந்து வாழ ஒன்றுசேருவதற்கான ஆழ்விருப்பம் என்று அவன் கருதினான். ஒரு போட்டியில் வெற்றி கொள்ளப்படுவதற்கு யசோதரை ஒன்றும் ஒரு பேரரசோ, ஒரு நிலமோ, ஆற்று நீரோ, அல்லது ஏதோ ஒரு பொருளோ அல்ல. அன்பின் வாயிலாகத்தான் ஒருவர் திருமண உறவுக்குள் அடியெடுத்து வைக்க வேண்டுமே அன்றி, போட்டியின் வாயிலாக அல்ல.

சித்தார்த்தன் தன்னுடைய கண்ணோட்டத்தைப் பல்வேறு வழிகளில் யசோதரைக்கு எடுத்துரைத்து அவள் அதை ஏற்றுக் கொள்ளும்படி செய்ய முயற்சி செய்தான். அப்படிப்பட்ட எண்ணங்கள் அவளுக்குப் புதிதாக இருந்தன, ஆனால் அவற்றின் அர்த்தத்தை அவள் சுலபமாகப் புரிந்து கொண்டாள். அவை அவளிடம் ஒரு புதிய விழிப்புணர்வைத் தூண்டின. தன்னுடைய ஆழ்மனத்தில் ஆழமாக மறைந்திருந்த தன்னுடைய அகவுணர்வு விழிப்பூட்டப்பட்டிருந்ததுபோல அவள் உணர்ந்தாள். பெண்கள் மனிதப் பிறவிகளாக அங்கீகரிக்கப்பட்டுக் கொண்டிருந்ததற்குக் காரணம் அவர்களால் சுவாசிக்க முடிந்தது என்பதாலும், அவர்களுக்கு உடல்கள் இருந்தன என்பதாலும், அவர்களால் வேலை செய்ய முடிந்தது என்பதாலும்தான் என்பது, விட்டு விட்டு எரியும் ஒரு தீச்சுடர்போலமெல்லமெல்ல அவளுக்கு உறைத்தது. மற்றபடி, அவர்கள் வெறும் பொருட்கள்போல நடத்தப்பட்டனர், ஆண்களால் கைவசப்படுத்தப்பட வேண்டிய விலையுயர்ந்த

சொத்துக்கள்போல நடத்தப்பட்டனர். அவள் அந்தத் தீச்சுடரைப் பார்த்தாள், அதை அடைய விரும்பினாள். ஆனால் அது மிகச் சிறியதாகவும் வெகுதூரத்திலும் இருந்தது. அதை அடைவதற்கான பயணத்தை மேற்கொள்ளுவது சுலபமானதாக இருக்காது என்பதை அவள் உணர்ந்தாள். சித்தார்த்தனுடனான தன்னுடைய திருமணம் தொடர்பான பிரச்சனை முதலில் தீர்க்கப்பட்டாக வேண்டும், பிறகு தனியொருத்தியாக அல்லாமல் அவனோடு சேர்ந்து தன்னால் அப்பயணத்தை மேற்கொள்ள முடியும் என்று அவள் நினைத்தாள்.

தன்னைச் சூழ்ந்திருந்த உலகைப் பற்றித் தான் புரிந்து கொண்டிருந்த விதம் ஓர் ஆழமான மாற்றத்திற்கு உள்ளாகிக் கொண்டிருந்ததாக சித்தார்த்தனும் உணர்ந்தான். இதெற்கெல்லாம் காரணம் யசோதரைதான். பெண்கள் மனிதப் பிறவிகளா அல்லது பொருட்களா என்ற கேள்வி அக்கணம்வரை அவனுடைய மனத்திற்குள் ஒருபோதும் நுழைந்திருக்கவில்லை. மனிதர்களை ஒரு கூட்டுக் குழுவாக அவன் நினைத்தபோதெல்லாம், ஆண்களின் உருவங்கள் மட்டுமே அவனுடைய மனத்தில் தோன்றின. பாலினம், வயது, சமய நம்பிக்கை போன்றவை எதுவாக இருந்தாலும் மரணமும் நோயும் மட்டும் எல்லோருக்கும் பொதுவானவைதான் என்று அவன் உறுதியாக நம்பினான். ஆனால், துன்புற்றுக் கொண்டிருந்த மனிதகுலத்தைப் பற்றி அவன் நினைத்தபோது, ஆண்களின் உருவங்கள் மட்டுமே அவனுடைய மனத்தில் தோன்றின. இப்போது, ஒரு வாட்சண்டைப் போட்டியில் வெற்றி பெற்று யசோதரையை அவன் கைப்பிடிக்க வேண்டிய சூழ்நிலை உருவாகியிருந்தபோது, பெண்களின் அடையாளம் பற்றிய கேள்வி முளைத்தது. அது அர்த்தம் வாய்ந்த ஒரு கேள்விதான். ஆனால், யார் அப்பிரச்சனையைத் தீர்ப்பது? அது யசோதரையின் பொறுப்பல்லவா?

“யசோதரை, உன்னை ஒரு போட்டியின் மூலமாக வெற்றி கொள்ளுவது பற்றிய யோசனை எனக்குப் பிடிக்கவில்லை என்று உன்னால் உன் தந்தையிடம் கூற முடியாதா?” என்று சித்தார்த்தன் கவலையோடு கேட்டான்.

யசோதரையின் தோற்றம் மீண்டும் இயலாமையை

வெளிப்படுத்தியது. தன் தந்தையோடு விவாதம் செய்து அவளுக்குப் பழக்கமில்லை என்பதை அது சித்தார்த்தனுக்கு உணர்த்தியது. "யசோதரை, விவாதத்திற்கான தேவை இருக்கும்போது, ஒருவர் விவாதிக்கத்தான் வேண்டும். இப்போது அதற்கான தேவை எழுந்துள்ளதாக நீ கருதினால், விவாதிக்க நீ தயங்கக்கூடாது. உனக்கு என்னால் எந்த விதத்திலாவது உதவ முடியும் என்றால், தயவு செய்து என்னிடம் சொல்," என்று சித்தார்த்தன் கூறினான்.

தான் என்ன செய்ய வேண்டும் என்று யசோதரையால் தீர்மானிக்க முடியவில்லை. தன்னுடைய தந்தையின் பிடிவாத மனப்போக்கை அறிந்திருந்த அவள், இவ்வளவு காலமும் அதை ஏற்றுக் கொண்டே வளர்ந்திருந்தாள். அவளுடைய தந்தை எல்லா விஷயங்களையும் கட்டளைகளின் மூலமாக சாதிப்பதை வழக்கமாகக் கொண்டிருந்தாரே அன்றி, அடுத்தவரை மென்மையாக இணங்கச் செய்து அல்ல. பல சமயங்களில், அவர் அவள்மீதோ, அவளுடைய தாயார்மீதோ அல்லது வேலைக்காரர்கள்மீதோ அதிகாரம் செலுத்தியபோது, அவருடைய இந்த ஆணவப் போக்கில் அவளுக்கு உடன்பாடு இல்லாதபோதுகூட அவருடைய கட்டளைகளுக்கு அவள் கீழ்ப்படிந்தாள். அவருடைய கட்டுப்பாட்டிற்குள்ளிருந்து விடுபடுவதற்கு அவளுடைய தாயார் பலவேறு வழிகளை முயற்சி செய்து பார்த்திருந்தார். சில சமயங்களில் அவர் தன் கணவரைப் பார்த்துக் கத்தினார். மற்ற சமயங்களில், அவர் உரத்தக் குரலில் அழுதார். சில முக்கியமான சமயங்களில், அவர் தன் கைக்கெட்டிய அனைத்துப் பொருட்களையும் தூக்கி வீசியெறிந்து ஆர்ப்பாட்டம் செய்தார். அவர் தன்னுடைய கோபத்தை இப்படிப்பட்ட வழிகளில் வெளிப்படுத்தியும்கூட, யசோதரையின் தந்தையின் மனப்போக்கு மட்டும் மாறவில்லை. அவர் மிக அரிதாகவே தன்னுடைய மனைவியின் அறிவுரைக்குச் செவிசாய்த்தார். அதுகூட, முக்கியத்துவமற்ற விவகாரங்களில் மட்டுமே! இதெல்லாம் யசோதரைக்கு எரிச்சலூட்டியது, ஆனால் அது குறித்து அவளால் எதுவும் செய்ய முடியவில்லை. உலகின் போக்கு அதுதான் என்பதை அவள் அறிந்திருந்தாள். அப்படியிருக்கும்போது, இப்போது தன்னால் தன்

தந்தையின் முன்னால் நிமிர்ந்து நின்று, அவருடைய கண்களை நேருக்கு நேர் சந்தித்து, அவரோடு விவாதிக்க முடியுமா, தனக்கு அதற்கான துணிச்சல் இருந்ததா என்று அவள் தன்னைத் தானே கேட்டுக் கொண்டாள். இந்த எண்ணமே அவளுடைய கண்களில் கண்ணீரை வரவழைத்தது.

சித்தார்த்தன் இதைக் கண்டு மனமிரங்கினான்.

அவன் அவசர அவசரமாகவும் பின்வருத்தத்தோடும், “யசோதரை! நீ உன் தந்தையுடன் விவாதிக்க வேண்டாம். இப்படிப்பட்ட ஒரு கனமான பொறுப்பை உன்மீது சுமத்தி உனக்கு அழுத்தத்தை ஏற்படுத்த முயற்சித்ததற்காக என்னை மன்னித்துவிடு. நிகழ்ந்துள்ள விஷயத்திற்கு நானும்தான் பொறுப்பாளி. நானே உன்னுடைய தந்தையிடம் பேசி, அவர் தன்னுடைய நிபந்தனையை விலக்கிக் கொள்ளும்படி செய்கிறேன்,” என்று கூறினான்.

யசோதரை தன்னுடைய கண்ணீரைத் துடைத்துவிட்டுச் சிரித்தாள். அவள் சிறிது நேரம் தனக்குத் தானே பேசியபடி ஆழ்ந்த சிந்தனையில் மூழ்கியிருந்தாள்.

கடைசியில், “சித்தார்த்தா! உண்மையில், அப்பொறுப்பு என்னுடையதுதான். ஒரு போட்டியின் முடிவில் வெற்றி கொள்ளப்படுவதற்கு நானொன்றும் ஒரு வெற்றிக் கோப்பையோ அல்லது ஒரு பிராந்தியமோ அல்ல என்பதை நானே அவருக்கு நிரூபித்தாக வேண்டும். என் சார்பில் நீங்கள் அதைச் செய்தால், நான் தொடர்ந்து ஒரு பொருளாகத்தான் இருப்பேனே அன்றி, ஒரு மனிதப் பிறவியாக அல்ல. எனவே, இதில் நீங்கள் உங்களை ஈடுபடுத்திக் கொள்ளாதீர்கள். நமக்கு இந்த நிபந்தனையை விதித்தவரே அதை விலக்கிக் கொண்ட பிறகுதான் நாம் மீண்டும் சந்தித்துக் கொள்ள வேண்டும்,” என்று யசோதரை கூறினாள்.

அவள் மிகுந்த பெருமிதத்தோடும் கண்ணியத்தோடும் பேசிய விதம் சித்தார்த்தனைக் கவர்ந்தது.

பெண்களின் சுயமரியாதை குறித்தும், அவர்களுக்கு அதற்கான தேவை இருப்பது குறித்தும் அவனுக்கு எந்தத் தனிப்பட்ட அபிப்பிராயமும் இருக்கவில்லை. ஆனால் இப்போது, யசோதரை அவனுக்கு ஒரு புதிய

பார்வையைக் கொடுத்திருந்தாள். அதோடு, உலகத்தை அந்தப் பார்வையில் பார்க்க வேண்டியது முக்கியம் என்ற எண்ணத்தையும் அவள் அவனுக்குக் கொடுத்திருந்தாள். யசோதரையுடனான தன்னுடைய சகவாசம், உலகின் மர்மங்களைப் புரிந்து கொள்ளத் தனக்கு உதவும் என்று அவன் உறுதியாக நம்பினான். அவன் சற்று ஆசுவாசமடைந்தான். அடர்த்தியான மரங்கள் தரும் இதமான நிழல்போல ஒருவித அமைதி அவனுடைய மனத்தில் குடிகொண்டது.

சித்தார்த்தனும் யசோதரையும் தத்தம் சிந்தனையுலகங்களில் மூழ்கியிருந்தனர். உடலளவில் அவர்கள் அருகருகே இருந்தபோதிலும், அவர்கள் ஒருவரிடமிருந்து ஒருவர் வெகுதூரத்தில் இருந்தனர். அவர்கள் ஒருவரோடொருவர் சேர்ந்து இருந்தபோதிலும் தனிமையை அனுபவித்துக் கொண்டிருந்தனர். நீண்ட நேரத்திற்குப் பிறகு, வீட்டிற்குப் போவதற்காக யசோதரை எழுந்தாள். சித்தார்த்தன் அவளிடமிருந்து பிரிய விரும்பவில்லை, ஆனால் அதே சமயத்தில், அவள் இல்லாதது தனக்கு வேதனையைக் கொடுத்ததை அவன் கவனித்தபோது அது குறித்து அவன் மகிழ்ச்சி கொண்டான்.

அவள் அங்கிருந்து போன பிறகு, அவன் இன்னும் சிறிது நேரம் அங்கேயே இருந்து மீண்டும் சிந்தனையில் தன்னைத் தொலைத்தான். தானும் யசோதரையும் எல்லாத் தடைகளிலிருந்தும் மீண்டு ஒன்று சேருவோம் என்று நினைத்துப் பார்ப்பது அவனுக்கு மகிழ்ச்சியைக் கொடுத்தது. அவளும் அதே நினைப்பைக் கொண்டிருந்தாளா என்பதை அவர்கள் மீண்டும் சந்திக்கும்போது அவளிடம் கேட்டுத் தெரிந்து கொள்ள அவன் விரும்பினான்.

சித்தார்த்தன் இரவு உணவுக்கான நேரம் தாண்டி வெகுநேரம் கழித்தே வீடு திரும்பினான் என்பதையும், அவன் சாப்பிடாமல் நேராகத் தன் படுக்கையறைக்குப் போய்விட்டான் என்பதையும் கௌதமி தெரிந்து கொண்டபோது, அவர் துளிகூடக் கவலைப்படவில்லை. அவர் அவனுக்கு ஒருசில பழங்களையும் ஒரு குவளை நிறையப் பாலையும் கொடுத்து அனுப்பிவிட்டு நிம்மதியாகத் தூங்கினார்.

தான் தன் தந்தையிடம் பேசி, தன்னை மணமுடிப்பதற்கு வரன்கள் ஒருவரோடு ஒருவர் போட்டியிடுவது குறித்த யோசனைக்கு எதிர்ப்புத் தெரிவிப்பதென்று யசோதரை தீர்மானித்தாள். சூரியன் அஸ்தமனமாகிய பிறகு ஒரு மணிநேரத்திற்குள் இரவு உணவை உட்கொண்டுவிட்டு, அண்டைவீட்டாருடன் சிறிது நேரம் அரட்டையடித்துவிட்டு, மறுநாள் செய்யப்பட வேண்டிய வேலைகள் குறித்துத் தன்னுடைய சகோதரர்களுடன் கலந்துரையாடிவிட்டு, பிறகு படுக்கைக்குச் செல்லுவது பிம்பானனரின் வழக்கமாக இருந்தது. அன்றும் அவர் தன்னுடைய வழக்கப்படி எல்லாவற்றையும் செய்துவிட்டுத் தன்னுடைய படுக்கையறையை நோக்கிச் சென்று கொண்டிருந்தபோது, யசோதரை அவரைத் தடுத்து நிறுத்தினாள்.

பிம்பானனர் ஆச்சரியமடைந்தார். அவர் ஒரு கேள்விக்குறியோடு யசோதரையைப் பார்த்தார்.

“அப்பா, இன்று காலையில் நீங்கள் விதித்த நிபந்தனையை நீங்கள் திரும்பப் பெற்றுக் கொள்ள விரும்புவதாக அவர்களுக்குச் செய்தி அனுப்புங்கள்,” என்று அவள் கூறினாள்.

அவள் என்ன கூற வந்தாள் என்பதை அவரால் உடனடியாகப் புரிந்து கொள்ள முடியவில்லை.

“யசோதரை, நீ எதைப் பற்றிப் பேசிக் கொண்டிருக்கிறாய்?” என்று அவர் பாசத்துடன் கேட்டார்.

“ஒரு துணிச்சலான வீரன் ஒரு போட்டியில் வெற்றி கொள்ளப் போகின்ற ஒரு பொருளாக ஆக எனக்கு விருப்பமில்லை. சித்தார்த்தனை மணமுடிக்க என் இதயபூர்வமான ஒப்புதலைக் கொடுக்க நான் தயாராக இருக்கிறேன்.”

அவள் மெதுவாகவும் உறுதியாகவும் பேசி, தான் தன்னுடைய தீர்மானத்தில் உறுதியாக இருந்ததைத் தன் தந்தைக்குப் புரிய வைக்க முயற்சித்தாள்.

இறுதியில், அவள் கூற விரும்பிய செய்தி அவருக்குப் புரிந்தது. அவளுடைய மனப்போக்கு அவருக்கு வியப்பூட்டியதோடு மட்டுமல்லாமல், அவருடைய பெருமிதத்தைக் காயப்படுத்தியது. இதனால் அவர் கடுஞ்சினம் கொண்டார்.

“பெரியவர்களாகிய நாங்கள்தான் ஒப்புதல் வழங்க வேண்டும். இப்படிப்பட்ட விவகாரங்களில் தலையிட உனக்கு உரிமையில்லை,” என்று அவர் கூறினார்.

பிம்பானனர் தன்னுடைய கோபத்தைக் கட்டுப்படுத்திக் கொள்ள முயன்றார், ஆனால் அவருடைய குரல் சத்தமாகவும் கடுமையாகவும் ஒலித்தது.

யசோதரை அவரிடம், “நீங்களும் உங்களுடைய ஒப்புதலைக் கொடுக்க வேண்டும் என்று நான் விரும்புகிறேன். நீங்கள் வேறு எந்தக் காரணத்திற்காக வேண்டுமானாலும் உங்களுடைய ஒப்புதலைக் கொடுக்க மறுக்கலாம். ஆனால், ஒரு வாட்சண்டைப் போட்டியில் சித்தார்த்தனால் வெற்றி பெற முடியாமல் போகக்கூடும் என்ற சந்தேகத்தின் காரணமாக நீங்கள் ஒப்புதல் மறுக்க முடியாது. அப்பா, ஒன்றை மட்டும் நான் தெளிவாகக் கூறிவிடுகிறேன். துரதிர்ஷ்டவசமாக, ஏதோ ஒரு கிறுக்கனோ அல்லது வெறியனோ அப்போட்டியில் வெற்றி பெற்றுவிட்டால், அவனை மணமுடிக்க நான் தயாராக இல்லை,” என்று கூறினாள்.

“ஒரு மணமகனின் வீரத்தையும் திறமைகளையும் சோதிப்பது இன்றியமையாதது. அது சத்திரியர்களின் ஒரு பாரம்பரியம்.”

“அப்படிப்பட்டப் பாரம்பரியங்கள்மீது எனக்கு மதிப்பில்லை.”

யசோதரையின் துணிச்சலையும் பிடிவாதத்தையும் பிம்பானனரால் சீரணித்துக் கொள்ள முடியவில்லை.

“பாரம்பரியங்களை மதிக்காத ஒரு பெண் என்னுடைய வீட்டில் பிறந்து வளர்ந்திருக்கிறாள் என்பதை அறிய எனக்கு வியப்பாக இருக்கிறது,” என்று அவர் கூறினார்.

“உண்மைதான், அப்பா. பிராமணர்கள் மற்றும் சத்திரியர்களின் கடமைகள் மற்றும் பாரம்பரியங்கள்மீது எனக்கு அவ்வளவு மதிப்பில்லை.”

“பிறகு நீ யாரை மதிக்கிறாய்?”

“அப்பா, நான் உங்களோடு பேசி, எனக்கென்று சொந்தமாக சுயமரியாதை இருக்கிறது என்பதை நீங்கள் ஏற்றுக் கொள்ளும்படி செய்யவே நான் இங்கு வந்திருக்கிறேன். நான் முடிவாக ஒன்றை உங்களுக்குத்

தெளிவுபடுத்த விரும்புகிறேன். ஒரு போட்டியில் வெற்றி கொள்ளப்படுவதற்கு நான் ஒரு பரிசோ அல்லது ஒரு கோப்பையோ அல்ல. நான் உங்கள் மகள். நீங்கள் மிகுந்த அன்போடும் பாசத்தோடும் வளர்த்த ஒரு பெண் நான். நீங்கள் இந்த உண்மையை உதாசீனப்படுத்திவிட்டு உங்களுடைய சத்திரியப் பாரம்பரியங்களைத் தூக்கிப் பிடித்தால், நான் இனி உங்கள் மகளாக இருக்க மாட்டேன்."

அவள் அந்த வார்த்தைகளைப் பேசியபோது காட்டிய தீவிரத்தை அவளாலே பொறுத்துக் கொள்ள முடியவில்லை. அவள் அங்கிருந்து திரும்பி, அவசர அவசரமாகத் தன்னுடைய படுக்கையறையை நோக்கி விரைந்தாள்.

பிம்பானனர் வாயடைத்து நின்றார். இப்படி முட்டாள்தனமாகத் தன் மகளால் தன்னிடம் எப்படிப் பேச முடிந்தது என்பதை புரிந்து கொள்ள முடியாமல் அவர் திணறினார். திடீரென்று அவருடைய மனத்தில் ஓர் எண்ணம் பளிச்சிட்டது. ஒருவேளை, தீய ஆவிகளின் மாயக்கட்டுக்களால் பீடிக்கப்பட்டு அவளுக்குப் பைத்தியம் பிடித்திருக்குமோ? அவள் இப்படி முட்டாள்தனமாக மற்றவர்களுக்கு முன்னால் பிதற்றினாளா? அவள் ஒரு பைத்தியக்காரி என்பது வெளியே தெரிந்தால், அவளை மணமுடித்துக் கொடுப்பது தனக்கு சாத்தியமற்றுப் போகாதா? தன்னுடைய மகள் ஒருபோதும் திருமணமாகாமல் தன் பெற்றோருடனேயே நிரந்தரமாகத் தங்கிவிடக்கூடும் என்ற எண்ணம் அவரை அச்சுறுத்தியது. அது தனக்கு எப்பேற்பட்டக் களங்கத்தைத் தோற்றுவித்துவிடும் என்று அவர் பயந்தார். இது அவருக்கு நடுக்கத்தையும் கவலையையும் கொடுத்தது. அவருக்கு வியர்த்துக் கொட்டியது. இப்பிரச்சனையை எவ்வாறு சமாளிப்பது என்பதைப் பற்றி அவர் சிந்திக்கத் தொடங்கியபோது, திடீரென்று இன்னோர் எண்ணம் அவருடைய மனத்தில் முளைத்தது. அது அவருக்கு நம்பிக்கையையும் துணிச்சலையும் கொடுத்தது.

மறுநாள் காலையில் சுத்தோதனருக்குச் செய்தி அனுப்புவதென்று அவர் தீர்மானித்தார். எந்த நிபந்தனையும் இல்லாமல் தன் மகளை சித்தார்த்தனுக்கு மணமுடித்துக் கொடுக்கத் தான் தயாராக இருந்ததாக அவர்

சுத்தோதனரிடம் தெரிவிக்க விரும்பினார். யசோதரையின் பைத்தியக்காரத்தனம் பற்றிய செய்தி இரவோடு இரவாக ஊரெல்லாம் பரவிவிடாது என்று அவர் உறுதியாக நம்பினார். மணமகன் தரப்பினர்தான் திருமணப் பேச்சை எடுத்திருந்தனர் என்பதால் இங்கு ஏமாற்று வேலை என்ற பேச்சுக்கு இடமிருக்காது என்று அவர் தனக்குத் தானே சமாதானம் கூறிக் கொண்டார்.

அன்றிரவு பிம்பானனரால் சரியாகத் தூங்க முடியவில்லை. யசோதரை மனரீதியாக பாதிக்கப்பட்டிருந்தாள் என்பதை அவர் தன் மனைவியிடம் தெரிவிக்க விரும்பவில்லை. “ஒருவேளை அவ்விஷயம் அவளுக்கு ஏற்கனவே தெரிந்திருக்குமோ? என்னைப்போலவே அவளும் அது குறித்து பயந்து கொண்டிருக்கிறாளோ? ஒருவேளை அவளுக்கு இவ்விஷயம் தெரியாது என்றால், நான் அந்த ரகசியத்தை இப்போது வெளிப்படுத்துவதன் மூலம் தேவையின்றி அவளை ஏன் அச்சுறுத்த வேண்டும்?” என்று அவர் நினைத்தார். சிறப்பான முறையில் வளர்க்கப்பட்டத் தன் மகளின் மனத்திற்குள் எப்படி இத்தகைய தீய எண்ணங்களால் நுழைய முடிந்தன என்று அவர் யோசித்தார்.

சுத்தோதனர் ஒரு நேர்மையான, மதிக்கத்தக்க நபர் என்பதை பிம்பானனர் நன்றாக அறிந்திருந்தார். சுத்தோதனரின் மனைவி கௌதமி சித்தார்த்தனைப் பெற்றெடுத்தத் தாய் அல்ல, ஆனால் அவர் அவனைத் தன் சொந்த மகன்போல வளர்த்திருந்தார். அப்படிப்பட்ட ஓர் உன்னதமான பெண்மணி தன்னுடைய மகள் யசோதரையை நிச்சயமாக அன்பாக நடத்துவார் என்று பிம்பானனர் நினைத்தார். ஒரு புறம், யசோதரை சித்தார்த்தனை மணமுடிக்க வாய்ப்பிருந்தது குறித்து அவர் கவலைப்பட்டார், ஆனால் மறுபுறம், அவளுடைய பரிதாபகரமான நிலை குறித்து அவர் வருந்தினார்.

பொழுது விடிந்தவுடன், கபிலவஸ்துவுக்குச் செல்லத் தயாராகும்படி அவர் தன் மனைவியிடம் தெரிவித்தார். யசோதரையை சித்தார்த்தனுக்கு மணமுடித்து வைப்பது தொடர்பாகத் தன் கணவருக்கும் சுத்தோதனருக்கும் இடையே நடைபெற்ற விவாதங்களை விசிஷ்டா நன்றாக

அறிந்திருந்ததால், திடீரென்று எப்படி இரவோடு இரவாகத் தன் கணவரின் தீர்மானம் மாறியிருந்தது என்பதை அவரால் புரிந்து கொள்ள முடியவில்லை. அது பற்றி அவரோடு பேசுவதற்குத் தனக்கு வாய்ப்பு இல்லை என்பதை அவருடைய முகபாவம் தெளிவாக வெளிப்படுத்தியது. எனவே, அவள் யசோதரையை அழைத்து, தானும் தன் கணவரும் கபிலவஸ்துவுக்குச் செல்லவிருந்தது பற்றி அவளிடம் கூறிவிட்டு, வீட்டில் ஆற்றப்பட வேண்டியிருந்த கடமைகளுக்கான பொறுப்பை அவளிடம் ஒப்படைத்தார்.

யசோதரையின் இதயம் மகிழ்ச்சியில் திளைத்தது. தன் தாயார் தன்னிடம் ஒப்படைத்த வேலைகளைச் செய்ய அவள் விரைந்தாள்.

"ஒருவருக்கு அதிர்ஷ்டம் வாய்க்கும்போது, நிகழுகின்ற எல்லாமே அவருக்கு ஆச்சரியமூட்டுவதாகவும் மனநிறைவளிப்பதாகவும் இருக்கும்," என்று சுத்தோதனரும் கௌதமியும் நினைத்தனர்.

யசோதரையின் பெற்றோர் சித்தார்த்தனோடு அவளுடைய திருமணத்தை உறுதி செய்ய வந்து கொண்டிருந்தனர் என்ற செய்தியைக் கேட்டு, சித்தார்த்தனின் வீட்டில் இருந்த எல்லோரும் ஆனந்தக் கூத்தாடினர். தான் தன்னுடைய நிபந்தனையை விலக்கிக் கொள்ளுவதாகவும், கூடிய விரைவில் யசோதரையை சித்தார்த்தனுக்குத் திருமணம் செய்து கொடுக்கத் தான் விரும்பியதாகவும் பிம்பானனர் அறிவித்ததைக் கேட்டவுடன் அவர்களுடைய உற்சாகம் எல்லை கடந்தது. சுத்தோதனர் தன்னுடைய விருந்தினர்களைப் பணிவோடு உபசரித்துவிட்டு, தன் மகனைக் கூட்டிவர ஆளனுப்பினார்.

பெண்வீட்டாரில் பெரும்பாலானோர் சித்தார்த்தனைப் பற்றி வெறுமனே கேள்விப்பட்டிருந்ததோடு சரி. அவர்களில் சிலர் தொலைவிலிருந்து மட்டும் அவனைப் பார்த்திருந்தனர். இப்போது அவன் அவர்கள் முன்னால் வந்து நின்றபோது, அவனைக் கண்டு அவர்கள் மெய்மறந்தனர், பெருமகிழ்ச்சி கொண்டனர். அவனுடைய ஒளிமயமான முகமும், பணிவையும் கண்ணியத்தையும் உள்ளடக்கிய அவனுடைய நடத்தையும், அறிவொளி வீசிய அவனுடைய கண்களும், ஒரு மலரின் இதழ்களைப்போல மென்மையான, புன்னகை

தவழ்ந்த அவனுடைய உதடுகளும் எல்லோரையும் இன்ப வெள்ளத்தில் ஆழ்த்தின. பாரம்பரியங்களுக்கு எதிராகப் போர்க்கொடி உயர்த்தத் தொடங்கியிருந்த தன்னுடைய மகளைப் பற்றி பிம்பானனர் நினைத்தபோது, ஒரு விதமான குற்றவுணர்வு அவரை ஆட்கொண்டது. ஒரு கணம், தன் முன்னே இருந்த அந்த அப்பாவி இளைஞனுக்குத் தான் கடுமையான துரோகம் செய்து கொண்டிருந்ததாக அவர் உணர்ந்தார்.

சித்தார்த்தன் எல்லோரையும் பணிந்து வணங்கிவிட்டு, தன்னுடைய குடும்பத்தைச் சேர்ந்த பெரியவர்கள் சேர்ந்து எடுத்திருந்த தீர்மானத்திற்குத் தனக்கு எந்த மறுப்பும் இல்லை என்று அடக்கத்தோடு தெரிவித்தான்.

சித்தார்த்தன் பெரியவர்களுக்கு மதிப்புக் கொடுத்ததையும், யசோதரை தன்னை எதிர்த்துப் பேசியதையும் ஒப்பிட்டுப் பார்த்த பிம்பானனர் மீண்டும் மனம் தளர்ந்தார்.

தங்கள் குழந்தைகளுக்கு இடையே விரைவில் நடைபெறவிருந்த பிரம்மாண்டமான திருமணத்தைப் பற்றி கௌதமியும் விசிஷ்டையும் களிப்போடு பேசினர். சித்தார்த்தனின் இதயம் எவ்வளவு மென்மையானது என்பதையும், அது எளிதில் உணர்ச்சிவசப்படக்கூடியது என்பதையும் கௌதமி விளக்கினார். அதைத் தொடர்ந்து, வீட்டு விவகாரங்களை நிர்வகிப்பதில் யசோதரைக்கு இருந்த திறன்களைப் பற்றி விசிஷ்டை மிகவும் உயர்வாகப் பேசினார். தன்னுடைய மருமகளைப் பார்க்கத் தான் மிகவும் ஆவலாக இருந்ததாக கௌதமி கூறியபோது, தாங்கள் கோலியாவுக்குத் திரும்பிச் செல்லும்போது தங்களோடு வரும்படி எல்லோரும் கௌதமியை அழைத்தனர். தான் சீக்கிரமே அங்கு வருவதாக கௌதமி அவர்களுக்கு உத்தரவாதம் கொடுத்தார்.

சித்தார்த்தனுக்கு மிகவும் நெருக்கமாக இருந்தவர்கள் அனைவரும் அவன் திருமணம் செய்து கொள்ளத் தீர்மானித்திருந்தது குறித்து மிகவும் ஆச்சரியப்பட்டனர். தியானத்தையும், அங்குமிங்கும் சுற்றித் திரிவதையும், துறவிகளோடு உரையாடுவதையும் தவிர வேறு எதிலும் ஆர்வமற்று இருந்த அவன் எப்படித் திருமண பந்தத்தில்

கட்டுண்டு கிடக்க ஒப்புக் கொண்டான் என்று அவர்கள் வியந்தனர்.

தேவதத்தனும் வேறு சில இளைஞர்களும், அம்பு போன்ற கூர்மையான கேள்விகளால் அவனைத் தாக்கினர்: "இன்று நீ செய்துள்ள காரியத்தை நீ எப்படி நியாயப்படுத்தப் போகிறாய்?"

"அறிவுக்கான உன்னுடைய தேடல் என்னவாயிற்று? அதை நீ கைவிடப் போகிறாயா?"

"தியானத்தின்மீது நீ கொண்டுள்ள காதல் நீ உன் மனைவியைக் காதலிக்க உன்னை அனுமதிக்குமா?"

"துறவிகளுடனான உன்னுடைய நட்புக்கு நீ முற்றுப்புள்ளி வைத்துவிடுவாயா?"

"உன்னால் உண்மையிலேயே ஒரு நியாயமான கணவனாக ஆக முடியுமா?"

ஆனால், பெரியவர்களுடைய மனப்போக்கு வித்தியாசமானதாக இருந்தது. அவர்கள் சித்தார்த்தனுக்கு வாழ்த்துத் தெரிவித்துவிட்டு, அவன் ஒரு நல்ல காரியத்தைச் செய்து கொண்டிருந்ததாகக் குறிப்பிட்டனர்.

அவனுடைய நண்பர்களின் விமர்சனங்கள் தன்னுடைய தீர்மானம் குறித்து சித்தார்த்தனை யோசிக்க வைத்தன. அவன் காலமுனியின் ஆசிரமத்திற்குச் சென்றான். அங்கு அவன் அறிவாய்வியலைப் பற்றிய கேள்விகளை அவரோடு அடிக்கடி விவாதித்தான். காலமுனி ஒரு சிறிய சுற்றுப்பயணத்திற்குப் பிறகு சமீபத்தில்தான் தன்னுடைய ஆசிரமத்திற்குத் திரும்பியிருந்தார். அவரும் சித்தார்த்தனை மீண்டும் பார்ப்பதற்கு மிகவும் ஆவலாக இருந்தார். அவனுடைய கவலை தோய்ந்த முகத்தை அவர் பார்த்தபோது, அவன் ஏதோ ஆழமான பிரச்சனையில் இருந்ததை அவரால் உடனடியாகப் புரிந்து கொள்ள முடிந்தது. அவர்கள் தமக்குரிய இடங்களில் அமர்ந்த பிறகும்கூட சித்தார்த்தன் தொடர்ந்து மௌனமாக இருந்தான்.

"சித்தார்த்தா, நீ உன்னுடைய பிரச்சனையை என்னோடு பகிர்ந்து கொண்டால், உனக்கு உதவுவதற்கு என்னால் முடிந்த அளவு சிறப்பாக நான் முயற்சி செய்வேன்," என்று காலமுனி அன்போடு கூறினார்.

யசோதரையுடன் தன்னுடைய திருமணம் நிச்சயிக்கப்பட்டிருந்த விதத்தை சித்தார்த்தன் அவருக்கு விளக்கினான்.

“நீ ஒரு குடும்பஸ்தனாக ஆக விரும்புகிறாய் என்பது ஒரு நல்ல விஷயம்தான். இதில் கவலைப்பட என்ன இருக்கிறது? எல்லாமே உன் விருப்பப்படிதான் நிகழ்ந்துள்ளது. அது உனக்கு மகிழ்ச்சியைத்தானே கொடுக்க வேண்டும்?” என்று அவர் இதமாகக் கேட்டார்.

“நான் ஒரு குடும்பஸ்தனாக ஆக விரும்புகிறேன் என்பதை நான் அறிவேன். ஆனால் பிரபஞ்சத்தின் படைப்பைப் பற்றிய உண்மையைப் புரிந்து கொள்ளுவதற்கான என்னுடைய பேரார்வமும், மனிதகுலத்தின் துயரத்தை முடிவுக்குக் கொண்டுவருவது குறித்த என்னுடைய விருப்பமும் இப்போதும் என்னுள் இருக்கின்றன. அவற்றைப் பற்றிய உச்சகட்ட உண்மையை ஆய்வு செய்து கண்டறிவதுதான் என்னுடைய வாழ்வின் லட்சியம் என்று இன்னும் நான் நம்புகிறேன். அந்த இலக்கை அடைவதற்கு, ஒருவேளை நான் ஒரு குடும்பஸ்தனாக இருக்கக்கூடாதோ என்று எனக்குத் தோன்றுகிறது.”

“இதைப் பற்றித் தீவிரமாகக் கவலைப்படுவதற்கு என்ன இருக்கிறது? அதற்கான காலம் வரும்போது, நீ ஒரு குடும்பஸ்தனாக இருப்பதிலிருந்து விலகிக் கொள்ளலாம்.”

“அது உண்மைதான். ஆனால், வேதனைமிக்க அவளுடைய இதயத்திற்கு என்னால் பதில் சொல்ல முடியாது என்ற எண்ணம் என்னை வதைக்கிறது.”

“பதிலளிப்பதற்கான தேவை எங்கே இருக்கிறது? ஒரு துறவியின் வாழ்க்கையை வாழுவதற்காகத் தன்னுடைய குடும்ப வாழ்க்கையைத் துறப்பதற்கான உரிமையும் சுதந்திரமும் ஒவ்வொரு மனிதனுக்கும் இருக்கிறது. எல்லாமே உன் விருப்பத்தைப் பொருத்தது. குடும்ப வாழ்க்கையை நீ துறக்கக்கூடாது என்று சிலர் உன்னை வற்புறுத்தக்கூடும், ஆனால் துறவு வாழ்க்கைக்குள் நுழைவதிலிருந்து உன்னைத் தடுப்பதற்கான உரிமை யாருக்கும் கிடையாது. உன்னுடைய தீர்மானம்தான் இங்கு முக்கியம். இதை எல்லா சாஸ்திரங்களும் வலியுறுத்துகின்றன, எல்லா தர்மங்களும் ஒப்புக் கொள்ளுகின்றன. மனித வாழ்வின்

நான்கு உன்னதமான அம்சங்களை அடைவதற்கான தகுதி ஒவ்வொரு மனிதனுக்கும் இருக்கிறது. மனித வாழ்வின் மிக உயர்ந்த நிலையை அடைவதற்காக ஒரு கணவனின் கடமைகளைத் தியாகம் செய்ய நீ தயங்க வேண்டிய தேவையில்லை."

"நான் சாஸ்திரங்கள் மற்றும் தர்மங்களுக்கு இசைவாகச் செயல்பட ஒப்புக்கொண்டால், பிறகு என்னுடைய ஆய்வுக்கு என்ன தேவை இருக்கிறது? மற்ற எல்லா தர்மங்களுக்கும் மேலான தலையாய தர்மம் ஒன்று இருக்கிறது. நான் என்னுடைய மனசாட்சிப்படி வழிநடத்தப்பட வேண்டும் என்பதுதான் அது. அது திருமணத்தைப் பற்றியதாக இருந்தாலும் சரி, அல்லது துறவறத்தைப் பற்றியதாக இருந்தாலும் சரி, என்னுடைய தீர்மானம் என்னுடைய மனசாட்சியின்படியே வழிநடத்தப்பட வேண்டும்."

பிறகு சித்தார்த்தன் மீண்டும் மௌனமானான். காலமுனி சிறிது நேரம் அவனைப் பார்த்தபடி அமர்ந்திருந்தார். ஒருவன் தன்னுடைய குடும்ப வாழ்க்கையைத் துறக்க விரும்பும்போது, அவனுடைய பெற்றோரின் அனுமதி அவனுக்கு ஒருபோதும் கிடைக்காது என்பதை அவர் நன்றாக அறிந்திருந்தார். ஆனாலும், அவர்களுடைய அனுமதி தேவையில்லை என்று அவர் கருதினார். மேலும், "ஒருவன் ஏன் தன் மனைவியின் அனுமதியைப் பெறுவதைப் பற்றி நினைக்க வேண்டும்? பெண்கள் ஆண்களை வசியப்படுத்தி, அவர்களைக் குடும்ப வாழ்க்கையுடன் கட்டிப் போட்டுவிடுகின்றனர். தங்கள் கணவன்மார்கள் அந்த உறவிலிருந்து விடுபட அவர்கள் ஒருபோதும் அனுமதியளிக்க மாட்டார்கள். அவர்களுடைய சம்மதத்தைப் பெறுவதைப் பற்றி யோசிப்பது எவ்வளவு பெரிய முட்டாள்தனம்! போதிய அளவு ஆன்மிக அறிவு அவர்களுக்குக் கிடையாது. மனித ஆன்மாவின் முக்திக்கு அவர்கள் தகுதியானவர்கள் அல்ல. அவர்கள் முட்டாள்தனமானவர்கள், சண்டைக் கோழிகள். உறுதியின்மை அவர்களுடைய இயல்பு. ஆண்கள்மீது மோகம் கொண்டு அவர்களை மயக்கித் தங்கள் வசப்படுத்துவதைத் தவிர அவர்களுக்கு வேறு எதுவும் தெரியாது. ஆண்கள் தங்களுடைய சிற்றின்பத் தேவைகளை

நிறைவேற்றிக் கொள்ள விரும்பும்போது திருமணம் செய்து கொள்ளுகின்றனர், அவர்கள் தங்களுடைய ஆன்மிகத் தேவைகளை நிறைவேற்றிக் கொள்ள விரும்பும்போது அந்த உறவை அவர்கள் கைவிட்டுவிடுகின்றனர். குழந்தைகளைப் பெற்றெடுத்தப் பிறகுகூட மனைவியின் அனுமதியைக் கேட்பது என்ற கேள்விக்கு இடமே இல்லை," என்று அவர் சித்தார்த்தனிடம் கூறினார்.

"முனிவரே, பிராமணர்களும் சத்திரியர்களும் மேன்மையானவர்கள் என்பதை நான் ஏற்றுக் கொள்ளுவதில்லை என்பதை நீங்கள் நன்றாக அறிவீர்கள். சாஸ்திரங்களைத் தங்களுக்கு சாதகமாக உருவாக்கிக் கொள்ளுவதன் மூலம் தொடர்ந்து தங்களை மேன்மையானவர்களாகக் காட்டிக் கொள்ள அவர்கள் முயற்சித்து வந்துள்ளனர். மக்கள் அந்த தர்மங்களுக்குள்ளும் பாரம்பரியங்களுக்குள்ளும் சிறைபட்டுக் கிடக்கின்றனர். ஒவ்வொரு குழுவும் தன்னைவிட பலவீனமான வேறொரு குழுவின்மீது தன்னுடைய மேன்மையை நிலைநாட்ட முயற்சித்து, அதன் மூலம் மனிதகுலத்தின் சமத்துவத்திற்குக் குந்தகம் விளைவிப்பதுபோல எனக்குத் தோன்றுகிறது."

இதைக் கேட்டவுடன் காலமுனியின் முகத்தில் சிடுசிடுப்புக்கான அறிகுறி தென்பட்டது.

"சித்தார்த்தா, அறிவு தூய்மையானது, உருவமற்றது. அது மனித உலகத்தோடு மட்டுமே தொடர்புடைய ஒன்று என்பதாகவும், மனித உயிர்களுக்கு மட்டுமே பொருத்தமானது என்பதாகவும் அதை நீ மட்டுப்படுத்திவிடக்கூடாது. இப்படிப்பட்டப் பாரபட்சத்திலிருந்து உன்னை நீ விடுவித்துக் கொண்டாலொழிய, மெய்ஞானத்தைத் தேடுகின்ற ஒருவனாக உன்னால் ஆக முடியாது."

"நான் ஒரு மனிதப் பிறவி. மனித உலகிற்குப் பொருத்தமற்ற அறிவு எனக்குப் பயனுள்ளதாகத் தெரியவில்லை."

"அறிவின் நோக்கம் பயன்பாடு அல்ல."

"அப்படியானால், நமக்குப் பயனில்லாத அறிவின்மீது நாம் ஏன் தீவிர நாட்டம் கொள்ள வேண்டும், அதற்காக நம்மை நாமே ஏன் இவ்வளவு கடுமையாக வருத்திக் கொள்ள வேண்டும்?"

“மனித நலன் மற்றும் பயன்பாட்டையும் கடந்து, அறிவுக்கென்று சொந்தமாக மதிப்பு உள்ளது.”

“இப்படிப்பட்ட நம்பிக்கைகள்மீது எனக்கு உடன்பாடு இல்லை.”

“அப்படியானால், புனித வேள்விகளை நடத்துவதன் மூலம் விரைவாக சொர்க்கத்திற்கு உன்னைத் தங்களால் வழிநடத்த முடியும் என்று வாக்குறுதி வழங்குகின்றவர்களிடம் போ. வேத வழிகளைப் பின்பற்று. அவையெல்லாம் மனிதப் பயன்பாடு மற்றும் மனித நலனை மையமாகக் கொண்டுள்ளன.”

“இல்லை, எந்தக் குழுக்கள் அந்த வழிகளைத் தூக்கிப் பிடிக்கின்றனவோ, அவற்றின் நலன்களை மட்டுமே மையமாகக் கொண்டவைதான் அந்த வழிகள். கடவுள் என்ற ஒருவர் இருக்கிறார் என்றால், இப்படிப்பட்டத் தன்னலவாதிகள் தன்னுடைய இடைத்தரகர்களாக இருக்க அவர் அனுமதிப்பாரா?”

ஏதோ ஒரு விஷயத்தில் அவர்கள் இருவருக்கும் இணக்கம் ஏற்படுவதற்கான சாத்தியம் இல்லாததுபோலத் தோன்றியபோதல்லாம், அவர்கள் அந்த உரையாடலை நிறைவு செய்துவிட்டு அன்றைய சந்திப்பை முடித்துக் கொள்ளுவதை வழக்கமாகக் கொண்டிருந்தனர்.

வேதச் சடங்குகளிலும், கடவுளுக்கும் மனிதர்களுக்கும் இடையே நடுவர் வேலை பார்ப்பவர்கள்மீதும் காலமுனிக்கும் எந்த நம்பிக்கையும் இருக்கவில்லை. ஆனால், உயரிய மெய்மை ஒன்று இருந்தது என்பதை மட்டும் அவர் நம்பினார், அதை ஆய்வு செய்ய அவர் முயற்சித்துக் கொண்டிருந்தார். அந்த மேன்மையான ஜீவனைப் பற்றிய உச்சகட்ட அறிவைக் கைவசப்படுத்துவதற்காக அவர் பொறுமையாகக் காத்துக் கொண்டிருந்தார். அவர் தன் உடலை வருத்திக் கொண்டு கடுமையாகத் தவமிருந்தார்.

சித்தார்த்தன் அவரிடமிருந்து விடைபெற்றுக் கொண்டு, பெண்களைப் பற்றிய கருத்துக்கள் குறித்து சிந்தித்தபடியே தன் வீட்டிற்குச் சென்றான். பெண்களுக்கு எதிராகக் காலமுனி கூறிய விமர்சனங்கள் அவனுடைய மனத்தில் ஆழமான வேதனையைத் தோற்றுவித்தன. இதைத் தொடர்ந்து, அவன் தன்னைத் தானே ஆய்வு செய்தான். தான்

பெண்களை இதுவரை எப்போதாவது ஓர் ஒட்டுமொத்தக் குழுவாகப் பார்த்திருந்தோமா, அவர்களை மனிதகுலத்தின் ஒரு பகுதியாகப் பார்த்திருந்தோமா என்று அவன் அவன் யோசித்தான். மனிதகுலம் என்றால் ஆண்கள் மட்டுமே என்று இதுநாள்வரை தான் அர்த்தப்படுத்தி வந்திருந்தோம் என்ற உண்மை இப்போது அவனுக்கு விளங்கியதால், அது அவனுக்கு வியப்பை ஏற்படுத்தி, அவனை மிகுந்த வருத்தத்தில் ஆழ்த்தியது. கடந்தகாலத்தில், சில சமயங்களில், சாதியின் அடிப்படையில் மனிதர்கள் பல குழுக்களாகப் பரிக்கப்பட்டிருந்து குறித்தும் அதனால் விளைந்த தீமைகள் குறித்தும் சித்தார்த்தன் தீவிரமாக சிந்தித்திருந்தான். யசோதரையை அவன் சந்தித்து, ஒரு வாட்சண்டைப் போட்டியில் அவளை வெற்றி கொள்ளுவது குறித்தப் பிரச்சனையை அவன் எதிர்கொள்ளும்வரை, ஓர் ஆணுக்கு எது நல்லதோ அல்லது கெட்டதோ, ஒரு பெண்ணுக்கும் அது நல்லதாகவோ அல்லது கெட்டதாகவோதான் இருக்க வேண்டும் என்றுஅவன் நினைத்து வந்திருந்தான். ஆனால் இப்போது, பெண்களுக்கு எது நல்லது, எது கெட்டது என்பதை ஆண்கள்தான் தீர்மானித்தனர் என்பதை அவன் மெதுவாக உணரத் தொடங்கினான். பெண்களையும் அவர்களுடைய தனிப்பட்ட சுதந்திரத்தையும் பற்றி அவன் அதிகத் தீவிரமாகவும் அதிக விலாவாரியாகவும் சிந்திக்க விரும்பினான். அதற்கு அவனுக்கு அதிக நேரமும் மிக அதிக முயற்சியும் தேவைப்பட்டன.

ஆனாலும், அவனுடைய உடனடிப் பிரச்சனை வேறு ஒன்றாக இருந்தது. அதைத் தீர்ப்பதற்கு, அவன் அதைப் பற்றி யசோதரையுடன் கலந்து பேசியாக வேண்டியிருந்தது. அவள் அதைப் பற்றித் தெரிந்து கொண்டால், அவள் புத்திசாலித்தனமாகத் தன் தீர்மானத்தை மாற்றிக் கொள்ளக்கூடும் என்று அவன் நினைத்தான். அத்தீர்மானம் கடுமையான துயரத்தை விளைவிக்கக்கூடும் என்றாலும், காலப்போக்கில் அது தங்கள் இருவருக்கும் நன்மை பயக்கும் என்றும், தாங்கள் இருவரும் இப்புதிய உறவுக்குள் அடியெடுத்து வைக்க விரும்பினால் அத்தீர்மானம் மிகவும் முக்கியம் என்றும் அவன் உறுதியாக நம்பினான்.

அன்று இரவு அவன் உணவருந்த உட்கார்ந்தபோது,

சித்தார்த்தனின் மனநிலை அன்று காலையில் இருந்ததிலிருந்து மாறியிருந்ததைக் கண்டு கௌதமி வியப்படைந்தார். அன்று காலையில் அவனுடைய முகம் உதய சூரியனைப்போலப் பிரகாசமாக இருந்தது, ஆனால் இப்போது அது களையிழந்து, அமாவாசைக்கு முந்தைய ஓரிரு நாட்கள் நிலவு எப்படித் தேய்ந்து கொண்டிருக்குமோ அப்படி இருந்தது. ஏதோ கடுமையான ஒரு விஷயத்தைப் பற்றி அவன் தீவிரமாக சிந்தித்துக் கொண்டிருந்ததாக அவர் நினைத்தார். தான் கேட்டால் அவன் அதைத் தன்னிடம் கூறுவான் என்பதை அவர் அறிந்திருந்தபோதிலும், அதை அவனிடம் கேட்க வேண்டாம் என்று அவர் தீர்மானித்தார். அவன் தன்னுடைய மனத்தைப் புரட்டியெடுத்து, தன்னுடைய சொந்த மனவேதனைகளை அனுபவித்து, தன்னுடைய பிரச்சனைக்குத் தானாகவே ஒரு பொருத்தமான தீர்வைக் கண்டுபிடிக்க வேண்டும் என்று அவர் விரும்பினார். சித்தார்த்தன் சாப்பிட்டு முடித்ததும் உடனடியாகத் தன்னுடைய அறைக்குச் சென்றுவிட்டான். அவன் அத்தகைய கடுந்துன்பத்தில் இருந்ததை கண்டபோது கௌதமியால் அதைப் பொறுக்க முடியவில்லை. அவர் தன்னுடைய ஈரமான கண்களைத் துடைத்துக் கொண்டார்.

சித்தார்த்தன் ஒரு தீர்மானம் மேற்கொண்டான், ஆனால் தான் அதை யசோதரையிடம் தெரிவித்தால் அது அவளுக்கு ஆழமான துயரத்தைக் கொடுக்கும் என்பதை அவன் அறிந்திருந்தான். அதுதான் அவனுடைய மனவேதனைக்குக் காரணமாக இருந்தது. பிரக்ஞையுடனோ அல்லது பிரக்ஞையின்றியோ, அடுத்தவருடைய உணர்வுகளைக் காயப்படுத்துவது அவனுடைய இயல்பு அல்ல. ஆனால் இப்போது, அவளுடைய உணர்வுகளைக் காயப்படுத்துவதைத் தவிர அவனுக்கு வேறு வழியில்லை என்று அவனுடைய மனசாட்சி அவனிடம் கூறியது. அதனால் அவன் பின்வருமாறு சிந்தித்தான்: “உண்மை எப்போதுமே வேதனையைத்தான் ஏற்படுத்தும், ஆனால் அந்த வேதனை தற்காலிகமானதாகவே இருக்கும். நான் அந்த உண்மையை மறைத்தால், நான் ஒரு வஞ்சகன் என்று கருதப்படுவேன். அது அவளை என்றென்றும் கடும்

வேதனையில் ஆழ்த்திவிடும். நான் அவளை வேதனைக்கு உள்ளாக்கக்கூடாது. எவரொருவரையும் எந்தவொரு காரணத்திற்காகவும் வேதனைக்கு உள்ளாக்குவது ஒரு கொடூரமான செயலாகும். நான் அவளிடம் உண்மையை எடுத்துரைத்தாக வேண்டும்." இந்த உறுதி அவனுடைய மனத்தில் மீண்டும் அமைதியை நிலைப்படுத்தியது.

தோட்டத்தில் சித்தார்த்தனைக் காண முடியாததால், யசோதரை அவனைத் தேடிக் கோவிலுக்குள் சென்றாள். அங்கு அவன் தன்னுடைய வழக்கமான இடத்தில் உட்கார்ந்து கொண்டிருந்ததை அவள் கண்டாள். அவள் நேராக அவனை நோக்கிச் சென்று, ஓசைபடாமல் அவனுக்கு முன்பாக உட்கார்ந்தாள். அவனுடைய முகம் ஒளிமயமாக இருந்தது. அவனுடைய முகம் மிகவும் பிரகாசமாகவும் அழகாகவும் இருந்ததால், அவளால் அவன்மீதிருந்து தன்னுடைய கண்களை அகற்ற முடியவில்லை. சிறிது நேரம் அவனைப் பார்த்தபடியே அமர்ந்திருந்த அவள், விரைவில் தன்னைப் பற்றியும் தன்னைச் சூழ்ந்திருந்தவற்றைப் பற்றியும் முற்றிலுமாக மறந்து போனாள். இனம் தெரியாத ஏதோ ஒன்று அவளை அழுத்திக் கொண்டிருந்ததுபோல அவளுடைய சுவாசம் இருந்தது. அந்த சுவாசம் எப்போது சீரானது, எப்போது தன்னுடைய கண்ணிமைகள் மென்மையாக மூடிக் கொண்டன என்பதை அவள் அறியவில்லை. ஆனால், அவள் மீண்டும் தன் கண்களைத் திறந்தபோது, சித்தார்த்தன் தன்னை ஆர்வத்தோடு கவனித்துக் கொண்டிருந்ததை அவள் கண்டாள். அவள் அவனைப் பார்த்துப் புன்னகைத்துக் கொண்டே எழுந்து அவனுக்குப் பக்கத்தில் போய் உட்கார்ந்தாள்.

சித்தார்த்தன் அவளைப் பரிவோடு பார்த்து, "நீ எப்போது இங்கே வந்தாய்?" என்று கேட்டான்.

"எனக்குத் தெரியவில்லை. நான் வந்து நெடுநேரம் ஆகியிருக்கலாம். உங்களைப் பார்த்துக் கொண்டிருந்ததில், நானும் உங்களைப்போலவே மாறிவிட்டேன்," என்று அவள் கூறினாள்.

"யசோதரை, எதிர்காலத்தில், நீ என்னைப் பின்பற்ற முடியாத அளவுக்கு நான் மாறக்கூடும்," என்று அவன் யோசனையோடு கூறினான்.

அவனுடைய குரலின் தொனி யசோதரையின் மனத்தில் சிறிது கலக்கத்தை ஏற்படுத்தியது. "நீங்கள் என்ன சொல்லுகிறீர்கள்? நீங்கள் எப்படி மாறுவீர்கள்? என்னால் ஏன் உங்களைப் பின்பற்ற முடியாமல் போகும்?" என்று அவள் வெகுளித்தனமாகக் கேட்டாள்.

"யசோதரை, நான் ஆன்மிக ஆய்வில் ஈடுபட்டிருக்கிறேன் என்று நான் ஏற்கனவே உன்னிடம் கூறியிருக்கிறேன். முன்பு, பிரபஞ்சத்தின் ரகசியங்களை நான் கண்டுபிடிக்க விரும்புவதாக நான் உன்னிடம் கூறியபோது, நீ என்னை ஆய்வு செய்ய விரும்பியதாகக் கூறினாய். அது பரவாயில்லை. ஆனால், நீ என்னை ஆய்வு செய்வதற்கான வாய்ப்பைப் பெறுவதற்கு முன்பு, என்னைப் பற்றியும் என்னுடைய உள்ளார்ந்த விருப்பங்களைப் பற்றியும் நான் உன்னிடம் ஒரு விஷயத்தை வெளிப்படையாகக் கூற விரும்புகிறேன்," என்று கூறிய சித்தார்த்தன், அவள் அதற்கு என்ன பதில் கூறுவாள் என்று பார்ப்பதற்காக ஒருசில கணங்கள் மௌனமாக இருந்தான். அவள் அவனைப் பார்த்த விதம், அவன் தொடர்ந்து பேச வேண்டும் என்பதை அவனுக்கு உணர்த்தியது.

"யசோதரை, நாம் வாழுகின்ற இச்சமுதாயத்துடன் எனக்கு ஒப்புதல் இல்லை என்பதையும், உலகின் போக்கிலிருந்து வித்தியாசமாக சிந்திப்பவன் நான் என்பதையும் நீ நன்றாக அறிவாய். நீயும் அதே பாதையில் இருந்ததாக நீ கூறினாய். உண்மையைக் கூற வேண்டுமென்றால், வெறுமனே வித்தியாசமானவனாக இருந்து என்னுடைய ஆய்வை அதோடு முடித்துக் கொள்ளுவதன் மூலம் என்னை நான் திருப்திப்படுத்த விரும்பவில்லை. இச்சமுதாயத்தையும் அதிலுள்ள மக்களின் நலனையும் உன்னிப்பாக கவனித்து, மிக ஆழமான நிலையில் அவற்றை ஆய்வு செய்யவே நான் விரும்புகிறேன்.

"அதோடு கூடவே, நான் என்னையும் ஆய்வு செய்து என்னைத் தூய்மைப்படுத்திக் கொள்ள விரும்புகிறேன். உடல்ரீதியாகவும் அறிவுரீதியாகவும் மனித அனுபவத்தின்

இரண்டு எதிரெதிர்த் துருவங்களையும் நான் அடைய விரும்புகிறேன். திருமணம் செய்து கொண்டு ஒரு குடும்பஸ்தனாக ஆவதற்கான என்னுடைய விருப்பம் அதன் ஒரு பகுதியாக இருக்கக்கூடும். ஆம், அது உண்மைதான். ஆனால், நீ என்னுடைய வாழ்க்கைத் துணைவியாக ஆக விரும்பினால், நீ ஏமாற்றமடையக்கூடும். அறிவு மற்றும் உண்மை குறித்த என்னுடைய தேடலில், ஒருவேளை நான் என்னுடைய குடும்பத்தைத் துறந்தால், நீ பெருந்துயரத்தில் மூழ்கக்கூடும். பிரிவினால் ஏற்படுகின்ற வேதனையைத் தாங்கிக் கொள்ளுவது மிகக் கடினமானதாக இருக்கக்கூடும். என்னுடைய பெற்றோரைப் பற்றி நினைக்கும்போது, நான் அவர்களுக்கு உதவ முடியாதவனாக இருக்கிறேன். அந்தப் பிணைப்பு, பிறப்பினால் இயல்பாக வருகிறது. நான் அதை அறுத்தெறிந்தால், அது துயரத்தில்தான் போய் முடியும். ஆனால் நாம் இருவரும் ஒரு புதிய உறவை உருவாக்கிக் கொள்ளுவதைப் பற்றி நினைத்துக் கொண்டிருக்கிறோம். நாம் இப்போது அந்த முடிவிலிருந்து விலகிக் கொண்டால், பிரிவு, துயரம் ஆகிய கேள்விகள் எழாது. உனக்கு இதைத் தெரியப்படுத்துவது என் பொறுப்பல்லவா? நம்முடைய உறவு என் இதயத்திற்கு நெருக்கமானது என்று இக்கணத்தில் நான் கருதுகிறேன். ஆனால் எதிர்காலத்தில் என்னுடைய மனநிலை மாறக்கூடும்."

அவனுடைய பேச்சை உன்னிப்பாகக் கேட்டு வந்த யசோதரை இறுதியில் திடுக்கிட்டாள். இப்போது அவளுடைய முகம் கவலையை வெளிப்படுத்தியது. "நம்முடைய உறவும் நம்முடைய அன்பும் எப்படி மாற்றமடைய முடியும்?" என்று அவள் கேட்டாள்.

"மாற்றம் தவிர்க்கப்பட முடியாதது. ஒவ்வொரு கணமும் அதன் முந்தைய கணத்திலிருந்து மாறுபட்டுள்ளது. நாம் முதன்முறையாக சந்தித்த நாளிலிருந்து இக்கணம்வரை நீ ஏதேனும் மாற்றத்தைக் காணுகிறாயா? தயவு செய்து இதைப் பற்றி யோசி."

"ஆமாம், மாற்றம் ஏற்பட்டுள்ளது உண்மைதான். ஆனால் அது மகிழ்ச்சியில் முடிந்துள்ளது."

"இந்த மகிழ்ச்சி என்றென்றும் இதே தீவிரத்துடன் நீடிக்காது. என்னுடைய ஆய்வு எனக்கு மகிழ்ச்சியைக்

கொடுத்தால், அது உனக்கு வேதனையைக் கொடுக்கக்கூடும்."

"நீங்கள் சொல்லுவது எனக்கு வருத்தத்தை ஏற்படுத்துகிறது. ஆனால் ஏனோ, நான் அதை அதிகமாகப் பெற விரும்புகிறேன்."

"நீ உன்னுடைய வாழ்க்கையை என்னோடு பகிர்ந்து கொண்டால், உன்னுடைய வருத்தம் உன்னால் தாங்கிக் கொள்ள முடியாத அளவுக்கு அதிகரிக்கும்."

"அது அதிகரிக்கட்டும். நானும் என்னை சோதித்துப் பார்க்கிறேன். நம்மைச் சுற்றிலும் உள்ள இச்சமுதாயத்தைப் பற்றி நானும்தான் விமர்சிக்கிறேன். அதன் விழுமியங்களோடு எனக்கும்தான் உடன்பாடு இல்லை. உங்களுடைய விமர்சனக் கண்ணோட்டம் உங்களை எங்கே இட்டுச் செல்லும் என்று நான் பார்க்க விரும்புகிறேன். அது என்னை எங்கே அழைத்துச் செல்லும் என்பதையும் நான் காண விரும்புகிறேன். மெய்மை என்ற வார்த்தையைப் பற்றி எனக்குத் தெரியும். அதன் மேலோட்டமான அர்த்தத்தை மட்டுமே நான் புரிந்து கொண்டுள்ளேன். நீங்கள் தேடிக் கொண்டிருக்கின்ற மெய்மை மிகவும் வித்தியாசமானது என்பதை நான் உறுதியாக அறிவேன். ஆனால் அதை நான் உங்களோடு பகிர்ந்து கொள்ள விரும்புகிறேன்."

"ஆனால், அந்த உண்மைக்கான தேடலில், நான் உன் பக்கம் இல்லாமல் போகக்கூடும். இன்னும் சொல்லப் போனால், நான் உன்னுடனேயே இல்லாமல் போகக்கூடும்."

யசோதரை ஆழமாகப் பெருமூச்செறிந்தாள். பிறகு, "நம்முடைய வாழ்க்கை எப்படித் திரைவிலகுகிறது என்று நாம் பார்க்கலாம். உங்களால் ஒரு புதிய விஷயம் எனக்கு அறிமுகமாகியிருக்கிறது. அது என்னை எங்கே இட்டுச் சென்றாலும் சரி, நான் இப்பயணத்தை மேற்கொள்ளத் தயாராக இருக்கிறேன். இன்று, உங்களைப் பற்றிய ஓர் உண்மையை நீங்கள் என்னிடம் நேர்மையாக வெளிப்படுத்தியிருக்கிறீர்கள். இப்படிப்பட்ட ஒரு விஷயம் இவ்வுலகில் இதற்கு முன்பு வேறு யாருக்கேனும் நடந்திருப்பது சந்தேகம்தான். நிச்சயமாக அது ஒருபோதும் நிகழவில்லை என்று நம்பவே நான் தலைப்படுகிறேன். அத்தகைய அனுபவங்கள் ஒருசில கணங்கள் மட்டுமே நீடித்தாலும் அவற்றை நான் அனுபவிக்க விரும்புகிறேன். சமுதாயத்தை

ஆய்வு செய்வதில் நீங்கள் ஈடுபட்டிருக்கும்போது, நம்முடைய உறவை ஆய்வு செய்வதில் என்னை நான் ஈடுபடுத்திக் கொள்ளுவேன். என்னுடைய ரசனைக்குப் பொருத்தமான அறிவை நான் கைவசப்படுத்துவேன்,” என்று கூறினாள்.

முன்பு நிகழ்ந்துள்ளதைப்போலவே, பரிச்சயமில்லாத, ஆய்வு செய்யப்பட்டிராத ஒரு தளத்தை யசோதரையின் வார்த்தைகள் சித்தார்த்தனுக்கு அறிமுகப்படுத்தின. அத்தளத்தைப் பற்றி சிந்திப்பதற்கு ஏராளமான விஷயங்கள் இருந்ததை அவை அவனுக்குப் புரிய வைத்தன.

“யசோதரை, நான் உன்னிடம் இவ்வாறு பேசியதற்குக் காரணம், நான் அனுபவிக்க வாய்ப்புள்ள குற்றவுணர்விலிருந்து என்னை விடுவிடுத்துக் கொள்ளுவது அல்ல. நாம் பிரிய நேரிடலாம் என்பது உனக்குத் தெரிந்திருப்பது நல்லது என்று நான் நினைத்தேன். நேற்று மாலையில், பெண்களுக்கு எதிராகக் காலமுனி கூறிய கடுமையான விமர்சனங்களை நான் கேட்டேன். அவற்றைப் பற்றி உன்னுடைய அபிப்பிராயத்தை நான் தெரிந்து கொள்ள விரும்புகிறேன்.”

“அத்தகைய மோசமான விமர்சனங்களை இப்போது இந்த மகிழ்ச்சியான கணத்தில் நான் கேட்க விரும்பவில்லை. நம்முடைய கூட்டால் வாழ்விலிருந்து அனைத்துக் கடுமையையும் அழித்தொழிக்க முடியும். நான் இக்கணத்தை எந்த இடையூறுமின்றி அனுபவிக்க விரும்புகிறேன்.”

சித்தார்த்தன் இதைக் கேட்டு மனம் நெகிழ்ந்தான். யசோதரையின் மனமும் ஆன்மாவும் தனித்துவமானவை என்பதை அவன் மீண்டும் உணர்ந்தான். அவளுடன் தான் பகிர்ந்து கொள்ள விரும்பிய வாழ்க்கை பெரும் மதிப்பு வாய்ந்ததாக இருக்கும் என்று அவன் நம்பினான். உலகை ஆய்வு செய்வதற்கு அவளுடைய உள்ளுணர்வும் உள்நோக்கும் அவனுக்குத் தேவைப்பட்டன. அவள் தனக்கு உதவத் தயாராக இருந்ததை அவனால் உணர முடிந்தது. அவனுடைய மனத்திலிருந்த அனைத்து சந்தேகங்களும் மறைந்தன. இப்போது அவனுடைய மனம் தெளிந்த வானம்போல இருந்தது. யசோதரை பௌர்ணமி நிலவைப்போலப் பிரகாசமாக ஜொலித்துக்

கொண்டிருந்தாள்.

யசோதரை தன்னுடைய குழந்தைப்பருவ அனுபவங்களை விவரித்தபோது, சித்தார்த்தன் அவளுடைய வெகுளித்தனமான சிரிப்பில் மூழ்கிப் போனான்.

முதன்முறையாக, அறிவும் அப்பாவித்தனமும் ஒரே இடத்தில் இணக்கமாகக் குடியிருந்து கொண்டிருந்ததை சித்தார்த்தன் கவனித்தான்.

“ஒருவேளை என்னுள்ளும் முன்பு அப்பாவித்தனம் குடியிருந்திருக்குமோ? அப்படி இல்லாதிருக்கும் பட்சத்தில், என்னுடைய இயல்பு எப்படி மற்றவர்களுடையதிலிருந்து இவ்வளவு வேறுபட்டிருக்கும் விதத்தில் உருவெடுத்திருக்க முடியும்?” என்று சிந்தித்தபடியே அவன் தன் வீட்டை நோக்கி நடந்தான்.

வாழ்வில் ஒரு புதிய அனுபவத்தைப் பெற அவனுடைய மனம் தயாராக இருந்தது. யசோதரையின்மீதான எல்லையற்ற அன்பு அவனுடைய இதயத்தில் பொங்கி வழிந்தது. அவள் அவனுடைய வாழ்க்கையைப் பாச எண்ணங்களால் நிரப்பியிருந்தாள்.

முந்தைய நாள் மாலையில் தான் பார்த்ததற்கு சித்தார்த்தன் இப்போது முற்றிலுமாக வித்தியாசமாகத் தோன்றியதை கவனித்த கௌதமியின் முகத்தின்மீது ஒரு திருப்திப் புன்னகை மலர்ந்தது.

யசோதரையை நேரில் சென்று பார்க்க வேண்டும் என்ற ஆவலை அவரால் கட்டுப்படுத்திக் கொள்ள முடியவில்லை. கோலியாவுக்குப் பயணம் மேற்கொள்ளத் தேவையான அனைத்து ஏற்பாடுகளையும் அவர் செய்வித்தார். மறுநாள் காலையில், மதிப்பு வாய்ந்த பல பரிசுப் பொருட்களுடன் அவர் தன்னுடைய மருமகளைப் பார்க்கப் புறப்பட்டுச் சென்றார்.

கௌதமி யசோதரையைப் பாசத்தோடு கட்டியணைத்தார். அவரும் அவருடைய கணவரும் சித்தார்த்தனிடம் காண விரும்பிய மாற்றத்தை வியக்கத்தக்க வகையில் யசோதரை அவனிடம் ஏற்படுத்தியிருந்ததால்,

அவருக்கு அவள்மீது ஒரு விதமான பற்று உருவாகியிருந்தது. நன்றியுணர்வும் அதனோடு கலந்திருந்தது. அவர் தன் மருமகளுக்கு விலையுயர்ந்த ஆபரணங்களைக் கொடுத்தார். அவற்றைப் பார்த்துவிட்டு விசிஷ்டை சிரித்துக் கொண்டே, "இந்த ஆபரணங்களை என்னுடைய யசோதரை எந்தக் காலத்தில் அணியப் போகிறாள்? அவளுக்கு இப்படிப்பட்ட விஷயங்களில் ஆர்வமே இல்லை. நீங்கள் அவளுக்கு மலர்களையோ, பறவைகளையோ, அல்லது செம்மறியாடுகளையோ கொடுத்திருந்தால், மறுகணம் அவள் இங்கிருந்து மாயமாய் மறைந்து அவற்றோடு விளையாடத் தொடங்கியிருப்பாள்," என்று கூறினார்.

கௌதமி இதைக் கேட்டு வியப்புற்றார். ஒரு பெண்ணுக்கு நகைகள்மீது நாட்டம் இல்லாமல் இருப்பது ஒரு விநோதமான விஷயமாக அவருக்குத் தோன்றியது. ஆனால் அதே நேரத்தில், யசோதரை சித்தார்த்தனுக்குக் கச்சிதமாகப் பொருந்தியதாகவும் அவர் உணர்ந்தார். அவர்கள் இருவரும் திருமணத்தில் ஒன்றுகூடினால் என்ன நிகழும் என்று நினைத்துப் பார்த்த அவர், தனக்குத் தானே சிரித்துக் கொண்டார்.

அவர் யசோதரையைப் பார்த்து, "மலர்கள் குறித்து நீ கொண்டுள்ள தாகத்தைக் கபிலவஸ்துவில் உள்ள எங்களுடைய தோட்டங்களால் தணிக்க முடியும். பறவைகளோ, தம்முடைய இடைவிடாத கீச்சுக்களால் உனக்கு எரிச்சலூட்டும். செம்மறியாடுகளைப் பற்றி எனக்கு அவ்வளவாகத் தெரியாது. அவற்றைப் பற்றி உன்னுடைய மாமனாரால் உனக்குக் கூற முடியும்," என்று கூறினார்.

யசோதரை அவரைப் பார்த்துப் புன்னகை புரிந்தாள். பிறகு, தனக்குக் கொடுக்கப்பட்ட ஆபரணங்களில் ஒன்றை எடுத்து, அதைக் கொண்டு தன் கழுத்தை அலங்கரித்தாள்.

விசிஷ்டை தன்னுடைய மகளை ஆச்சரியத்தோடு பார்த்துவிட்டு, பிறகு கௌதமியிடம் திரும்பி, "உங்களையும் உங்களுடைய பரிசுகளையும் அவள் எவ்வளவு தூரம் மதிக்கிறாள் என்று பாருங்கள். அவற்றை நான் அவளுக்குக் கொடுத்திருந்தால், உடனடியாக அவள் அவற்றை எங்கேனும் மறைத்திருந்திருப்பாள்," என்று கூறினார்.

கௌதமி யசோதரையை பிரமிப்புடன் பார்த்தபடி,

“யசோதரை, உன்னுடைய அழகுக்கு இவையெல்லாம் எந்த விதத்திலும் உதவாது. நீ நீயாக இரு. சித்தார்த்தன் உன்னை அவ்விதத்தில் பார்க்கவே விரும்புகிறான்,” என்று கூறினார்.

விசிஷ்டை இதைக் கேட்டு வாய்விட்டுச் சிரித்துவிட்டு, “ஆஹா! ஒரு கச்சிதமான ஜோடிப் பொருத்தம்!” என்று கூறினார்.

சித்தார்த்தனின் பிள்ளைப்பருவ நாட்களைப் பற்றிய எல்லா விஷயங்களையும் தனக்குக் கூறும்படி யசோதரை கௌதமியிடம் கேட்டாள்.

சித்தார்த்தன் குழந்தைப்பருவத்திலிருந்தே எப்படி இரக்க குணம் கொண்டவனாக இருந்தான் என்பதையும், அவன் மற்றச் சிறுவர்களிடமிருந்து எவ்வாறு வேறுபட்டிருந்தான் என்பதையும், அனைத்து உயிர்களின் வேதனையையும் துன்பங்களையும் களைவதற்கு அவன் எவ்வாறு தன்னால் முடிந்த அளவு சிறப்பாக முயற்சித்தான் என்பதையும் பற்றி கௌதமி மகிழ்ச்சியாக விவரித்தார்.

இதை உன்னிப்பாகக் கேட்டுக் கொண்டிருந்த யசோதரையின் இதயத்தில், துன்புற்றுக் கொண்டிருந்த அனைத்து உயிர்கள் குறித்தும் உண்மையான இரக்கவுணர்வு மேலோங்கியது. அந்த உயிர்கள் அனைத்தையும் பாசத்தோடும் பரிவோடும் தன்னுடைய கைகளுக்குள் எடுத்துக் கொள்ள வேண்டும்போல அவள் உணர்ந்தாள். அவள் தன்னுடைய இதயத்தின் ஆழத்தில் ஒரு விநோதமான உணர்வை அனுபவித்தாள். அன்பையும் மகிழ்ச்சியையும் தவிர இவ்வுலகில் வேறு எதுவும் இல்லை என்றும், உண்மையில் அதில் வேறு எதுவும் இருக்கக்கூடாது என்றும் அவள் நினைத்தாள்.

அந்த அற்புதமான எண்ணம் அவளுடைய முகத்திற்கு ஒரு புதுப் பொலிவைக் கொண்டுவந்தது. கௌதமி இதை கவனித்தபோது, ஒரு கணம், இயல் கடந்த ஓர் உணர்வை அனுபவித்தார். அந்த உணர்வு கிட்டத்தட்ட பயத்தைப்போல இருந்தது. அது ஒரு கணநேர உணர்வாக இருந்தபோதிலும், அவர் அதனால் குழப்பமடைந்தார். சித்தார்த்தன் எத்தகைய மனிதனாக உருவாக வேண்டும் என்று தான் விரும்பினாரோ, அத்தகைய ஒருவனாக யசோதரையால் அவனை மாற்ற முடியுமா என்ற

லேசான சந்தேகம் அவருக்குள் எழுந்தது. ஆனால், கௌதமியின் கண்களுக்கு நிலவொளியைவிட அதிக இனிமையானவளாகத் தோன்றிய யசோதரை, அவருடைய அனைத்து சந்தேகங்களையும் களைந்து அவருடைய இதயத்தில் இடம்பிடித்தாள்.

யசோதரை உணவு பரிமாறிய விதம், தனக்கான சிறந்த மாற்றாக அவள் இருப்பாள் என்ற உணர்தலை கௌதமிக்குக் கொடுத்தது. ஆனால் அதே சமயத்தில், இனி தன் மகனுக்குத் தன்னுடைய சொந்தக் கைகளால் அதிக காலம் உணவு பரிமாற முடியாது என்ற உண்மையைத் தான் எதிர்கொள்ள வேண்டியிருந்தது குறித்து அவர் வருத்தமுற்றார்.

அவர் ஒரு விதமான பரிதவிப்புடன், "என் மகனுக்கு என் சொந்தக் கைகளால் உணவு பரிமாறுவதற்கான வாய்ப்பை நான் இழக்கப் போகிறேன் என்ற உணர்வை நீ என்னுள் தோற்றுவிக்கிறாய்," என்று யசோதரையிடம் கூறினார்.

"அப்படியானால், நீங்கள் உங்கள் கைகளால் எனக்கு உணவு பரிமாறலாம்," என்று யசோதரை பதிலடி கொடுத்தாள்.

யசோதரை ஒரு வெகுளிப் பெண்ணா அல்லது அறிவாளியா என்று கணிக்க முடியாமல் கௌதமி தடுமாறினார். "உங்கள் இருவரையும் கவனித்துக் கொள்ளுவதற்குப் போதிய வலிமை எனக்கு இல்லை," என்று அவர் கூறினார்.

"அப்படியானால், நான் உங்கள் மகனை கவனித்துக் கொள்ளுகிறேன், நீங்கள் என்னை கவனித்துக் கொள்ளலாம். நான் உங்களுக்கு உதவியாகத்தான் இருப்பேனே தவிர, ஒருபோதும் ஒரு சுமையாக இருக்க மாட்டேன்."

சித்தார்த்தன் தனக்குரியவன் என்பதை யசோதரை அழகாக வெளிப்படுத்திய விதம் கௌதமிக்குப் பெரும் மகிழ்ச்சியைக் கொடுத்தது.

"ஓ, நிச்சயமாக! உன்னை கவனித்துக் கொள்ளுவதை நான் பெரிதும் விரும்புவேன். ஒரு மகன் வேண்டும் என்ற என்னுடைய விருப்பம் நிறைவேறியுள்ளது. ஆனால், ஒரு மகள் குறித்த விருப்பம் இன்னும் நிறைவேறவில்லை.

இன்றிலிருந்து, அந்தக் கவலையும் இனி எனக்கு இல்லை," என்று கூறியபடி, யசோதரையை அவர் தன் கைகளுக்குள் இழுத்துக் கொண்டார்.

அடுத்த ஒருசில கணங்கள், குழந்தைப்பருவம் முதலாகப் பாசத்தோடு சித்தார்த்தனுக்கு எல்லாவற்றையும் செய்து வந்திருந்த அந்தக் கைகளில் யசோதரை அமைதியாக இளைப்பாறினாள்.

அவர்கள் இருவரையும் அந்நிலையில் பார்த்தபோது, விசிஷ்டையின் கண்களில் கண்ணீர் நிரம்பியது. தன்னுடைய மகள் தன்னுடைய சொந்தத் தாயைக் கட்டியணைப்பதைப்போல இன்னொருவரைக் கட்டியணைத்துக் கொண்டிருந்தது, ஒரே நேரத்தில் அவருக்கு மகிழ்ச்சியையும் வருத்தத்தையும் கொடுத்தது. தனக்கு ஏதோ முக்கியமான வேலை இருந்ததுபோல அவர் வேகமாக அந்த இடத்தைவிட்டு அகன்றார்.

யசோதரையுடனான முதல் சந்திப்பையும் இரண்டாவது சந்திப்பையும் பற்றிய எல்லா விஷயங்களையும் சித்தார்த்தனிடமிருந்து கௌதமி தெரிந்து கொண்டிருந்தார். அவர்களுடைய மற்ற சந்திப்புகளைப் பற்றிய எல்லா விஷயங்களையும் தனக்குக் கூறும்படி யசோதரையிடம் கேட்க வேண்டும்போல அவருக்குத் தோன்றியது, ஆனால் அதற்கான முறையான இடமோ அல்லது நேரமோ அதுவல்ல என்பதால் அவர் தன்னைக் கட்டுப்படுத்திக் கொண்டார். யசோதரை சித்தார்த்தனின் மனைவியாகக் கபிலவஸ்துவுக்கு வரும்போது அவள் அதைத் தனக்குத் தெரியப்படுத்துவாள் என்பதை அவர் அறிந்திருந்தார். கோலியாவுக்கு அவர் வந்திருந்ததற்கான நோக்கம் இப்போது நிறைவேறியிருந்தது. இப்போது அவர் அங்கிருந்து விடைபெற்றுக் கொண்டு வீடு திரும்பலாம். ஆனால் யசோதரையுடன் இன்னும் சிறிது நேரம் இருக்க அவர் ஏங்கினார். யசோதரையிடமிருந்து தள்ளி இருப்பது சித்தார்த்தனுக்கு எவ்வளவு கடினமாக இருக்கும் என்பதை அவரால் இப்போது உணர்ந்து கொள்ள முடிந்தது. கூடிய விரைவில் அவர்களுடைய திருமணத்திற்கு ஒரு நல்ல முகூர்த்த நாளைத் தேர்ந்தெடுக்கும்படி விசிஷ்டைக்கு அவர் அறிவுறுத்தினார்.

அவ்விஷயத்தில் தன்னுடைய இயலாமையை வெளிப்படுத்திய விசிஷ்டை, எல்லாம் தன் கணவரின் தீர்மானத்தைச் சார்ந்தது என்று கூறினார். ஆனால், யசோதரைக்கு அவளுடைய தாயாரின் அபிப்பிராயம் மகிழ்ச்சியைக் கொடுக்கவில்லை, அதை அவளால் ஏற்றுக் கொள்ளவும் முடியவில்லை.

எனவே, அவள் இடைமறித்து, “அம்மா, அப்படிச் சொல்லாதீர்கள். என்னுடைய திருமணத்தைப் பொருத்தவரை எப்போதும் என் தந்தைக்குத்தான் உச்சகட்ட அதிகாரம் இருந்ததாக முன்பு நீங்கள் கூறி வந்தீர்கள். ஆனால், அவருடைய அதிகாரத்தை என்னால் வெற்றி கொள்ள முடிந்ததை நீங்கள் இப்போது கண்கூடாகப் பார்த்திருக்கிறீர்கள். ஆண்கள்மீது நமக்கும் அதிகாரம் இருக்கிறது. நம்மாலும் நம்முடைய அதிகாரத்தைப் பயன்படுத்த முடியும். நமக்கு அதிகாரம் இருக்கிறது என்பதை முதலில் நாம் புரிந்து கொள்ள வேண்டியது அவசியம்,” என்று கூறினாள்.

பிறகு அவள் கௌதமியிடம் திரும்பி, “நீங்கள் கவலைப்படாதீர்கள். எங்களுடைய திருமணம் விரைவில் நடைபெறும்,” என்று கூறினாள்.

கௌதமி இப்போது மீண்டும் ஒரு குழப்ப நிலைக்குள் தள்ளப்பட்டார். வெளிப்பார்வைக்கு ஒரு வெகுளிபோலத் தோன்றிய யசோதரை உண்மையில் அவ்வளவு வெகுளி அல்ல என்ற உணர்வு அவருக்கு ஏற்பட்டது. “இவளிடம் நேர்மறையான பல பண்புநலன்கள் இருக்கின்றன. கண்ணியம், வெகுளித்தனம், அமைதி போன்றவை இவளுடைய புறப் பண்புநலன்கள் மட்டுமே. காலம் செல்லச் செல்லத்தான் இவளுடைய உண்மையான இயல்பு தெரிய வரும். இவள் சித்தார்த்தனுக்குப் பொருத்தமான துணையாக இருப்பாள் என்பது நிச்சயம். அவன் தன் மனம் போன போக்கில் நடந்து கொள்ளுவது இவளைத் தொந்தரவு செய்யாது. மாறாக, அவன் சரியான தேர்ந்தெடுப்புகளை மேற்கொள்ளுவதற்கான மனவலிமையை இவள் அவனுக்குக் கொடுப்பாள்,” என்று அவர் தன் மனத்திற்குள் நினைத்துக் கொண்டார்.

மேலும், “யசோதரைக்கும் சித்தார்த்தனுக்கும்

இடையேயான திருமணம் வழக்கத்திற்கு மாறானது மட்டுமல்ல, அது அரிதிலும் அரியதொரு நிகழ்வு," என்றும் அவர் நினைத்தார்.

யசோதரையைப் பற்றிய எல்லாவற்றையும் தான் சுத்தோதனரிடம் கூறினால் அவர் எவ்வளவு மகிழ்ச்சி கொள்ளுவார் என்பதை கௌதமி அறிந்திருந்தார். கோலியாவில் நிகழ்ந்த எல்லாவற்றையும் தன் கணவரிடம் கூறுவதற்கான அவருடைய ஆர்வம், யசோதரையிடமிருந்து விடைபெற்றுக் கொண்டு கபிலவஸ்துவுக்குத் திரும்பிச் செல்லுவதை அவருக்கு சுலபமாக்கியது. வழி நெடுகிலும், அவ்வப்போது தன் கண்களில் துளிர்த்த ஆனந்தக் கண்ணீரை அவர் துடைத்துக் கொண்டார். முந்தைய நாள்வரை, சித்தார்த்தனின் திருமணம் அவனுடைய பெற்றோருக்கு ஒரு கனவாக மட்டுமே இருந்தது. ஆனால் இப்போது அது யதார்த்தமானதாக ஆகியிருந்தது.

சித்தார்த்தன் மற்றும் யசோதரைக்கு இடையேயான திருமணத்தை இரண்டு குடும்பங்களையும் சேர்ந்த பெரியவர்கள் ஒரு திருவிழாவைப்போலக் கொண்டாடினர். திருமணச் சடங்குகள்மீது சித்தார்த்தன் வெறுப்புக் கொண்டிருந்ததை நன்றாக அறிந்திருந்த சுத்தோதனர், தன் வீட்டில் வெகுசில சடங்குகள் மட்டும் மேற்கொள்ளப்படுவதற்கான ஏற்பாடுகளைச் செய்தார்.

ஆனால், வேதச் சடங்குகள்மீது மிக உயர்ந்த மதிப்புக் கொண்டிருந்த பிம்பானனர், பிராமணப் புரோகிதர்கள் தூக்கிப் பிடித்தப் பாரம்பரியத் திருமணச் சடங்குகள் அனைத்தையும் பின்பற்றினார். அச்சடங்குகளின்போது சித்தார்த்தன் எரிச்சலடைந்து கொண்டிருந்ததை யசோதரை கவனித்தாள். அச்சடங்குகளைப் பற்றி அலட்டிக் கொள்ளாமல், முட்டாள்தனமான மற்றும் நகைப்புக்குரிய சடங்குகளை நடத்திக் கொண்டிருந்த புரோகிதர்களின் நடவடிக்கைகளைக் கண்டுகளிக்கும்படி அவள் சித்தார்த்தனிடம் கிசுகிசுத்தாள். தன்னுடைய மனத்தை ஆசுவாசப்படுத்துவதற்குத் தானும் அதைத்தான்

செய்து கொண்டிருந்ததாக அவள் கூறினாள். இத்தகைய ஒரு சூழலில் சிரிப்பை அடக்கிக் கொள்ளுவது சிரமம்தான் என்றும், தான் அந்த சிரமத்திலிருந்து மீளுவதற்குத் தன்னால் முடிந்த அளவு முயற்சித்துக் கொண்டிருந்ததாகவும் அவள் அவனிடம் தெரிவித்தாள்.

யசோதரையின் மனப்போக்கு சித்தார்த்தனுக்கு வியப்பூட்டியது. அவன் அவளுடைய அறிவுரையைப் பின்பற்றியபோது, அவன் எரிச்சலிலிருந்து விடுபட்டான். இப்போது அதனிடத்தைக் குதூகலம் எடுத்துக் கொண்டது. சிறிது நேரத்திற்கு, யசோதரையையும், சிரிப்பைக் கட்டுப்படுத்திக் கொள்ள அவள் மேற்கொண்ட முயற்சிகளையும் அவன் ரகசியமாகப் பார்த்து ரசித்து மகிழ்ந்தான். ஆனால், விஷயங்களைப் பற்றி சிந்திப்பதற்கும் ஆய்வு செய்வதற்கும் பழக்கப்பட்டிருந்த அவனுடைய மனம், யசோதரை அவனிடம் கூறியிருந்ததற்கான அர்த்தத்தைத் தேடத் தொடங்கியது. மனத்திற்கு எரிச்சலூட்டுகின்ற ஒன்றைப் பார்த்துச் சிரிப்பது ஒருவருடைய அறிவு வளர்ச்சியின் எந்த நிலையில் சாத்தியமாகும் என்று அவன் யோசித்தான்.

கோபமும் எரிச்சலும் ஒருவருடைய மனத்தைப் வெறுப்பால் நிரப்புகின்றன. வேதப் பாரம்பரியங்களையும் அவற்றோடு தொடர்புடைய சடங்குகள் மற்றும் சம்பிரதாயங்களையும் தான் வெறுத்ததை அவன் அறிவான். ஆனால் அவற்றைத் தனக்கு சாதகமாகவும் தனக்கு நன்மை பயக்கும்படியாகவும் மாற்ற முடியும் என்று அவன் ஒருபோதும் எண்ணியதில்லை. அவற்றைக் கண்டு சிரிக்கும்படி யசோதரை அவனிடம் கூறியபோது, அவள் எந்த அர்த்தத்தில் அதைக் கூறினாள்? ஒருவர் அவற்றின் பயனின்மையைப் புரிந்து கொண்டு, அவற்றைக் கண்டு சிரிக்கும்போது, வெறுப்புக்கு பதிலாக ஒரு விதமான வேடிக்கையுணர்வு அவருடைய மனத்தை நிரப்பும், அவருடைய இதயம் லேசாகும். மனிதர்களின் மடமையைக் கண்டு சிரிக்கவும் பொய்மையைத் தாங்கிக் கொள்ளவும் ஒருவர் கற்றுக் கொண்டால், அவற்றை மாற்றுவது எப்படிச் சாத்தியப்படும்? யசோதரை துல்லியமாக எதைப் பரிந்துரைத்துக் கொண்டிருந்தாள்? அந்தச் சடங்குகளைக்

கண்டு சிரித்துவிட்டு அவற்றைப் பொறுத்துக் கொள்ளும்படி பரிந்துரைத்தாளா அல்லது அவற்றைக் கண்டு சிரித்துவிட்டு அவற்றை மாற்றும்படி அறிவுறுத்தினாளா? அறிவின் எந்த நிலையை அவள் அடைந்திருந்தாள் என்பதை அவனால் புரிந்து கொள்ள முடியவில்லை. ஓர் அப்பாவிக் குழந்தையின் அறிவு நிலையையா அல்லது பக்குவப்பட்ட ஒரு மனிதனின் அறிவு நிலையையா?

சித்தார்த்தன் தன் சிந்தனையிலிருந்து வெளிவந்தபோது, திருமணத்தின் எஞ்சிய சடங்குகள் அனைத்தும் நிறைவேற்றப்பட்டிருந்தன. தம்பதியரை ஆசீர்வதிப்பதற்குப் பெரியவர்கள் அவர்களை நோக்கி வந்து கொண்டிருந்தனர்.

அன்று மாலையில், தான் பிறந்து வளர்ந்த கிராமத்திடமிருந்தும் தன்னுடைய பெற்றோர், உறவினர், மற்றும் நண்பர்களிடமிருந்தும் யசோதரை விடைபெற்றுக் கொண்டாள். அவள் சித்தார்த்தனின் கையைப் பிடித்துக் கொண்டு, தன்னுடைய எதிர்கால வாழ்க்கையைத் தேடிக் கபிலவஸ்துவுக்குப் புறப்படத் தயாரானாள். அவள் தன் பெற்றோரின் கண்ணீரைத் துடைத்துவிட்டு, வருத்தம் நிரம்பிய அவர்களுடைய இதயங்களுக்கு ஆறுதல் கூறினாள். ஒரு பெண் தான் பிறந்த வீட்டைவிட்டுப் போயாகத்தான் வேண்டும் என்று தன்னுடைய குழந்தைப்பருவம் முதலாகவே தனக்குக் கற்றுக் கொடுத்து வந்திருந்த அவர்கள் இப்போது ஏன் அழுது கொண்டிருந்தனர் என்று அவள் ஒரு மென்மையான குரலில் அவர்களை கடிந்து கொண்டாள். அவளுடைய வார்த்தைகளால் மனம் நெகிழ்ந்த அவளுடைய பெற்றோர், இன்னும் அதிகமாக அழுதனர்.

சித்தார்த்தனால் அக்காட்சியைத் தாங்கிக் கொள்ள முடியவில்லை. யசோதரையையும் அவளுடைய பெற்றோரையும் பற்றி அவன் நினைத்துப் பார்த்தான். அவள் அவனை மணந்து கொண்டதால்தான் தன்னுடைய பெற்றோரிடமிருந்து பிரிய நேரிட்டிருந்தது. அது அவளுடைய பெற்றோரு வருத்தத்தைக் கொடுத்தது. ஆனால் யசோதரையின் முகத்தில் எந்த வருத்தமும் தென்படவில்லை. ஒருவேளை அவள் தன் இதயத்தில் அந்த வருத்தத்தை அனுபவித்துக் கொண்டிருக்கக்கூடும். இதற்கு

என்ன அர்த்தம்? இத்திருமணம் தங்களுக்குத் துன்பத்தைக் கொடுக்கும் என்பதை நன்றாக அறிந்துதானே அவர்கள் இந்தத் திருமணத்தைக் கொண்டாடினர்? விருப்பத்துடன் செய்யப்படும் ஒரு காரியமே ஒருவருக்குத் துயரத்தைக் கொடுக்கிறது என்றால், விருப்பமின்றிச் செய்யப்படும் ஒரு செயல் அவருக்கு எவ்வளவு அதிக வேதனையைக் கொடுக்கும் என்று அவன் நினைத்துப் பார்த்தான்.

அவர்கள் இருவரையும் அவசரப்படுத்தி வண்டிக்குள் ஏறும்படி செய்ய சுத்தோதனருக்கும் கௌதமிக்கும் மனமிருக்கவில்லை. இறுதியில், தம்பதியர் இருவரும் தங்கள் வண்டிக்குள் ஏறிய பிறகு, சித்தார்த்தன் யசோதரையின் பக்கத்தில் உட்கார்ந்து கொண்டு, அவளுடைய கையைத் தன் கைக்குள் வைத்து, "உனக்கு வருத்தமாக இருக்கிறதா?" என்று கேட்டான்.

யசோதரை தன் கண்களில் கண்ணீருடன் புன்னகைத்தபடி, "நான் வருத்தமாக இல்லை என்று நான் கூற மாட்டேன், ஆனால் அதே சமயத்தில் நான் மகிழ்ச்சியாகவும் இருக்கிறேன். ஒருவேளை என் மகிழ்ச்சி என் வருத்தத்தைவிட மிக அதிகமாக இருக்கிறதுபோலும். ஒருவேளை என்ன ஒருவேளை? அது அப்படித்தான் இருக்கிறது," என்று கூறினாள்.

அவன் அன்போடும் பாசத்தோடும் அவளுடைய கையை அழுத்தி, அதை எடுத்துத் தன் இதயத்தின்மீது வைத்தான். "நீ உன்னுடைய பிறந்த வீட்டைவிட்டுப் புறப்பட்டு வந்திருப்பதும், இனி தொடரவிருக்கும் பிரிவும் உன் பெற்றோரை மிகுந்த வேதனைக்கு உள்ளாக்கியுள்ளன," என்று அவன் கூறினான்.

அதற்கு யசோதரை, "நான் பிறந்ததிலிருந்து இந்த நாளை அவர்கள் கனவு கண்டு வந்துள்ளனர். அவர்கள் இந்த நாளுக்காக ஆவலோடு காத்திருந்து வந்துள்ளனர். இதெல்லாம் வாழ்வின் ஒரு பகுதி. இந்நேரம் என் தாயார் தன்னுடைய வேதனையை மறந்திருப்பார். நம்முடைய திருமணக் களேபரத்தில் இடம் மாறியிருக்கும் பொருட்களை ஒழுங்காக அவற்றின் இடங்களில் வைப்பதில் அவர் மும்முரமாகியிருப்பார். என் தந்தையோ, தன் மகளின் திருமணத்தைத் தான் பிரம்மாண்டமாகக் கொண்டாடிய

விதத்தைத் தன் வீட்டின் முன்னால் கூடியிருக்கும் மக்களிடம் பெருமிதம் பொங்க விவரித்துக் கொண்டிருப்பார். வீட்டிலுள்ள எல்லோரும் நம்முடைய திருமணத்தைப் பற்றி மகிழ்ச்சியாகப் பேசிக் கொண்டிருப்பர்," என்று பதிலளித்தாள்.

சூழ்நிலையை அவள் விளக்கிய விதம் சித்தார்த்தனுக்கு மனநிறைவைக் கொடுத்து அவனிடம் ஒரு புன்னகையை வரவழைத்தது. அவன் யசோதரையிடம், "உன் பெற்றோர் விஷயத்தில் எல்லாம் சரியாக இருந்துவிட்டுப் போகட்டும். நீ எப்படி இருக்கிறாய்? உன் இதயத்தில் நீ எத்தகைய உணர்வை அனுபவித்துக் கொண்டிருக்கிறாய்?" என்று கேட்டான்.

"நாம் என்னுடைய கிராமத்தைவிட்டு வெகுதூரம் தள்ளி வர வர, என் இதயம் லேசாகிறது. நான் என்னுடைய புதிய வாழ்க்கையைத் துவக்கவிருக்கிறேன். நான் எந்தத் தயக்கமும் இல்லாமல் என்னுடைய எண்ணங்களைப் பகிர்ந்து கொள்ளுவதற்கு எனக்கு ஒரு துணைவரை நான் கண்டுபிடித்துள்ளது குறித்து நான் மகிழ்ச்சி கொள்ளுகிறேன். உங்களுடைய அன்பைச் சுவைப்பதற்கான பேரார்வம் என்னுள் வலிமையாக வளர்ந்து கொண்டிருக்கிறது."

மகிழ்ச்சியால் அவளுடைய முகம் மேன்மேலும் மலர்ந்தபோது, சித்தார்த்தன் அவளைக் குறித்து எல்லையற்ற அன்பை அனுபவித்தான். அவளுடன் நெருக்கமாக இருந்தது அவனுக்குப் பேரின்பத்தைக் கொடுத்ததால், என்றென்றும் அவளோடு தனியாக இருந்துவிட மாட்டோமா என்று அவன் ஏங்கினான். அவர்களுடைய வண்டியின் ஒவ்வொரு குலுக்கலும் அவர்களுடைய நெருக்கத்தை அதிகரித்தது.

கௌதமி தன் வீட்டில் இருந்த எல்லோரையும் ஒன்றுதிரட்டி, யசோதரை தங்கள் வீட்டிற்குள் அடியெடுத்து வைத்தக் கணத்திலிருந்து இனி அந்த வீடு யசோதரையினுடையதாக ஆகியிருந்ததாக அறிவித்தார். திருமணத்தில் கலந்து கொள்ள முடியாமல் போன முதியவர்களும் ஊனமுற்றவர்களும் யசோதரையின் வரவுக்காகக் காத்திருந்தனர்.

இப்போது அவர்கள் அவளைப் பார்த்து, அவளை ஆசீர்வதித்துவிட்டு, அவளுக்குப் பரிசுப் பொருட்களைக்

கொடுத்துவிட்டு, அங்கு விருந்து உட்கொண்டுவிட்டு மகிழ்ச்சியாகத் தங்கள் வீடுகளுக்குத் திரும்பிச் சென்றனர். யசோதரை ஒவ்வொரு வேலையிலும் கௌதமிக்கு உதவியபடி அவரோடு இணக்கமாக நடந்து கொண்டாள். அவள் அந்த வீட்டில் பலப்பல ஆண்டுகள் வாழ்ந்திருந்தவள்போலவும், அதன் அனைத்துப் பாரம்பரியங்களுக்கும் வழக்கங்களுக்கும் பழக்கப்பட்டு இருந்தவள்போலவும் தோன்றினாள்.

"யசோதரை, நீ களைத்துப் போயிருக்கிறாய். இப்போது நீ என் பேச்சைக் கேட்டாக வேண்டும். போய் ஓய்வெடுத்துக் கொள். முதல் நாளிலிருந்தே நான் உன்னைக் கடுமையாக வேலை வாங்கிக் கொண்டிருப்பதாக மக்கள் கூறும்படி செய்துவிடாதே," என்று கௌதமி அவளைப் பாசத்தோடு கடிந்து கொண்டுவிட்டு, சித்தார்த்தனின் அறைக்கு அவளை அனுப்பி வைத்தாள்.

யசோதரை வரும்வரை விழித்திருக்க முடியாத அளவுக்கு மிகவும் களைத்துப் போன சித்தார்த்தன், ஆழ்ந்து உறங்கிக் கொண்டிருந்தான். அவள் அவனைத் தொந்தரவு செய்ய விரும்பாததால், அவள் அவனருகே சென்று அவனுக்குப் பக்கத்தில் படுத்து அமைதியாகத் தூங்கலானாள்.

சித்தார்த்தன் மறுநாள் அதிகாலையில் கண்விழித்தபோது, தனக்குப் பக்கத்தில் யசோதரை ஆழ்ந்து தூங்கிக் கொண்டிருந்ததைக் கண்டான். தன்னுடைய பார்வையை அவள்மீதிருந்து அவனால் விலக்கிக் கொள்ள முடியவில்லை. அவளுடைய இதழ்கள்மீது மலர்ந்திருந்த ஒரு லேசான புன்னகை, புதிதாகப் பிறந்துள்ள ஒரு குழந்தையின் கள்ளங்கபடமற்றப் புன்னகையைப்போல இனிமையானதாக இருந்தது. அவள் தன்னுடைய நகைகள் அனைத்தையும் கழற்றி வைத்திருந்தாள். அவளுடைய நீண்ட கருங்கூந்தல் அவளுடைய முதுகு நெடுகிலும் பரந்து கிடந்தது. வெண்ணிற மலர்களால் ஆன ஒரு மெல்லிய பூச்சரம் அவளுடைய கூந்தலை அலங்கரித்திருந்தது. மென்மையான பட்டாடைகளை அணிந்திருந்த அவள் தெய்விகமானவள்போலக் காணப்பட்டாள். முந்தைய இரவு நெடுகிலும் அவள் தனக்குப் பக்கத்தில் படுத்துத் தூங்கிக் கொண்டிருந்தாள் என்ற எண்ணம், வார்த்தைகளில்

விவரிக்கப்பட முடியாத ஆனந்தத்தை அவனுள் ஏற்படுத்தியது. பொழுது புலரும்வரை அவன் அவளைப் பார்த்தபடி அமர்ந்திருந்தான்.

யசோதரை கண்விழித்தபோது, சித்தார்த்தனின் முகம் அவளுடைய கண்களுக்கு மகிழ்ச்சியளித்தது. அவள் இனிமையாகப் புன்னகைத்தாள். பிறகு அவள் தன் படுக்கையைவிட்டுக் கீழே இறங்கித் தன்னுடைய ஆடைகளைச் சரி செய்துவிட்டு, தன்னுடைய கூந்தலை அள்ளி ஒரு கொண்டையாக முடிந்து, தன் தலையிலிருந்த பூச்சரத்தை எடுத்து சித்தார்த்தனின் கழுத்தில் அணிவித்துவிட்டு அந்த அறையைவிட்டு வெளியேறினாள்.

இன்னும் கிறக்கத்தில் இருந்த சித்தார்த்தனின் கண்கள் எந்த உணர்ச்சியையும் வெளிப்படுத்தாமல் வெறுமனே அவளுடைய நடவடிக்கைகளை கவனித்தன.

யசோதரை அங்கிருந்து போய்விட்டிருந்தபோதிலும், அவளுடைய உடலின் இனிய மணம் காற்றில் இன்னும் அங்கு சுற்றிக் கொண்டிருந்தது. அது அவனுடைய உடலை மென்மையாகத் தொட்டு, அன்றைய நாளை அவனுக்கு அதிக இனிமையானதாக ஆக்கியது. அவன் தன்னுடைய மயக்க நிலையிலிருந்து விடுபடுவதற்குச் சிறிது நேரம் ஆயிற்று. அவன் அதிலிருந்து வெளிவந்தபோது, தான் அடைந்திருந்த உணர்ச்சி நிலையைப் பற்றி அவன் ஆழமாக சிந்திக்கத் தொடங்கினான். யசோதரை திரும்பி வருவாள் என்று எதிர்பார்த்துச் சிறிது நேரம் காத்திருந்துவிட்டு, பிறகு ஒருவழியாகத் தன்னுடைய வீட்டுக் கடமைகளை கவனிக்க அவன் சென்றுவிட்டான்.

யசோதரை வந்த பிறகு அந்த வீடு அதிக நேர்த்தியானதாகவும் அதிக அழகானதாகவும் ஆகியிருந்ததாக எல்லோருமே ஒருமனதாக ஒப்புக் கொண்டனர்.

அவள் புன்னகைத்தபடியே அந்த வீட்டில் வளைய வந்ததும், மலர்களால் வீட்டை அவள் அலங்கரித்த விதமும், தன்னால் முடிந்த ஒவ்வொரு வேலையையும்

சித்தார்த்தனைப் பற்றித் தன் மனத்தில் நினைத்துக் கொண்டே அவள் செய்து முடித்த விதமும் அந்த வீட்டிற்கு அழகு சேர்த்தன.

யசோதரையுடனான இணைப்பை சித்தார்த்தன் மிகவும் ரசித்து அனுபவித்துக் கொண்டிருந்தான் என்பதை அவனைப் பார்த்த எவரொருவராலும் எளிதில் புரிந்து கொள்ள முடிந்தது. அவன் தன்னுடைய நேரம் முழுவதையும் அவளுடன் செலவிட விரும்பியபோதிலும், சிறிது நேரத்தை தியானத்திற்கும், அதைவிடக் கூடுதலாகச் சிறிது நேரத்தைத் துறவிகளுடனான உரையாடல்களுக்கும் அவன் ஒதுக்கினான். விரைவில், அவனுடைய வாழ்க்கை மிக இயல்பாக அவளுடைய வாழ்க்கையுடன் பின்னிப் பிணைந்ததால், கவலைப்படுவதற்கு எந்தக் காரணமும் இருக்கவில்லை, செயற்கைத்தனமான அனுசரிப்புகளுக்கு எந்தத் தேவையும் எழவில்லை. யசோதரை இப்படித்தான் அவனைத் தன் வாழ்விற்குள் இழுத்து வந்து அவனுடைய வாழ்வுடன் ஐக்கியமானாள். மற்றவர்கள் அதை கவனித்தார்களோ இல்லையோ, கௌதமியாலும் சித்தார்த்தனாலும் அதை கவனிக்க முடிந்தது. கௌதமி அது குறித்து மகிழ்ந்தபோதிலும், தொடர்ந்து மௌனமாக இருந்தார். ஆனால் சித்தார்த்தனால் அப்படி இருக்க முடியவில்லை.

அவன் ஒரு மனவசிய நிலையிலிருந்து தன்னை விடுவித்துக் கொள்ள முயற்சித்தபடியே, "யசோதரை! இதெல்லாம் எப்படி நிகழ்ந்தது?" என்று கேட்டான்.

அவள் உற்சாகத்தோடு, "இதெல்லாம் என் கைவண்ணம் என்று உங்களுக்குத் தோன்றவில்லையா?" என்று கேட்டாள்.

"இதெல்லாம் ஏன் இவ்விதத்தில் நிகழ்ந்தது என்பதை நான் தெரிந்து கொள்ள முயற்சித்துக் கொண்டிருக்கிறேன்," என்று சித்தார்த்தன் கூறினான்.

"தூங்குவதற்கான நேரம் வரும்போது நீங்கள் சிந்தனையில் ஈடுபடக்கூடாது. நாளைக்கு உங்களுடைய ஓய்வு நேரத்தில் அதைப் பற்றி நீங்கள் சிந்திக்கலாம்."

யசோதரை தன்னுடைய மென்மையான உள்ளங்கைகளால் அவனுடைய கண்களை மெதுவாக

மூடினாள்.

சித்தார்த்தனின் கண்கள் மூடின, ஆனால் அவனுடைய மனம் விழித்திருந்தது. அது சிந்தித்துக் கொண்டிருந்தது.

தான் மகிழ்ச்சியாக இருந்ததை அவன் அறிந்திருந்தான். ஆனால் தன்னுடைய மகிழ்ச்சி என்றென்றும் இதேபோல நிலைத்திருக்காது என்பதையும் அவன் அறிந்திருந்தான். அவனுடைய மனம் சிந்தனையில் மூழ்கியது. "பிரிவும் துன்பமும் தவிர்க்கப்பட முடியாதவை. அன்பு, சங்கமம், பிரிவு, மனச்சோர்வு ஆகிய அனைத்தும் மனிதர்களைக் கட்டிப் போட்டிருக்கும் கால்கட்டுக்கள். இப்படிப்பட்டக் கட்டுக்களில் சிக்கிக் கொண்டுள்ள மனிதர்கள் துன்பத்திலிருந்து தங்களை விடுவித்துக் கொள்ளத் தவறிவிடுகின்றனர். இப்படிப்பட்டக் கட்டுக்களுக்கான மூலாதாரம் எது? அவற்றால் விளைகின்ற துன்பத்தை எவ்வாறு தவிர்ப்பது? துன்பத்திற்கு முடிவு கட்டுவதற்கு ஒரு வழியைக் கண்டுபிடிப்பது சாத்தியம்தானா? நான் பல அறிஞர்களையும் துறவிகளையும் சந்தித்திருக்கிறேன். ஆனால், அவர்களில் யாருமே அப்படிப்பட்ட ஒரு வழியைத் தேடிக் கொண்டிருப்பதுபோலத் தெரியவில்லை. ஒருவேளை, அவர்கள் அத்தகைய கேள்விகளுக்கான விடைகளின் தேடலில் தங்களை ஈடுபடுத்திக் கொண்டிருக்கவில்லைபோலும். ஆனால், மெய்ஞானத்திற்கான தேடலை என்னுடைய வாழ்வின் நோக்கமாக வரித்துக் கொண்டுள்ள நான்கூட அன்பு, பாசம் ஆகிய பிணைப்புகளால் கட்டுண்டு கிடக்கிறேன். இப்போது, என்னுடைய வாழ்வின் இக்கட்டத்தில், யசோதரை ஒரு கால்கட்டாக உருவாகி எனக்குத் துன்பத்தை ஏற்படுத்தாமல் போகக்கூடும். ஆனால் எதிர்காலத்தில் ஏதோ ஒரு சமயத்தில், அவள் நிச்சயமாக என்னை வேதனையில் மூழ்கடிப்பாள்."

"நீங்கள் எதைப் பற்றி சிந்தித்துக் கொண்டிருக்கிறீர்கள்? அதை என்னிடம் கூறக் கூடாதா?" என்று யசோதரை கேட்டாள்.

"யசோதரை, உன்னுடைய அன்பு ஒரு கால்கட்டாக ஆகி எதிர்காலத்தில் நமக்குத் துன்பத்தை ஏற்படுத்தக்கூடுமோ என்று நான் பயப்படுகிறேன்," என்று அவன் பதிலளித்தான்.

யசோதரை லேசாகச் சிரித்துவிட்டு, "இல்லை, அது ஒருபோதும் நிகழாது," என்று கூறினாள்.

"ஆனால், இங்கிருந்து வெளியேறி என்னுடைய ஆய்வைத் துவக்கும்படி என் இதயம் எனக்குக் கட்டளையிடுகின்ற நாளன்று நீ எப்படி நடந்து கொள்ளுவாய்?"

"அப்படிப்பட்ட ஒரு கட்டளையை நீங்கள் பெறும்வரை, உங்கள் எண்ண அலைகள் என் இதயத்தைத் தொடட்டும். அப்போது என்னாலும் அந்தக் கட்டளையை உங்களுக்கு இட முடியும்."

தன்னுடைய உணர்வுகளுடன் யசோதரை இசைவாக இருந்ததைக் கண்டு சித்தார்த்தன் வியப்புற்றான்.

"உங்கள் மனத்தைக் குடைந்தெடுத்துக் கொண்டிருக்கின்ற கேள்விகளைப் பற்றி நீங்கள் என்னிடம் அடிக்கடிக் கூறி வந்திருக்கிறீர்கள். நானும் அவற்றைப் பற்றி சிந்திக்கிறேன். ஆனால், துறவிகளுடனும் அறிஞர்களுடனும் நீங்கள் விவாதித்துள்ள விஷயங்களை நீங்கள் ஒருபோதும் என்னோடு பகிர்ந்து கொள்ளுவதில்லை," என்று அவள் கூறினாள். அவனை சௌகரியமாக உணரச் செய்வதற்காகவே அவள் அவ்வாறு பேசினாள்.

"உன்னால் அவற்றைப் புரிந்து கொள்ள முடியாது என்று நான் நினைத்தேன்," என்று அவன் பதிலளித்தான்.

"எனக்குக் கற்றுக் கொடுக்க வேண்டியது உங்கள் பொறுப்பு. உலகத்தைத் துன்பத்திலிருந்து விடுவிப்பதற்கான ஒரு நேர்மையான மற்றும் அறிவார்ந்த வழியை நீங்கள் தேடி வந்திருக்கிறீர்கள். நீங்கள் அதைக் கண்டுபிடித்து, அதைக் கற்றுக் கொடுக்க விரும்பும்போது, என்னைப் போன்ற சாதாரண மனிதர்களுக்கு அதைப் புரிய வைப்பது உங்கள் கடமையல்லவா?"

சித்தார்த்தன் வாய் பிளந்தபடி சிறிது நேரம் அவளையே பார்த்துக் கொண்டிருந்தான்.

"நீ என்னைப் புரிந்து கொண்டுள்ள அளவுக்கு நான் உன்னை அவ்வளவு சிறப்பாகப் புரிந்து கொள்ளவில்லை என்று எனக்குத் தோன்றுகிறது," என்று அவன் கூறினான்.

"ஆமாம், அது சரிதான். ஏனெனில், நான் உன்னிப்பாக கவனிப்பதற்கு நீங்கள் ஒருவர் மட்டுமே இருக்கிறீர்கள், உங்களைப் பற்றி மட்டுமே நான் சிந்திக்க

வேண்டியிருக்கிறது. ஆனால் உங்களுக்கு இந்த ஒட்டுமொத்த உலகமும் உங்கள் முன்னால் இருக்கிறது. அதில், தாங்கள் ஏன் இவ்வளவு துரதிர்ஷ்டசாலிகளாக இருக்கிறோம் என்பதை அறியாமலேயே அவலமான வாழ்க்கையை வாழ்ந்து கொண்டிருக்கின்ற எண்ணற்ற மக்களை நீங்கள் பார்க்கிறீர்கள். ஒருவேளை, நீங்கள் என்னைப் புரிந்து கொள்ள அதிக நேரம் எடுத்துக் கொள்ளுவதற்கு அது காரணமாக இருக்கலாம்," என்று கூறிவிட்டு, அவள் அவனைப் பார்த்து அழகாகப் புன்னகைத்தாள்.

உச்சகட்ட மெய்மை குறித்தத் தன்னுடைய தேடலில் அவளைத் தன்னுடைய வழித் துணையாக ஆக்கிக் கொள்ள வேண்டும் என்று சித்தார்த்தன் அக்கணமே தீர்மானித்தான். அன்றிலிருந்து, மாலை நேரத்தைக்கூட அவன் அவளோடு செலவிடத் தொடங்கினான்.

தங்கள் மகனிடம் ஏற்பட்டுக் கொண்டிருந்த சீரான மாற்றத்தைக் கண்டு கௌதமியும் சுத்தோதனரும் மகிழ்ச்சி கொண்டனர். ஆனால், யசோதரையிடம் ஏற்பட்டுக் கொண்டிருந்த மாற்றத்தை அவர்களால் புரிந்து கொள்ள முடியவில்லை. அவளுடைய முகத்தில் தென்பட்டப் பிரகாசமும் அமைதியும் சித்தார்த்தனுடன் அவள் கொண்டிருந்த நெருக்கத்தின் விளைவு என்று அவர்கள் நினைத்தனர். அது உண்மைதான். ஆனால் அந்த நெருக்கம் அவர்கள் இருவரிடத்திலும் மாற்றத்தைக் கொண்டுவந்திருந்தது என்பதையும், அந்த மாற்றம்தான் அவர்களுடைய நெருக்கத்தை மேன்மேலும் வலிமைப்படுத்திக் கொண்டிருந்தது என்பதையும் அவர்கள் உணரத் தவறினர்.

ஒரு நாள் மாலையில், பெண்களைப் பற்றிக் காலமுனி கொண்டிருந்த அபிப்பிராயங்களை சித்தார்த்தன் யசோதரையிடம் கூறினான்.

யசோதரை அவற்றைக் கேட்டுவிட்டுப் புன்னகைத்தாள், ஆனால் எதுவும் கூறாமல் தொடர்ந்து மௌனம் சாதித்தாள்.

"சமீப காலம்வரை, பெண்களை ஒரு தனிக் குழுவாக நான் ஒருபோதும் நினைத்ததே இல்லை. எல்லாப் பெண்களும் ஒரே மாதிரியானவர்கள் என்றும், அவர்கள் ஒரே மாதிரி

சிந்திக்கவும் நடந்து கொள்ளவும் செய்கின்றனர் என்றும் கூறுவது முட்டாள்தனமானதல்லவா? என்னவொரு மடத்தனம்!" என்று சித்தார்த்தன் வெறுப்போடு கூறினான்.

"ஆமாம், ஆனால் அப்படிப்பட்ட அபிப்பிராயங்களைக் கொண்டிருப்பது முட்டாள்தனமானது என்பதை விளக்க யாரும் இல்லாதபோது, முட்டாள்தனம் ஞானம்போல நடத்தப்படும்."

"நீ சொல்லுவது சரிதான். ஒரு மாறுபட்ட அபிப்பிராயம் இல்லாதபோது பல விஷயங்கள் சரி என்று ஏற்றுக் கொள்ளப்பட்டுவிடுகின்றன. மக்கள் செய்கின்ற வேலையின் அடிப்படையில் அவர்களைக் குழுக்களாகப் பிரிப்பதும், சில குழுக்கள் இழிவானவை என்றும் தாழ்ந்தவை என்றும் கருதுவதும்கூட மடத்தனமான காரியம்தான். அவ்வாறு பிரிக்கப்படுவதும் கருதப்படுவதும் நியாயமல்ல என்று நாம் கூறும்போது யாரும் அதைக் கண்டுகொள்ளுவதில்லை. அவர்கள் உண்மையைப் பார்க்க விரும்புவதில்லை."

"ஆமாம், வேள்விகள் விஷயத்திலும் இது பொருந்தும்."

"பூசாரிகள் கடவுளுக்கும் மனிதர்களுக்கும் இடையேயான இடைத்தரகர்கள் என்று கூறுவது வேடிக்கையாக இருக்கிறதல்லவா? கடவுள் என்ற யோசனையை - பிரபஞ்சத்தில்லுள்ள உயிருள்ள பொருட்கள் மற்றும் உயிரற்றப் பொருட்களின் படைப்பிற்கு ஒரு கடவுள்தான் காரணம் என்பதை - என் மனசாட்சி ஏற்றுக் கொள்ளுவதில்லை."

"மனசாட்சி ஒரு மோசமான சாட்சி. நமக்கு திடமான ஆதாரம் தேவை. அதைக் காட்டுங்கள்," என்று யசோதரை சித்தார்த்தனுக்கு சவால்விட்டாள்.

"இருக்கின்ற ஒன்றை நிரூபிக்க முடியும். இல்லாத ஒன்று, தானாக முன்வந்து தான் இல்லையென்று முழங்குவது சாத்தியமில்லை," என்று அவன் தன் இயலாமையை வெளிப்படுத்தினான்.

இதைக் கேட்டு யசோதரை சிரித்தாள். சித்தார்த்தனும் அவளோடு சேர்ந்து கொண்டான்.

அவர்கள் இருவரும் சிரித்துக் கொண்டிருந்ததைக் கேட்டவர்கள் அவர்களுடைய நகைச்சுவையின்

தீவிரத்தை அறியவில்லை. சித்தார்த்தனும் யசோதரையும் ஒருவரையொருவர் பார்த்துக் குறும்புத்தனமாகப் புன்னகைத்துக் கொண்டனர்.

“பெண்கள் வீட்டிற்குள்ளேயே முடக்கிப் போடப்பட்டுவிடுவதால், அவர்களுடைய அறிவு வளர்ச்சி மட்டுப்படுத்தப்படுகிறது. உங்களைப் போன்றவர்களுடன் பேசுவதற்கான ஒரு வாய்ப்பு அவர்களுக்குக் கிடைத்தால், அவர்களுக்குப் புதிய யோசனைகள் கிடைக்கும், அவர்களுடைய அறிவு வளரும். ஆனால் அப்படிப்பட்ட வாய்ப்புகள் அவர்களுக்கு ஒருபோதும் கிடைப்பதில்லை. ஆனாலும், சில பெண்கள், வீட்டிற்குள் கட்டுண்டு கிடக்கும்போதிலும் கற்றுக் கொள்ளுகின்றனர். உங்கள் தாயார் கௌதமி எப்படி உங்களைப் போன்ற ஒரு மகனை வளர்த்திருக்கிறார் என்று பாருங்கள். உங்களுடைய அறிவு வளர்ச்சிக்கு மிகப் பொருத்தமான ஒரு சூழலை அவர் உருவாக்கிக் கொடுத்துள்ளார். நீங்கள் பிடிவாதக்காரரர் என்றோ அல்லது பகுத்தறிவற்றவர் என்றோ அவர் கருதவில்லை. நீங்கள் தனித்துவமானவர் என்று அவர் நினைத்தார். உங்களுடைய தனித்துவமான அம்சங்களை அவர் பாதுகாக்க முயன்றார். அதைப் புரிந்து கொள்ளுவதற்கு ஒரு பெண் எவ்வளவு அறிவார்ந்தவராக இருக்க வேண்டும் என்று யோசியுங்கள். அத்தகைய திறன் வாய்ந்த பெண்கள் இவ்வுலகில் பலர் இருக்கக்கூடும். ஆனால் அவர்கள் வெளியே வந்து தங்களுடைய திறன்களை எல்லோருக்கும் தெரியப்படுத்த மாட்டார்கள். தாங்கள் தனிச்சிறப்பு வாய்ந்தவர்கள் என்றோ அல்லது முன்மாதிரிகள் என்றோ கருதப்படுவதை ஒருவேளை அவர்கள் விரும்பாமல் இருக்கக்கூடும்.”

“ஆனால் நீ அப்படிக் கருதப்பட வேண்டும் என்று நீ விரும்புகிறாய், இல்லையா? அது போதும். அது எங்காவது தொடங்கியாக வேண்டும். அப்போதுதான் பெண்களைப் பற்றிய உண்மை நிரூபிக்கப்படும்.”

“உண்மை உங்கள் மூலமாக மட்டுமே வெளிச்சத்திற்கு வரும். உலகிலுள்ள அனைத்து உயிரினங்களையும் நீங்கள் விரும்புகிறீர்கள், அவற்றைப் பற்றிப் பரிவோடு சிந்திக்கிறீர்கள்.”

சித்தார்த்தன் அவளிடம் ஒரு விஷயத்தைக் கூற ஒருசில கணங்கள் தயங்கினான். இறுதியில், "மலர்களின் உயிரை நீ அவற்றிடமிருந்து பறிப்பதை அறிந்து என் மனம் வேதனைப்படுகிறது," என்று அவன் கூறினான்.

அவன் கூறியதைக் கேட்டு சற்று வருத்தம் கொண்ட அவள், "உண்மையாகவா! அப்படியானால், நான் நம் வீட்டை மலர்களால் அலங்கரித்தப் பிறகு நீங்கள் தோட்டத்திற்குச் சென்று அங்குள்ளதை நீங்களே உங்கள் சொந்தக் கண்களால் பார்த்துவிட்டு வாருங்கள்," என்று கூறினாள்.

"நிச்சயமாக நான் அங்கு போய்ப் பார்க்கிறேன். ஆனால், அங்கு நான் எதைக் காணவிருக்கிறேன் என்பதை நீ முதலில் கூற மாட்டாயா?" என்று அவன் கேட்டான்.

"இல்லை, நான் கூற மாட்டேன். சில விஷயங்கள் கேட்டு அறியப்பட வேண்டும். மற்றவை, பார்த்து அறியப்பட வேண்டும்."

"அப்படியானால் நீ சொல்ல மாட்டாய், இல்லையா? பரவாயில்லை. ஆனால் நீ என்னிடம் சொல்லாவிட்டாலும், நான் நேராக அங்கு போய்ப் பார்க்காவிட்டாலும்கூட, அங்கு நான் எதைக் காணுவேன் என்பதை என்னால் புரிந்து கொள்ள முடிகிறது. ஆமாம், உண்மை என்னவென்று எனக்குத் தெரியும்."

சித்தார்த்தனின் உதடுகள்மீது ஒரு வெற்றிப் புன்னகை அரும்பியது.

"உண்மை உங்களுக்குத் தெரியுமா? அது என்னவென்று கூறுங்களேன்."

"என்னுடைய முகத்தைப் பார்த்து உன்னால் புரிந்து கொள்ள முடியவில்லையா? நான் அதை வாய்விட்டுக் கூற வேண்டுமா?"

"என்னால் புரிந்து கொள்ள முடியும். ஆனால் இப்போது எனக்கு அவ்வளவு பொறுமை இல்லை. காத்திருந்து யோசிப்பதற்கான பொறுமை எனக்கு இல்லை. தயவு செய்து நீங்களே கூறிவிடுங்கள். நீங்கள் என்ன புரிந்து கொண்டுள்ளீர்கள்?"

"நீ மலர்களைப் பறிப்பதில்லை, மாறாக, நிலத்தின்மீது விழுந்து கிடக்கும் மலர்களை நீ வெறுமனே சேகரிக்கிறாய்.

உண்மை இதுதான். நீ அந்த மலர்களின் உயிரைப் பறிப்பதில்லை. மாறாக, மற்றபடி வீணாகிவிடக்கூடிய அவற்றின் உயிருக்கு நீ ஒரு புதிய அர்த்தத்தைக் கொடுக்கிறாய். இதுதான் ஒட்டுமொத்த உண்மை, சரிதானே?"

யசோதரை தன் கண்களை அகல விரித்து சித்தார்த்தனை பிரமிப்புடன் பார்த்தாள்.

அவன் அவளுடைய அழகான கண்களைப் பாராட்டும் விதமாக, "ஆனால், குளத்தில் உள்ள தாமரை மலர்களைப் பறித்து, அவற்றின் இதழ்களை அகற்றி, அவற்றை நீ உன்னுடைய கண்களில் பொருத்திக் கொள்ளுவது எனக்குப் பிடிக்கவில்லை," என்று கூறினான்.

அவன் அதை ஒரு தீவிரமான தொனியில் கூறியதால், அதன் அர்த்தத்தைப் புரிந்து கொள்ளுவதற்கு யசோதரைக்குச் சிறிது நேரம் ஆயிற்று. இறுதியில் அவள் அதன் அர்த்தத்தைப் புரிந்து கொண்டபோது, அவள் வாய்விட்டு மனதாரச் சிரித்தாள்.

"தத்துவத்தைவிடக் கவிதையில் உங்களுக்கு அதிகத் திறமை இருப்பதுபோல எனக்குத் தோன்றுகிறது. நீங்கள் ஏன் கவிதை எழுத முயற்சிக்கக்கூடாது?" என்று அவள் அவனைக் கேலி செய்தாள்.

"கவிதையும் தத்துவமும் இதயத்தின் உணர்ச்சிகரமான அனுபவங்களிலிருந்து முளைக்கின்றன. எங்கோ அவை ஒன்றோடொன்று ஐக்கியமாகியாக வேண்டும். ஆனால், மூடநம்பிக்கைகளையும் சிற்றின்பத்தையும் பிரபலப்படுத்துவதற்கான ஒரு கருவியாகக் கவிதை மாறியுள்ளது வருத்தத்திற்குரிய விஷயம். இதைப் பற்றியும் நாம் தீவிரமாக சிந்தித்தாக வேண்டும்."

ஓர் அற்ப நகைச்சுவையை ஒரு தத்துவார்த்தச் சொற்பொழிவாக சித்தார்த்தன் மாற்றியிருந்த விதத்தைக் கண்டு யசோதரை ஆச்சரியம் கொண்டாள்.

"உங்களுடைய கண்ணோட்டத்திற்குத் தகுதியற்ற ஒன்று என்று எதுவும் இப்பிரபஞ்சத்தில் இல்லை. இப்பிரபஞ்சத்தில் உள்ள எல்லாவற்றையும் சமமாகக் கருதுவதற்கு உங்கள் மனம் எவ்வளவு விசாலமானதாக இருக்க வேண்டும்!" என்று அவள் பிரமிப்புடன் கூறினாள்.

“அது மிகவும் விசாலமாக இருக்கக்கூடும், ஆனால் அதனால் எந்தப் பயனும் இல்லை. சமீப காலமாக, எதுவொன்றாலும் என் மனத்திற்குள் நுழைய முடிவதில்லை. ஏனெனில், அந்த ஒட்டுமொத்த இடத்தையும் ஒரே ஒரு நபர் ஆக்கிரமித்திருக்கிறார்.”

சித்தார்த்தன் ஒரு சுவாரசியமற்ற, உற்சாகமற்றத் தொனியில் அந்த வார்த்தைகளைக் கூறியபோதிலும், அவனுடைய நையாண்டியை யசோதரையால் உடனடியாகப் புரிந்து கொள்ள முடிந்தது.

அவள் பொய்யாகக் கோபம் கொண்டு, “மிகைப்படுத்தப்பட்ட ஒரு பொய், அது இனிமையானதாக இருந்தாலும், சித்தார்த்தனால் கூறப்படும்போது அது அவ்வளவு பிரமாதமாக இருப்பதில்லை,” என்று கூறிவிட்டு, “சரி, வாருங்கள் போகலாம். நாம் உருப்படியாக எதையேனும் செய்யலாம். இன்றிரவு, நீங்கள் உங்களுடைய அனைத்து எண்ணங்களையும் என்னிடம் கூற வேண்டும்,” என்று கூறினாள்.

தங்கள் கிராமத்தைச் சேர்ந்த பெண்களில் ஒருத்தி தன்னுடைய கணவனின் தொடர்ச்சியான சித்தரவதை தாளாமல் ரோகிணி ஆற்றுக்குள் குதித்துத் தற்கொலை செய்து கொண்டிருந்த செய்தியைத் தன்னுடைய பணிப்பெண்கள் மூலமாக யசோதரை கேள்விப்பட்டபோது, அது குறித்து அவள் ஆழ்ந்த வருத்தமும் கடுங்கோபமும் கொண்டாள். கணவன்மார்களால் துன்புறுத்தப்படுகின்ற பெண்களைப் பற்றி அவள் கேள்விப்பட்டது அது முதன்முறை அல்ல. அவள் சிறுமியாக இருந்தபோது, தன்னுடைய தந்தை தன் தாயாரை அடித்ததை இரண்டு முறை அவள் பார்த்திருந்தாள். அவ்விரு முறையும் அவள் மனவேதனையோடு அழுதிருந்தாள். அந்த நினைவுகள் அவளை இன்னும் தொந்தரவு செய்தன. அவள் வளர்ந்து வந்த சமயத்தில், கணவன்மார்களின் அடி உதைக்கு ஆளான பெண்களின் கதைகளை அவள் தன் தோழியர் மூலமாகவோ அல்லது பணிப்பெண்கள் மூலமாகவோ

கேள்விப்பட்டபோதெல்லாம், அவள் மனம் தளர்ந்தாள். திருமணம் செய்து கொள்ள அவள் தயங்கியதற்கான முக்கியக் காரணம் இதுதான்.

அந்தக் காலகட்டத்தில், இத்தகைய விவகாரங்களைப் பற்றிப் பேசுவதற்கு அவளுக்கு யாரும் இருக்கவில்லை. இதெல்லாம் இயல்பானதுதான் என்பதுபோல எல்லோரும் நடந்து கொண்டனர். இது அநியாயம் என்று யாருமே கருதவில்லை.

இப்போது அவளுக்கு சித்தார்த்தன் இருந்தான்.

யசோதரை கூறிய விஷயம் சித்தார்த்தனுக்குப் புதிதல்ல.

பெண்கள் தங்கள் கணவன்மார்களால் துன்புறுத்தப்படுவது குறித்து அவன் பல சமயங்களில் பெரியவர்களுடனும் ஆசிரியர்களுடனும் துறவிகளுடனும் விவாதித்திருந்தான். அப்போது அவர்கள் எல்லோருமே, “பெண்கள் காட்டுமிராண்டிகள். அவர்கள் அப்படி நடத்தப்படுவதற்குத் தகுதியானவர்கள்தான்,” என்று கூறியிருந்தனர்.

இத்தகைய மோசமான விமர்சனங்களை அவன் செவிமடுத்தபோதல்லாம், சித்தார்த்தன் மிகவும் எரிச்சலடைந்தான். அவன் அந்நபர்களின் கருத்துக்களுக்கு எதிர்ப்புத் தெரிவித்துவிட்டு அவர்களிடமிருந்து விலகிச் சென்றான்.

அத்தகைய சில தருணங்களைப் பற்றி அவன் யசோதரையிடம் கூறியபோது, அவள் கொதித்தெழுந்தாள்.

“பெண்கள் காட்டுமிராண்டிகள் என்றால், அவர்களை அதிக அன்பாக நடத்த வேண்டியது அவசியமில்லையா?” என்று அவள் கேட்டாள்.

அவன் அவளுடைய வார்த்தைகளில் இருந்த தருக்கத்தைப் பார்க்காமலும் அவளுடைய கூற்றை நியாயப்படுத்தாமலும், “பெண்கள் காட்டுமிராண்டிகள் அல்ல என்பதை முதலில் ஒருவர் புரிந்து கொள்ள வேண்டும்,” என்று கூறினான்.

கால்நடைகளை அடிக்கின்றவர்கள், அப்பாவி விலங்குகளையும் பறவைகளையும் வேட்டையாடுகின்றவர்கள், பெண்களை அடித்துத் துன்புறுத்திச் சித்தரவதை செய்கின்றவர்கள் ஆகியோரைப்

பற்றி சித்தார்த்தனும் யசோதரையும் விரிவாகப் பேசினர். அந்த உரையாடலுக்கு இடையே, காயப்பட்ட ஓர் அன்னப் பறவையை ஒரு சமயம் தான் காப்பாற்றியதாக சித்தார்த்தன் குறிப்பிட்டான்.

யசோதரை அந்த நிகழ்வை விபரமாகத் தெரிந்து கொள்ள விரும்பினாள். குறிப்பிட்ட அந்த நாள் சித்தார்த்தனுக்கு மறக்க முடியாத ஒரு நாளாக இருந்தது.

காயப்பட்ட ஒரு பறவை தன்னுள் தோற்றுவித்த இரக்கவுணர்வையும் அன்பையும் சித்தார்த்தனால் எப்போதும் நினைவுகூர முடிந்தது. தான் அந்தப் பறவைக்குத் தேவையானவற்றைச் செய்து அதற்கு மீண்டும் உயிர் கொடுத்தபோது தனக்கு ஏற்பட்ட மகிழ்ச்சியும் அவனுக்கு நன்றாக நினைவிருந்தது. அவன் அந்த நிகழ்வை யசோதரையிடம் விவரித்த விதம், எல்லாம் இப்போது தன் கண்முன்னே நிகழ்ந்து கொண்டிருந்தது போன்ற உணர்வை அவளுக்கு ஏற்படுத்தியது.

வானில் பறந்து கொண்டிருந்த அன்னப் பறவை ஒன்று, தேவதத்தன் எய்த ஓர் அம்பால் தாக்கப்பட்டு நிலத்தின்மீது வந்து விழுந்தது. தீவிரமான ரத்தக் காயத்துடன் இருந்த அப்பறவை, மீண்டும் பறக்கப் போராடிக் கொண்டிருந்தது, ஆனால் அதனால் பறக்க முடியவில்லை. அதனுடைய காயத்தையும் ரத்தத்தையும் கண்ட சித்தார்த்தன் பயத்தாலும் கவலையாலும் நடுங்கினான். விளையாட்டுக்களின்போது ஏற்பட்ட சிராய்ப்புகளால் உண்டான வேதனையைத் தவிர உடல்ரீதியான வேறு எந்தவிதமான வலியையும் அவன் ஒருபோதும் அனுபவித்ததில்லை. இப்போது, வலியால் துடித்துக் கொண்டிருந்த அப்பறவையை அவன் கண்டபோது, அது சாதாரண வலியல்ல என்பதையும், அப்பறவை தன் உயிருக்குப் போராடிக் கொண்டிருந்தது என்பதையும் அவனால் புரிந்து கொள்ள முடிந்தது.

அப்பறவை அவனைப் பார்த்தபோது, அதன் கண்களில் பயமும் வலியும் பிரதிபலித்தன. அப்போது அவனுடைய பயம் தணிந்தது. தான் அப்பறவைக்கு என்ன செய்ய வேண்டும் என்று அவன் கவலைப்படத் தொடங்கினான். ‘தயவு செய்து எனக்கு உதவு’ என்று கூறுவதுபோல இருந்த அதன் கீச்சொலியை அவன் கேட்டபோது, தான் என்ன

செய்ய வேண்டும் என்பது திடீரென்று அவனுக்குப் புரிந்தது.

அவன் கீழே குனிந்து மெதுவாக அப்பறவையைத் தன் கைகளுக்குள் எடுத்துக் கொண்டான். அதன் இதயம் வேகமாகத் துடித்துக் கொண்டிருந்ததை அவனால் உணர முடிந்தது. அதன் காயத்திலிருந்து சொட்டுச் சொட்டாக ரத்தம் கசிந்து கொண்டிருந்தது. சித்தார்த்தன் அப்பறவையைத் தன்னுடைய இடது கையில் தாங்கிப் பிடித்துக் கொண்டு, தன்னுடைய வலது கையால் அதன் முதுகை முன்னிருந்து பின்னாக மென்மையாக வருடியபடி, அருகிலிருந்த ஒரு குளத்திற்கு அதைத் தன்னுடன் எடுத்துச் சென்றான்.

அவன் அந்தக் குளத்தை அடைந்தபோது அந்த அன்னப் பறவையின் இதயத் துடிப்பு சீராகியிருந்தது. அப்பறவை தன்னை நம்பி, தன்னை ஒரு நண்பனாக ஏற்றுக் கொண்டிருந்ததை சித்தார்த்தனால் உணர்ந்து கொள்ள முடிந்தது. அது குறித்து அவன் மிகுந்த மகிழ்ச்சி கொண்டான். "நாம் தங்களுடைய நண்பர்கள் என்று மற்றவர்கள் நம்மைப் பற்றிக் கொண்டிருக்கும் நம்பிக்கையில் இவ்வளவு அமைதியும் பாதுகாப்பும் இருக்கின்றனவா?" என்று அவன் தன்னைத் தானே கேட்டுக் கொண்டான்.

அவன் அப்பறவையின் காயத்தை அக்குளத்திலிருந்த குளிர்ந்த நீரால் கழுவியபோது, அது வலியில் நெளிந்தது. மிகக் குறுகிய நேரத்தில், அதன் காயத்திலிருந்து கசிந்து கொண்டிருந்த ரத்தம் நின்றது. சித்தார்த்தன் அப்பறவையை வேகமாகத் தன் வீட்டிற்கு எடுத்துச் சென்று, ஒரு மென்மையான துணியால் அதன் காயத்திற்குக் கட்டுப் போட்டுவிட்டு, ஒரு மென்மையான மெத்தையின்மீது அதைப் படுக்க வைத்தான்.

மிகவும் பலவீனமாகவும் களைத்துப் போயும் இருந்த அப்பறவை தன் கண்களை மூடிக் கொண்டு, தான் பாதுகாப்பாக இருந்தோம் என்ற உணர்வுடன் ஓய்வெடுக்க முயன்றது. சித்தார்த்தன் அதன் பக்கத்தில் உட்கார்ந்து கொண்டு, அதன் முதுகைத் தன் உள்ளங்கையால் மென்மையாக வருடிக் கொடுத்தான். அதன் இதயம் மெதுவாக, ஆனால் சீராகத் துடித்துக் கொண்டிருந்ததை

அவனால் உணர முடிந்தது. ஒருசில மணிநேரத்தில் அப்பறவை நலமடைந்துவிடும் என்று அவன் உறுதியாக நம்பினான்.

அப்பறவை தன்னுடைய கண்களைத் திறந்தபோது, சித்தார்த்தன் சிறிது உணவையும் நீரையும் அதன் முன்னால் வைத்தான். அப்பறவையிடம் நன்றியுணர்வு ததும்பி வழிந்தது. அது தன்னுடைய அலகால் அவனுடைய உள்ளங்கைகளை அப்படியும் இப்படியுமாக மென்மையாக உரசியதன் மூலம் தன்னுடைய அன்பையும் பாசத்தையும் வெளிப்படுத்தியது. சித்தார்த்தனின் இதயம் இன்பத்தில் திளைத்தது. பலவீனமானவர்களுக்கும் உதவி தேவைப்படுகின்றவர்களுக்கும் செய்யப்படுகின்ற சேவையின் வாயிலாக மட்டுமே உண்மையான மகிழ்ச்சியை அடைய முடியும் என்பதை அவன் உணர்ந்தான். அப்பறவையின் பசியும் தாகமும் தணிந்தபோது அதன் கண்கள் புத்துயிர் பெற்றுப் பிரகாசமடைந்தன. "வெறும் இரண்டு மணிநேரத்தில் எப்பேற்பட்ட ஒரு மாற்றம்!" என்று சித்தார்த்தன் வியந்தான். வலியும் பசியும் உடல்ரீதியானவை, ஆனால் பயமும் சந்தேகமும் மனத்தின் மிக ஆழத்தில் வாசம் புரிகின்றன என்பதை அவன் கவனித்தான். தன்னுடைய வலியை இப்போது தன்னால் சுலபமாகத் தாங்கிக் கொள்ள முடியும் என்று கூறுவதுபோல அப்பறவை சித்தார்த்தனைப் பார்த்தது.

சித்தார்த்தன் அதன் காயத்திற்குப் போட்டிருந்த கட்டை அவிழ்த்து, சிறிது மருந்தை அக்காயத்தின்மீது தடவியபோது, அப்பறவையால் அந்த வலியைப் பொருத்துக் கொள்ள முடிந்தது, அது அவனோடு ஒத்துழைத்தது.

பயத்தையும் சந்தேகத்தையும்விட வலியை அதிக சுலபமாகப் பொறுத்துக் கொள்ள முடியும் என்பது சித்தார்த்தனுக்கு அப்போது உறைத்தது. பயத்தையும் சந்தேகத்தையும் களைந்துவிட்டால், அங்கு அன்பிற்கான உத்தரவாதம் கிடைத்துவிடுகிறது. அது எந்தவொரு காயத்தையும் மிகக் குறுகிய நேரத்தில் ஆற்ற உதவுகிறது.

அவன் அப்பறவைக்குத் தொடர்ந்து சிகிச்சையளித்து வந்தபோது, ஒவ்வொரு நாளும் சிறிது சிறிதாக அது நலமடைந்தது. அப்பறவையிடம் மாற்றம் ஏற்படத்

தொடங்கியிருந்ததை சித்தார்த்தனால் பார்க்கவும் உணரவும் முடிந்தது. தான் ஒருவருக்கு சொந்தம் என்ற உணர்வுடன் அப்பறவை அவனைப் பார்த்தபோது, அது அவனுடைய இதயத்தைத் தொட்டு அவனைப் பெரிதும் மகிழ்ச்சிப்படுத்தியது. அப்பறவைக்கு உணவளிப்பது, அதன் காயத்திற்கு மருந்து போடுவது, அது மீண்டும் வலிமை பெற்றுத் தானாக நடக்கத் தொடங்கியதைப் பார்ப்பது போன்றவை தனக்கு அவ்வளவு இன்பத்தைக் கொடுத்தபோது, பிற உயிர்களைக் காயப்படுத்துவதன் மூலமோ அல்லது கொல்லுவதன் மூலமோ எப்படி மற்றவர்களால் இன்பத்தைப் பெற முடிந்தது என்பதை அவனால் புரிந்து கொள்ள முடியவில்லை.

தேவதத்தனும் அவனுடைய நண்பர்கள் பலரும் முயல்கள் போன்ற சிறு விலங்குகளை வேட்டையாடினர். அவர்கள் பறவைகளையும் வேட்டையாடினர். அடிபட்ட விலங்குகளை அவர்கள் தங்கள் கைகளால் தூக்கி, பெருமிதத்தோடும் மனநிறைவோடும் அவற்றைப் பார்த்து, அவை வேதனையால் நெளிந்ததையும் பயத்தால் நடுங்கியதையும் கண்டு சிரித்தனர். அவர்கள் பெற்ற இன்பமும் நிஜமானதுதான். யாராலும் அதை மறுக்க முடியாது. ஆனால், அந்த அன்னப் பறவையை பயத்திலிருந்தும் வலியிலிருந்தும் பாதுகாத்ததிலிருந்து அவனும் இன்பத்தை அனுபவித்தான். இவ்விரண்டுக்கும் இடையே என்ன வேறுபாடு இருந்தது? அப்படி ஏதேனும் இருந்தால், அது எப்படிப்பட்ட வித்தியாசமாக இருந்தது?

சித்தார்த்தனால் இதற்கான விடையைக் கண்டுபிடிக்க முடியவில்லை. எனவே, அவன் முதலில் தன் தாயாரின் உதவியை நாடினான். முதலில், அவனுடைய கேள்வியால் கௌதமி குழப்பமடைந்தார். சித்தார்த்தனைப் போன்ற ஓர் இளம் சிறுவனால் எப்படி இத்தகைய கடுமையான பிரச்சனைகளைப் பற்றி சிந்திக்க முடிந்தது என்று அவர் யோசித்தார். அந்த இரண்டு வகையான மகிழ்ச்சிக்கும் இடையேயான வேறுபாடு அவருக்கே தெரிந்திருக்கவில்லை. ஆனால், சித்தார்த்தன் அவரிடமிருந்து ஒரு விடையை எதிர்பார்த்து அவரையே பார்த்துக் கொண்டிருந்தான்.

“அவர்களுடைய மகிழ்ச்சி வெறும் குறும்புத்தனம்

மட்டுமே. அது உன்னுடைய மகிழ்ச்சியைப் போன்றது அல்ல. உன்னுடையது நல்ல மகிழ்ச்சி, அவர்களுடைய அப்படிப்பட்டது அல்ல," என்று கௌதமி கூறினார்.

சித்தார்த்தனுக்கு இந்த விடை திருப்தியளிக்கவில்லை. தன் தாயாரால் இவ்விஷயத்தில் தனக்கு உதவ முடியாது என்பதை அவன் அறிந்ததால், அவன் அவரை மேலும் தொந்தரவு செய்ய விரும்பவில்லை.

"அம்மா, நீங்கள் கூறுவது சரிதான். நான் மற்றவர்களுக்கு உதவும்போது நான் நல்ல விதமான உணர்வை அனுபவிக்கிறேன்," என்று அவன் கூறினான்.

பிறகு அவன் தன்னுடைய ஆசிரியரிடம் அதே கேள்வியை முன்வைத்தான். அவர் சித்தார்த்தன்மீது மிகுந்த பிரியம் கொண்டிருந்தார்.

அவர் அவனைத் தன் மடியின்மீது அமர்த்திக் கொண்டு, அவனுடைய தலையைப் பாசத்தோடு தடவிக் கொடுத்தார்.

பிறகு, "சித்தர்த்தா, உன்னுடைய சந்தேகத்தை என்னால் தீர்க்க முடியாது. ஆனால், அது குறித்த என்னுடைய எண்ணங்களை என்னால் வெளிப்படுத்த முடியும். நான் சொல்லுவதை கவனமாகக் கேட்டுவிட்டு, பிறகு அதைப் பற்றித் தொடர்ந்து சிந்தித்து வா. ஒருவேளை எதிர்காலத்தில் ஒரு பொருத்தமான விடையை உன்னால் கண்டுபிடிக்க முடியக்கூடும். அப்போது நான் உயிரோடு இருந்தால், எனக்கு அந்த விடையைத் தெரியப்படுத்து. மனிதர்கள் பல்வேறு வகையான இயல்புடன் பிறக்கின்றனர். நம்மைச் சுற்றிலும் இருக்கும் விஷயங்கள் நமக்கு எவ்வளவு தூரம் பரிச்சயமாகின்றன என்பதன் அடிப்படையில் நாம் பல்வேறு வகையான சுவைகளை வளர்த்துக் கொள்ளுகிறோம். அத்தகைய வேறுபாடுகள் எப்படி இருக்கின்றன, அவை ஏன் இருக்கின்றன, அவற்றை எப்படிக் களைவது ஆகியவற்றைப் பற்றி எனக்குத் தெரியாது. பல்வகைமை இருக்கிறது என்பது உண்மைதான். அதில் அழகும் இருக்கிறது, அசிங்கமும் இருக்கிறது என்பதும் உண்மைதான். இவ்வுலகில் உள்ளோரில் பலர் மற்றவர்களுக்கு வேதனையை விளைவிப்பதன் மூலம் இன்பம் கொள்ளுகின்றனர். என் வாழ்வில் இந்நாள்வரை

நான் பார்த்துள்ளவர்களில் நீ ஒருவன் மட்டும்தான் இதற்கு நேர்மாறானவனாக இருக்கிறாய். எல்லோராலும் உன்னைப்போல சிந்திக்கவும் நடந்து கொள்ளவும் முடிந்தால் இவ்வுலகம் எவ்வளவு அற்புதமானதாக இருக்கும்! வன்முறையின் மூலம் இன்பத்தைக் கைவசப்படுத்துவதற்கு மனிதகுலம் பழக்கப்பட்டுக் கொண்டிருப்பதுபோல எனக்குத் தோன்றுகிறது. துன்புற்றுக் கொண்டிருக்கின்ற உயிர்களிடத்தில் உண்மையான அன்பு செலுத்தக்கூடிய திறன் படைத்த உன்னைப் போன்றவர்கள் இவ்வுலகில் அதிக எண்ணிக்கையில் இருந்தால், நம்முடைய வாழ்க்கை அதிக மகிழ்ச்சிகரமானதாகவும் அதிக அர்த்தம் வாய்ந்ததாகவும் மாறும்," என்று அவர் கூறினார்.

தான் செவிமடுத்துக் கொண்டிருந்த விஷயங்களில் முற்றிலுமாக மூழ்கிப் போயிருந்த யசோதரை, திடீரென்று திடுக்கிட்டாள்.

"என்ன சொல்லுகிறீர்கள்? இவ்வுலகம் வன்முறைக்குப் பழக்கப்பட்டுக் கொண்டிருக்கிறதா?" என்று அவள் கேட்டாள்.

அவளுடைய உதடுகள் நடுங்கின. அவளுடைய குரல் தடுமாறியது. அவள் சித்தார்த்தனோடு மேலும் நெருங்கி உட்கார்ந்து கொண்டு அவனுடைய கையைப் பிடித்துக் கொண்டாள். அவன் அவளுடைய கையை மென்மையாக, ஆனால் உறுதியாகப் பிடித்தபடி, தன்னுடைய விளக்கத்தால் அதிர்ந்து போயிருந்த அவளுடைய இதயத்திற்கு ஆறுதலளிக்க முயற்சித்தான்.

"யசோதரை, இப்பழக்கத்திற்கு ஒரு முடிவு கட்டுவதற்கு, மனித இயல்பில் நாம் ஒரு மாபெரும் மாற்றத்தைக் கொண்டுவந்தாக வேண்டும். வன்முறையின் மூலம் நாம் பெறுகின்ற இன்பம் உண்மையான இன்பம் அல்ல என்பதை நம்மால் நிரூபிக்க முடிய வேண்டும். அது ஒரு மாயையான இன்பம். மகிழ்ச்சியின் தவறான பிரதிநிதித்துவம் அது. மனத்தின் சஞ்சலத்தால் விளைவது அது. மக்கள் வன்முறைக்கு அடிமையாகிக் கொண்டிருப்பதை எல்லா இடங்களிலும் நான் பார்க்கிறேன். இத்தகைய அடிமைவாதிகள் தொடர்ந்து அதிகரித்து வருகின்றனர். அவர்கள் அது குறித்து எதுவும் செய்யாமல்

தொடர்ந்து துன்பப்பட்டுக் கொண்டிருக்கின்றனர், அந்தச் சேற்றினிலிருந்து விடுபடத் தவறுகின்றனர். வன்முறைச் செயல்கள் எவ்வளவு இழிவானவை என்பதும், அவை எவ்வளவு அருவருப்பானவை என்பதும் அவர்களுக்குப் புரிய வைக்கப்பட வேண்டும். பலவீனமானவர்கள் மற்றும் துன்புற்றுக் கொண்டிருக்கின்றவர்களிடம் காட்டப்படுகின்ற அன்பும் இரக்கமும் உன்னதமான பண்புநலன்கள் என்பது அவர்களுக்கு உணர்த்தப்பட வேண்டும். பசி, வேதனை, துயரம் ஆகிய பிணிகள், இரக்கம், பச்சாதாபம் ஆகிய உணர்வுகளை நம்முள் தூண்ட வேண்டும். மற்றவர்களுடைய துன்பத்தை நாம் கண்டுகொள்ளாமலும் அது குறித்து எதுவும் செய்யாமலும் இருக்கும்போது, நம்மிடம் ஏதோ கோளாறு இருக்கிறது என்று பொருள். உடல்ரீதியான நோய்களைக் களைவதற்கு எப்படி மருத்துவ உதவி தேவையோ, அதேபோல மனம் தொடர்பான நோய்களைக் களைவதற்கு நமக்கு ஆன்மிக எண்ணம் தேவை. துரதிர்ஷ்டவசமாக, ஆன்மிக எண்ணம் தவறாகப் புரிந்து கொள்ளப்பட்டுள்ளது. கடவுள் வழிபாட்டுடனும் தனிப்பட்ட முக்தியுடனும் அது குழப்பிக் கொள்ளப்படுகிறது. அக்கோட்பாடு இவ்வுலகைத் தவறாக வழிநடத்துகிறது. என்னைப் பொருத்தவரை, ஆன்மிகச் சிந்தனை என்றால், அன்பு, பரிவு, மனிதாபிமானம் ஆகிய பண்புநலன்களை மக்களின் இதயங்களில் ஆழமாகப் பதிய வைப்பதாகும். மற்றவர்கள் குறித்து சகிப்புத்தன்மையோடு நடந்து கொள்ளுவதும் மற்றவர்களுடன் ஒத்துழைப்பதும்தான் உண்மையான ஆன்மிக விழுமியங்கள். அனைத்து மக்களுக்கும் ஆன்மிகத் தேவைகள் உள்ளன, ஆனால் அவர்கள் அவற்றைப் புரிந்து கொள்ளுவதில்லை. அவர்கள் அவற்றைப் புரிந்து கொள்ளுவதற்கு முன்பாக, மதம் சார்ந்த அர்த்தமற்ற வழக்கங்கள் அவர்களுக்கு அறிமுகப்படுத்தப்பட்டுவிடுகின்றன. மூடநம்பிக்கையோடுகூடிய வழக்கங்களைப் பின்பற்றுவதுதான் ஆன்மிகத்திற்கான பாதை என்று அவர்கள் நம்ப வைக்கப்படுகின்றனர். மதம் என்ற பெயரில் கடவுளுக்குக் கொடுக்கப்படும் பலிகளும் படையல்களும் சக மனிதர்களின் துன்பத்தை உணர்ந்து

கொள்ளும் திறன் அற்றவர்களாக மக்களை மாற்றுகின்றன. அப்படிப்பட்ட மக்களுக்கு அன்பையும் இரக்கத்தையும் மனிதாபிமானத்தையும் நாம் அறிமுகப்படுத்த வேண்டும். இந்த உன்னதமான பண்புநலன்களின் இனிமையை அவர்கள் அனுபவித்து உணரும்படி நாம் செய்ய வேண்டும். இது நாம் மேற்கொண்டாக வேண்டிய ஒரு மிகப் பெரிய வேலை. ஒரே நேரத்தில் பலர் இணைந்து செய்ய வேண்டிய ஒரு பிரம்மாண்டமான வேலை இது."

இதைக் கேட்டு ஊக்கமிழந்த யசோதரை, "ஆனால் அதன் முக்கியத்துவம் எத்தனைப் பேருக்குப் புரிகிறது?" என்று கேட்டாள்.

"நம் இருவருக்கும் அது புரிகிறது. நான் மட்டும் இதில் தனியாக இருந்ததாக முன்பு நான் நினைத்தேன். ஆனால் நீயும் என்னோடு இருக்கிறாய் என்பது இப்போது எனக்குத் தெரிய வந்துள்ளதால், இந்த வேலையை மேற்கொள்ளுவதற்குத் தேவையான வலிமையையும் உற்சாகத்தையும் நான் என்னுள் உணருகிறேன்."

சித்தார்த்தன் இதயபூர்வமாகவும் உறுதியாகவும் பேசிய இந்த வார்த்தைகள் யசோதரையின் இதயத்தை ஓர் அலைபோல நடனமாடச் செய்தன.

அன்பும் மனிதாபிமானமும் மட்டுமே குடியிருந்த ஓர் உலகத்தைப் பற்றிக் கனவு கண்டபடி அவர்கள் இருவரும் நீண்ட நேரம் மௌனமாக அங்கு அமர்ந்திருந்தனர். தாங்கள் இருவரும் சேர்ந்து இருந்ததை அவர்கள் ஆத்மார்த்தமாக அனுபவித்தனர்.

அவர்களுடைய உரையாடலில் இருந்த வேடிக்கை மற்றும் நையாண்டியின் இடத்தை, மெல்ல மெல்ல, ஆழமான மற்றும் தீவிரமான எண்ணங்கள் எடுத்துக் கொண்டன. சில சமயங்களில், மாலை வெளிச்சம் இரவின் இருளுக்குள் மெதுவாக மறையும்வரை யசோதரை சித்தார்த்தனுடன் அமர்ந்திருந்தாள். மற்ற சமயங்களில், அவள் தன் வீட்டு வேலைகளில் ஈடுபட்டிருந்தபோது, அவளுடைய மனம் வேறு எங்கோ இருந்ததுபோல அவள் காணப்பட்டாள். அவள் ஒரு தீவிரமான மனநிலையில் இருந்ததைக் கண்டபோது, அவ்வீட்டில் இருந்த மற்றப் பெண்கள் அவளிடமிருந்து விலகியே இருந்தனர். கௌதமி

யசோதரையை உன்னிப்பாக கவனித்தார். சித்தார்த்தன் தன்னுடைய கடுமையான மற்றும் அக்கறையற்ற நடத்தையால் அவளுக்கு ஏமாற்றத்தை ஏற்படுத்திக் கொண்டிருந்தானோ என்று அவர் கவலைப்பட்டார். அதே நேரத்தில், யசோதரை எப்படி அவனுடைய இதயத்தில் காதலெனும் சுடரைத் தூண்டியிருந்தாள் என்பதை அவர் பார்த்திருந்ததால், அவர்களுடைய காதல் அந்த வீட்டிற்குள் ஒரு புதிய குழந்தையைக் கொண்டுவரும் என்றும், யசோதரையைவிட அக்குழந்தை சித்தார்த்தனின் கவனத்தை அதிக வலிமையாக ஈர்க்கும் என்றும் அவர் உறுதியாக நம்பினார். தாம்பத்திய அன்பினால் உண்டாகும் பிணைப்பானது காலப்போக்கில் பலவீனமடையக்கூடும், ஆனால் தன் மகன்மீது ஒரு தந்தை கொண்டிருக்கும் அன்பு தொடர்ந்து வளர்ந்து கொண்டே இருக்கும். அது என்றென்றும் புத்துணர்ச்சியோடும் புதிதாகவும் இருக்கும். சித்தார்த்தன் அந்த அன்பை ருசித்துவிட்டால், பிறகு தாங்கள் எல்லோரும் நிம்மதியாக இருக்கலாம் என்று அவர் நினைத்தார். ஆனால் அது எப்போது நிகழும் என்று அவர் தன்னைத் தானே கேட்டுக் கொண்டார்.

கௌதமி இவ்விஷயத்தைப் பற்றி யசோதரையிடம் பேசுவதென்று தீர்மானித்தார். பிறகு அவர் தனக்குள் இவ்வாறு நினைக்கலானார்: “பாவம்! அவள் ஏற்கனவே ஏகப்பட்ட வேதனையைத் தன் மனத்தில் சுமந்து கொண்டிருக்கிறாள். அவளுடைய மன அழுத்தம் குறைக்கப்பட்டாக வேண்டும். ஆனால், தன்னுடைய தனிப்பட்ட விவகாரங்களையும் திருமண வாழ்க்கை தொடர்பான விஷயங்களையும் தன்னுடைய மாமியாரிடம் அவளால் பேச முடியுமா? அது அவளுக்கு தர்மசங்கடமாக இருக்காதா? முறையாக வளர்க்கப்பட்ட ஒரு பெண் தன் கணவனைப் பற்றி அவனுடைய தாயாரிடம் ஒருபோதும் குறைகூற விரும்ப மாட்டாள். ஆனால், ஒரு மகளால் தன் தாயாரிடம் மனம்விட்டுப் பேச முடியும், தன்னுடைய அனைத்துப் பிரச்சனைகளையும் பற்றி அவரிடம் கலந்து பேச முடியும். சித்தார்த்தனைப் பற்றிய எந்த விஷயம் தனக்குக் கவலையளிக்கிறது என்று யசோதரை தன் தாயிடம் கூறினால், நான் அவரிடமிருந்து விஷயத்தைத்

தெரிந்து கொள்ளுவேன். ஆனால், திருமணம் முடிந்து புகுந்த வீட்டிற்கு வந்ததிலிருந்து, தன் பெற்றோரை ஒரு முறை பார்த்து வருவதைப் பற்றி யசோதரை இதுவரை பேசவில்லையே! அவள் அவர்களை முற்றிலுமாக மறந்துவிட்டதுபோல அல்லவா தோன்றுகிறது! எது எப்படியோ, அவளைக் கோலியாவுக்கு அனுப்பி வைப்பதற்கு நானே ஒரு காரணத்தைக் கண்டுபிடித்தாக வேண்டும்."

தன்னுடைய பிரச்சனைக்கு ஒரு பொருத்தமான தீர்வை கௌதமியால் கண்டுபிடிக்க முடிந்ததால் அவர் நிம்மதிப் பெருமூச்செறிந்தார்.

வானில் நிலவு தோன்றிய பிறகு, இரவு உணவுக்கான எல்லா ஏற்பாடுகளையும் செய்துவிட்டு சித்தார்த்தனின் வரவுக்காக யசோதரை காத்திருந்தாள்.

கௌதமி அவளைப் பார்க்க விரும்பியதாக ஒரு பணிப்பெண் வந்து அவளிடம் தெரிவித்தாள். தன் மாமியார் ஏதோ முக்கியமான விஷயத்தைத் தன்னிடம் கூற வேண்டியிருக்கும், இல்லாவிட்டால் இந்த நேரத்தில் அவர் தனக்கு அழைப்பு விடுக்க மாட்டார் என்று நினைத்த யசோதரை, அவரைப் பார்க்கக் கவலையோடு விரைந்தாள்.

கௌதமி அவளைப் பாசத்தோடு வரவேற்றுத் தனக்குப் பக்கத்தில் அமர்த்தியபோது யசோதரை பெரும் நிம்மதியடைந்தாள்.

ஒருவர் சுற்றி வளைத்துப் பேசாமல் தன்னுடைய யோசனைகளை நேரடியாகத் தெரிவிப்பது எப்படி என்பதை கௌதமி சித்தார்த்தனிடமிருந்து கற்றிருந்தார்.

அவர் யசோதரையிடம் ஒரு மென்மையான குரலில், "யசோதரை! நீ என் மகள். அதில் எந்த சந்தேகமும் இல்லை. தன்னிடமிருந்து வெகு தூரத்தில் இருக்கும் தன் மகளின் வரவை ஒரு தாயார் எப்படி எதிர்பார்த்துக் கொண்டிருப்பார் என்பதை ஒரு தாய் என்ற முறையில் என்னால் புரிந்து கொள்ள முடியும். நீ ஒரு முறை உன் தாயாரைப் பார்த்து வந்தால் என்ன?" என்று கேட்டார்.

இதைக் கேட்டு யசோதரை மனம் நெகிழ்ந்தாள். அவளுடைய முகம் வெளுத்தது. அவளுடைய கண்களிலிருந்து கண்ணீர் வழிந்தது.

கௌதமி அவளுடைய கண்ணீரைத் துடைத்தாள்.

“நீ உன் தாயாரைப் பார்க்க விரும்பியதை ஏன் என்னிடம் கூறவில்லை? நீ ஏன் மௌனமாகத் துன்புறுகிறாய்? உன்னுடைய வருத்தத்தை நீ ஏன் உன் தாயுடன் பகிர்ந்து கொள்ளுவதில்லை? நான் உன் தாய் இல்லையா?”

கௌதமி அவளுக்கு ஆறுதலளிக்க முயன்றார்.

யசோதரை தன் கண்களைத் தானே துடைத்துவிட்டுச் சிரித்தாள்.

“நீங்கள்தான் என் தாய். இதுவொன்றும் மிகையல்ல. நான் விசிஷ்டா தேவியை நினைத்து ஏங்காமல் இருப்பதற்கு இதுதான் காரணம். உங்களைப் பொருத்தவரை அவர் என்னைப் பெற்றத் தாய். ஆனால் நான் இந்த வீட்டைவிட்டு வேறு எங்கும் போக விரும்பவில்லை. நான் வெட்கத்தைவிட்டு ஒரு விஷயத்தை ஒப்புக் கொள்ளுகிறேன். நான் உங்கள் மகனுடன் வாழுகின்ற ஒவ்வொரு கணமும் எனக்கு மிகவும் மதிப்பு வாய்ந்தது. இவ்வுலகில் பிறந்துள்ள ஆண்களில் அவர்தான் மிகவும் உன்னதமானவர் என்பதை நான் சொல்லி நீங்கள் தெரிந்து கொள்ள வேண்டியதில்லை. அவருடனான என்னுடைய தொடர்பு எவ்வளவு அரியது, எவ்வளவு அசாதாரணமானது என்பதை உங்களால்கூடப் புரிந்து கொள்ள முடியாது. நாங்கள் சேர்ந்து இருக்காத நேரங்களில்கூட ஒருவரோடு ஒருவர் பேசிக் கொண்டுதான் இருக்கிறோம். இதோ, இப்போது நான் உங்களுடன் இங்கு இருக்கிறேன். ஆனாலும் நான் அவரோடு உரையாடிக் கொண்டிருக்கிறேன். அவரோடு பேசுவதையும், அவரைப் பார்ப்பதையும், அவரோடு இருப்பதையும் நான் மிகவும் விரும்புகிறேன். ஆனால் அது எப்போதும் சாத்தியமில்லை என்பதை நீங்கள் அறிவீர்கள். எது எப்படியோ, நான் எங்கும் போகப் போவதில்லை. தயவு செய்து நீங்கள் என்னைப் பற்றிக் கவலைப்படாமல் இருங்கள்.”

யசோதரை எதை உணர்த்த விரும்பினாள் என்பதை கௌதமியால் புரிந்து கொள்ள முடியவில்லை. அவள்

எந்தத் தொடர்பைப் பற்றிப் பேசிக் கொண்டிருந்தாளோ, அது அரியதாகவும் அசாதாரணமானதாகவும்தான் தெரிந்தது. அது ஆன்மிகத் தளத்தைச் சேர்ந்ததாக இருந்ததே அன்றி, பௌதிகத் தளத்தை அல்ல. அப்படியானால் அவர்கள் இருவருக்கும் இடையே தாம்பத்திய உறவு எதுவும் நிகழவில்லையா? சித்தார்த்தன் யசோதரையின் தாக்கத்தின்கீழ் இருந்தானா அல்லது யசோதரை அவனுடைய தாக்கத்தின்கீழ் இருந்தாளா என்பதை கௌதமியால் கண்டுபிடிக்க முடியவில்லை. திடீரென்று, அவளிடம் தான் கேட்க விரும்பிய ஒரு விஷயம் அவருடைய நினைவுக்கு வந்தது. அவர் தெரிந்து கொள்ள விரும்பிய விஷயம் நிஜமாகாமல் போகக்கூடும். ஏனெனில், அவர் அதைப் பற்றி யசோதரையிடம் ஏற்கனவே கேட்டிருந்தார். எல்லாம் கடவுளின் விருப்பத்தைச் சார்ந்தது என்பதை கௌதமி அறிந்திருந்தார். ஆனாலும், யசோதரை அதன்மீது கவனம் செலுத்தியிருந்தாளா என்பதை அவர் உறுதியாகத் தெரிந்து கொள்ள விரும்பினார்.

கௌதமியால் தன்னுடைய ஆர்வத்தை அதற்கு மேலும் கட்டுப்படுத்திக் கொள்ள முடியவில்லை.

அவர் மென்மையாக, “மகளே, உங்கள் திருமணம் நடைபெற்ற நேரத்திலிருந்து பருவங்கள் மாறியுள்ளன. உன்னிடம் மட்டும் மாற்றம் எதுவும் நிகழவில்லை. யசோதரை, நான் என்ன சொல்ல வருகிறேன் என்பது உனக்குப் புரிகிறது என்று நான் நினைக்கிறேன்,” என்று கூறினார்.

இதைக் கேட்டு யசோதரை சிரித்தாள். அவளுடைய சிரிப்பில் வெட்கமும் அடக்கமும் கலந்திருந்தன.

“அம்மா, பருவங்கள் எப்படி இயல்பாக மாறுகின்றனவோ, அதேபோலத்தான் இதுவும் நிகழ வேண்டும். அது எப்போது நிகழ வேண்டுமோ, அப்போது அது நிகழும். அதைப் பற்றி அதிகமாக சிந்திக்காதீர்கள்.”

“அதைப் பற்றி சிந்திப்பதை எப்படி என்னால் நிறுத்த முடியும்? எங்களுடைய வாரிசைப் பார்ப்பதற்காக நானும் உன் மாமனாரும் ஆர்வத்தோடு காத்துக் கொண்டிருக்கிறோம். எங்களுடைய கனவுகளை நிறைவேற்ற வேண்டியது உன் பொறுப்பு. அதை உதாசீனப்படுத்தாதே.

தாய்மை ஓர் அற்புதமான அனுபவம். நீ மனத்தளவில் அதற்குத் தயாராக இருந்தால், உன் உடல் அதைப் பின்தொடரும். நீ அறிவார்ந்தவள். உன்னுடைய கடமைகள் என்ன என்பதை நீ நன்றாக அறிவாய். இதற்கு மேல் நான் என்ன சொல்லுவது?"

யசோதரை தன் தலையைக் கவிழ்த்து ஏதோ சிந்தனையில் மூழ்கியபடி அங்கேயே சிறிது நேரம் உட்கார்ந்திருந்தாள். பிறகு அவள் எழுந்து கொண்டு மெதுவாகத் தன்னுடைய அறையை நோக்கி நடந்தாள்.

யசோதரையின் நடத்தையை கௌதமியால் புரிந்து கொள்ள முடியவில்லை. எனவே அவருடைய கவலையும் நீடித்தது.

"என்னால் என்ன செய்ய முடியுமோ அதை நான் செய்துவிட்டேன். மற்ற எல்லாம் விதிப்படி நடக்கட்டும்!" என்று அவர் தனக்குள் கூறிக் கொண்டார்.

ரோகிணி ஆற்றின் நீரைப் பகிர்ந்து கொள்ளுவது தொடர்பான பிரச்சனையைத் தீர்ப்பதற்குக் கோலியர்களும் சாக்கியர்களும் ஒரு போருக்குத் தயாராகிக் கொண்டிருந்தனர். இச்செய்தி, அந்த ஆற்றையொட்டி அமைந்திருந்த அனைத்து கிராமங்களையும் சேர்ந்த மக்களிடையே பெரும் பதற்றத்தை ஏற்படுத்தியது. கடந்த மூன்று அல்லது நான்கு ஆண்டுகளாகப் போதிய மழை பெய்திருந்ததால், ஆற்று நீரைப் பகிர்ந்து கொள்ளுவது பற்றிய பிரச்சனை எழவில்லை. ஆனால் மழை பெய்யத் தவறிய ஒவ்வொரு முறையும், ஒரு பெரிய போரின் மூலமாகவோ அல்லது ஒரு சிறிய சண்டையின் மூலமாகவோதான் அந்த விவகாரத்திற்குத் தீர்வு காணப்பட வேண்டியிருந்தது.

அப்படிப்பட்ட நேரங்களில், வழக்கமாக, போர் தவிர வேறு ஏதேனும் ஒரு வழியில் அப்பிரச்சனையைத் தீர்த்து அமைதியைத் தக்கவைக்கும்படி சித்தார்த்தன் தன் தந்தையிடமும் தன்னுடைய கிராமத்தின் தலைவர்களிடமும் பரிந்துரைத்தான்.

சிலர் அவனை அப்பாவி என்று அழைத்தனர்.

மற்றவர்கள் அவன் ஒரு கோழை என்று குற்றம் சாட்டினர். ஆனால், அந்த விவகாரத்தைச் சண்டையின் மூலம் தீர்ப்பதற்கு அவர்கள் எல்லோரும் ஒன்றுசேர்ந்து கொண்டனர். போர்களில் சிலர் இறந்தனர், மற்றவர்கள் மிக மோசமாகக் காயமடைந்தனர் அல்லது கைகால்களை இழந்து ஊனமுற்றனர். தங்களுடைய துரதிர்ஷ்டத்திற்குக் காரணமான தங்கள் எதிரிகள்மீது அவர்கள் ஓர் ஆழமான பழியுணர்ச்சியைக் கொண்டிருந்தனர். லேசான காயங்களுடன் உயிர் பிழைத்தவர்கள் தங்களுடைய வீரத்தைப் பற்றிப் பெருமிதத்தோடு பேசினர், அல்லது தங்களுடைய தியாகங்களைப் பற்றி மற்றவர்கள் புகழ்ந்தபோது அதைப் பெருமையுடனும் மனநிறைவுடனும் செவிமடுத்தனர்.

அப்படிப்பட்ட விஷயங்கள் சித்தார்த்தனை எப்போதுமே அசௌகரியமாக உணரச் செய்தன, அவனைப் பதற்றம் கொள்ளச் செய்தன.

இப்போது, வரவிருந்த ஆபத்தைப் பற்றிய செய்தியை அவன் கேள்விப்பட்டபோது, அவனுடைய மனம் அமைதியை இழந்தது. யசோதரையும் கடுங்கோபம் கொண்டாள். ஆற்றின் இருபக்கங்களிலும் இருந்தவர்கள் அவளுடைய உற்றார் மற்றும் உறவினராவர்.

யார் இறப்பார்கள், யார் பிழைப்பார்கள் என்பதைக் கணிப்பது சாத்தியமில்லை. “இக்கொடிய போரைத் தவிர்க்க எந்த வழியும் இல்லையா?” என்று அவள் நினைத்தாள்.

திடீரென்று அவள் சித்தார்த்தனைப் பற்றி நினைத்தாள். அவளுடைய மனம் உடனடியாகப் பிரகாசமடைந்தது. எப்போதும் அமைதியையும் அகிம்சையையும் பற்றி மட்டுமே சிந்தித்த அவனால் இந்தப் போரைத் தடுத்து நிறுத்த முடியாதா? அவனுக்கு அதற்கான ஆற்றல் இருந்தது. அவன் முயற்சித்தால் நிச்சயமாக அவன் அதில் வெற்றி பெறுவான்.

அவள் உற்சாகத்தோடு சித்தார்த்தனைத் தேடிச் சென்றாள். தான் என்ன நடவடிக்கை எடுக்க வேண்டும் என்பது உறுதியாகத் தெரியாமல் அவன் சிந்தனையில் மூழ்கியிருந்த நிலையில் அவள் அவனைக் கண்டாள். அவள் அவனுடைய முதுகின்மீது தட்டி அவனை

நிகழ்கணத்திற்குக் கொண்டுவந்து, தேவையற்றப் போரைத் தவிர்க்கத் தயாராகும்படி அவனிடம் கூறினாள்.

சித்தார்த்தன் தன்னுடைய இயலாமையை வெளிப்படுத்திய ஒரு தொனியில் இவ்வாறு கூறினான்: "ஒரு போரில் சண்டையிடுவது சுலபமானது. கையில் ஓர் ஆயுதத்துடன் போர்க்களத்திற்குள் நுழைந்துவிட்டால் பிறகு அங்கு சண்டையிடலாம். அங்கு நீ ஒரு தரப்பின் சார்பில் சண்டையிட்டு அடுத்த அணியை வெற்றி கொள்ளுகிறாய். ஆனால் ஒரு போரைத் தவிர்ப்பது என்பது முற்றிலும் வேறுபட்டது. இதில் நீ இரண்டு தரப்பினருடனும் சண்டையிட்டு இருவரையும் வெற்றி கொள்ள வேண்டும். அது மிகவும் கடினம். யசோதரை, என்னைத் தவறாகப் புரிந்து கொள்ளாதே. நான் இது குறித்து உண்மையிலேயே ஆழ்ந்த அக்கறை கொண்டுள்ளேன். போரினால் ஏற்படக்கூடிய மிக மோசமான சீரழிவுகளைப் பற்றித் தலைவர்களின் கூட்டங்களில் நான் பல முறை எடுத்துரைத்துள்ளேன்."

அவன் மேலும் தொடர்ந்தான். "நான் ஒரு கோழை என்று அவர்கள் அழைக்கின்றனர். அவர்கள் என்னைப் பார்த்துச் சிரிக்கின்றனர், என்னுடைய அறிவுரையை எள்ளி நகையாடுகின்றனர். அவர்கள் மிக வலிமையாகத் தூண்டப்பட்டுள்ளனர். எனவே, போர் நடந்தே தீர வேண்டும் என்று அவர்கள் பிடிவாதமாக இருக்கின்றனர். இது பைத்தியக்காரத்தனத்தின் உச்சம். இதற்கு எந்தச் சிகிச்சையும் இருப்பதுபோலத் தெரியவில்லை. என்றேனும் ஒரு நாள் இப்போர்கள் மனிதகுலத்தைப் பூண்டோடு அழித்துவிடும் என்று நான் பயப்படுகிறேன். நாம் மனிதர்கள் என்பதை நாம் மறந்துவிடுகிறோம். நாம் ஒருவருக்கொருவர் தீங்கு விளைவிக்கிறோம், ஒருவரையொருவர் கொல்லுகிறோம். ரத்தத்தைக் கண்டு நாம் பேருவகை கொள்ளுகிறோம், அடுத்தவர்களுடைய வேதனையைக் கண்டு நாம் காட்டுமிராண்டித்தனமாகச் சிரிக்கிறோம். ரத்தக்களறியை விரும்புகின்ற பைத்தியக்காரத்தனம்தான் அனைத்து வகையான பைத்தியக்காரத்தனத்திலும் மிகவும் ஆபத்தானது. ஆனால், அதே நேரத்தில், அதுதான் மிகவும் வசீகரமானது. மனிதர்கள் ஏன் 'நாம்' என்றும் 'அவர்கள்' என்றும் வேறுபடுத்திப் பார்க்கிறார்கள் என்பதும், அவர்கள்

ஏன் ரத்தவெறி பிடித்து அலைகிறார்கள் என்பதும் எனக்குப் புரியவில்லை. இப்படிப்பட்டக் கொடூரமான இன்பங்களால் நம்முடைய மனித இனம் எப்படி, எப்போது மாசுபட்டது என்பது நமக்குத் தெரியவில்லை. இதற்கு ஒரு முடிவு கட்டுவதைப் பற்றி யாரும் யோசிப்பதில்லை. போரைப் பற்றிய வசீகரமான யோசனைகள், மனித இனம் முற்றிலுமாக அடித்துச் செல்லப்படுவதற்கான உடனடி ஆபத்திற்குத்தான் வழி வகுக்கின்றன."

யசோதரை அவனுடைய விளக்கத்தைக் கேட்டபோது மிகவும் உணர்ச்சிவசப்பட்டு, அதிகாரம் தொனித்த ஒரு கண்டிப்பான குரலில் அவனிடம் பேசினாள்.

அவள் அவனுடைய கண்களை நேராகப் பார்த்து, "சித்தார்த்த கௌதமரே! நீங்கள் இந்தப் போரைத் தடுத்து நிறுத்தியாக வேண்டும். உங்கள் ஒருவரால் மட்டுமே அதை நிறுத்த முடியும். இதுவரை நீங்கள் ஒரு சிறுவனைப்போல நடத்தப்பட்டு வந்திருக்கிறீர்கள். கலந்துரையாடல் கூட்டங்களில் உங்கள் பேச்சுக்கு யாரும் செவிசாய்க்கவில்லை. நீங்கள் வயது குறைந்தவர் என்பது உண்மைதான், ஆனால் உங்களுடைய ஞானம் பக்குவமானது, முதிர்ச்சி பெற்றது. இப்போது நீங்கள் என் பேச்சைக் கேளுங்கள். அகிம்சையை உங்கள் ஆயுதமாகக் கொண்டு நேராகப் போர்க்களத்திற்குள் செல்லுங்கள். இரண்டு எதிரெதிர் அணிகளுக்கும் நடுவே போய் நில்லுங்கள். அவர்களிடம் உரத்தக் குரலில் பேசுங்கள். அன்பு, இரக்கம், மனிதாபிமானம், சமாதானம் ஆகியவை குறித்த உங்களுடைய கருத்துக்களை அவர்களிடம் எடுத்துரையுங்கள். சமாதானத்தைப் பற்றிய உங்கள் செய்தி அவர்கள் தங்களுடைய ஆயுதங்களைக் கீழே போட்டுவிட்டுப் போர்க்களத்திலிருந்து விலகிக் கொள்ள வழி வகுக்கட்டும். உங்களால் அதை சாதிக்க முடியும். சென்று வாருங்கள்!"

போரைத் தவிர்ப்பதற்கு சித்தார்த்தனுக்கு இருந்த திறன்மீது தனக்கு இருந்த அசைக்க முடியாத நம்பிக்கையை அவள் வெளிப்படுத்தியதைத் தொடர்ந்து, சித்தார்த்தன் உடனடியாகச் செயலில் இறங்கினான். அவனுடைய மன உறுதி அவனுடைய முகத்திற்கு ஒளி கூட்டியது.

சித்தார்த்தன் தன்னந்தனியாகவும் ஆயுதமின்றியும் போர்க்களத்திற்குப் போய்க் கொண்டிருந்த செய்தியை கௌதமி கேள்விப்பட்டபோது, அவன் வீட்டிற்கு வெளியே அடியெடுத்து வைப்பதைத் தடுப்பதற்காக அவர் அவனிடம் ஓடினார்.

யசோதரை அவரை இடைமறித்தாள். “அம்மா, இதை ஓர் அபசகுனமாகக் கருதாதீர்கள். உங்கள் மகன் இந்தப் போரைத் தடுப்பதற்காகப் போய்க் கொண்டிருக்கிறாரே அன்றி, அதில் சண்டையிடுவதற்காக அல்ல. அவர் நிச்சயமாக வெற்றியுடன் திரும்பி வருவார். என்னை நம்புங்கள்.”

யசோதரைக்குப் பைத்தியம் பிடித்திருந்ததாக கௌதமி நினைத்தார்.

“ஓர் இளைஞனின் வார்த்தைகளுக்குச் செவிசாய்த்து அவர்கள் தங்களுடைய ஆயுதங்களைக் கீழே போட்டுவிடுவார்கள் என்று நீ நினைக்கிறாயா? போரில் தீவிர நாட்டம் கொண்டிருப்பவர்களைப் பற்றி உனக்கு என்ன தெரியும்? அவர்கள் எல்லோரும் மனிதர்களை அடித்துச் சாப்பிடுகின்ற புலிகளைப் போன்றவர்கள். அவர்கள் சித்தார்த்தனை விட்டுவைக்க மாட்டார்கள்.”

“மக்கள் சித்தார்த்தனைப் பின்பற்றும் நாள் வெகுதூரத்தில் இல்லை. அம்மா, அவருக்கு உங்களுடைய ஆசீர்வாதங்களைக் கொடுங்கள். அந்த நாள் நிச்சயமாக வரும். இது வெறும் துவக்கம்தான். சமாதானத்தைப் பற்றிய தன்னுடைய போதனைகளை ஆயுதங்களாகக் கொண்டு இருதரப்பு மக்களின் இதயங்களையும் அவர் வெற்றி கொள்ளுவார்.”

கௌதமிக்கு இப்போது எல்லாம் தெளிவாகியது. சித்தார்த்தன் தத்துவங்கள்மீது கொண்டிருந்த விருப்பங்களில் யசோதரை தன்னை ஈடுபடுத்திக் கொண்டிருந்ததோடு, அவனை ஊக்குவித்துக் கொண்டும் இருந்தாள். இது இப்படியே தொடர்ந்தால் எதிர்காலத்தில் என்ன நிகழும் என்பதை அவர் நினைத்துப் பார்த்தபோது அவர் நடுங்கினார். “இப்பெண் என்ன செய்யப் போகிறாள்?” என்று கலங்கிய அவர், திடீரென்று மிகவும் பலவீனமாக உணர்ந்தார். பயத்தால் நடுங்கிய அவர் அப்படியே மயங்கிச்

சரிந்தார்.

யசோதரை ஒருசில பணிப்பெண்களின் உதவியோடு கௌதமியை அவருடைய அறைக்கு எடுத்துச் சென்று, அவரைப் படுக்கையின்மீது படுக்க வைத்தாள். கௌதமிக்குச் சிறிது தெம்பு வந்ததும், யசோதரை அவரைத் தன்னுடைய பணிப்பெண்களின் பராமரிப்பில் விட்டுவிட்டு, நேராக வீட்டு வாசலுக்குச் சென்று, சித்தார்த்தன் திரும்பி வருவதற்காக ஆர்வமாகக் காத்திருக்கலானாள்.

நேரம் போனதே அவளுக்குத் தெரியவில்லை. காலை நேரம் கழிந்து மதிய நேரம் வந்துவிட்டிருந்தது. அன்று ஏனோ சூரியன் பிரகாசமாக ஒளிரத் தயங்கினான். திடீரென்று, காற்று வீசுவது நின்றது. தாங்கிக் கொள்ளப்பட முடியாத அளவுக்குப் புழுக்கம் ஏற்பட்டது. யசோதரைக்கு வியர்த்துக் கொட்டத் தொடங்கியது. குளிர்ந்த காற்று உடனடியாக வீசாவிட்டால் அவள் நிலைகுலைந்து விழுந்துவிடுவதுபோலத் தோன்றினாள்.

சரியாக அக்கணத்தில் வானிலை மாறத் தொடங்கியது. காற்று அவளை நோக்கி மெதுவாக நகர்ந்து வந்தது. சில இனிமையான வார்த்தைகளை அது தன்னோடு சுமந்து வந்தது.

"போர் நிகழவில்லை. சித்தார்த்தனின் வேண்டுகோளுக்கு இருதரப்பினரும் இணங்கிவிட்டனர்!"

யசோதரை மனம் நெகிழ்ந்து மண்டியிட்டு உட்கார்ந்து அழத் தொடங்கினாள்.

இதைக் கண்டு அங்கிருந்த பணிப்பெண்கள் திடுக்கிட்டனர். இப்படிப்பட்ட நல்ல செய்தியைக் கேட்டு அவள் ஏன் அழுதாள் என்று அவர்கள் குழப்பமடைந்தனர். யசோதரைக்கு மிக நெருக்கமாக ஆகியிருந்த குசலை என்ற பணிப்பெண், அவளைத் தொட்டு அணைத்துக் கொண்டு, "எல்லாம் நல்லபடியாக முடிந்துவிட்டது, இல்லையா?" என்று கேட்டாள்.

"உண்மைதான். எல்லாம் நல்லவிதமாக முடிந்துவிட்டது. இந்தக் கதகதப்பான செய்தி, உறைந்து போயிருந்த என்னுடைய இதயத்தை உருக்கி, கண்ணீரின் வடிவில் மழையாகக் கொட்டிவிட்டது. வேறொன்றுமில்லை. இப்போது நீங்கள் எல்லோரும் இங்கிருந்து சென்று,

சித்தார்த்தனின் வெற்றியைக் கொண்டாடத் தேவையான ஏற்பாடுகளைச் செய்யுங்கள். உங்களில் யாரேனும் ஒருவர் அன்னை கௌதமியிடம் சென்று இந்த நல்ல செய்தியை அவரிடம் கூறுங்கள். நான் குளித்துவிட்டு வருகிறேன். நம்முடைய எஜமானரை வரவேற்பதற்கு வாசலில் நாம் தயாராக இருக்க வேண்டும்," என்று யசோதரை கூறினாள்.

அவள் நடக்க முயற்சித்தபோது, அவள் பலவீனமாக உணர்ந்தாள், அவளுடைய கால்கள் குழலாடின. தனக்கு உதவ வந்த பணிப்பெண்களை அவள் விலக்கிவிட்டுத் தானாகவே மெதுவாக நடக்கலானாள். அவள் ஒவ்வோர் அடியாக எடுத்து வைத்தபோது, அவளுடைய வலிமை மீண்டும் அவளிடம் திரும்பி வந்தது.

மாலையில் தொடங்கிய கொண்டாட்டங்கள் இரவு தாண்டியும் தொடர்ந்தன. சுத்தோதனர் தன் கண்களில் பெருமிதமும் பெருமகிழ்ச்சியும் பொங்க அவ்வப்போது தன்னுடைய மகனைப் பார்த்தபடி இருந்தார்.

"இது எப்படிச் சாத்தியமாயிற்று? அவன் எப்படி அந்தப் போரைத் தடுத்து நிறுத்தினான்?

என்று கௌதமி அவரிடம் கேட்டார். போர்க்களத்தில் நிகழ்ந்திருந்த எல்லாவற்றையும் அவர் தெரிந்து கொள்ள விரும்பினார்.

இரண்டு தரப்புக் கதாநாயகர்களும் முன்வரிசையில் நின்று கொண்டு தங்களுடைய வீரத்தைப் பற்றித் தம்பட்டம் அடித்ததைப் பற்றி சுத்தோதனர் விவரிக்கத் தொடங்கினார்.

அப்போது கௌதமி, "எந்தவொரு போரிலும் இது சகஜம்தானே. அதைப் பற்றி எனக்குத் தெரியும். ஆனால் இந்தப் போர் எப்படி வித்தியாசமாக இருந்தது என்பதை எனக்குச் சொல்லுங்கள். என் மகன் எப்படி அந்த வித்தியாசத்தை ஏற்படுத்தினான் என்பதைத் தெரிந்து கொள்ள நான் ஆவலாக இருக்கிறேன்," என்று தன் கணவரிடம் வேண்டினார்.

"சித்தார்த்தன் தன்னுடைய தேரில் போர்க்களத்திற்குள் நுழைந்தான். அவன் தூரத்திலேயே தன் தேரை

நிறுத்திவிட்டு இரண்டு குழுக்களுக்கும் நடுவே ஒரு வெள்ளைக் கொடியைப்போல நடந்து வந்தான்.

"காரணம் என்னவென்று யாருக்கும் தெரியவில்லை, ஆனால் அவன் பேசத் தொடங்கியவுடன் எல்லோரும் மௌனமாகிவிட்டனர். அவனுடைய குரல் சீராகவும் தீவிரமாகவும் இருந்ததோடு கூடவே, அடக்கமாகவும் ஒழுங்கு நிறைந்ததாகவும் இருந்தது.

"அவன் எதையும் கற்றுக் கொடுக்கவில்லை, எதையும் போதிக்கவில்லை. மாறாக, அவன் கேள்விகள் கேட்டான். அவர்கள் ஏன் சண்டையிட்டுக் கொண்டிருந்தார்கள் என்று இருதரப்பினரிடமும் அவன் கேட்டான். தங்களுடைய ஆசிரியரின் கேள்விகளுக்கு விடையளிப்பதைத் தவிர வேறு எந்த வழியும் இல்லாத குழந்தைகளைப்போல அவர்கள் அவனுடைய கேள்விகளுக்கு விடையளித்தனர். அவர்கள் பேசி முடித்தபோது, அவன் அவர்களிடம், 'நீங்கள் நிகழ்த்த விரும்புகின்ற இந்தப் போர் அந்தக் காரணங்களைக் களைந்து, ஆற்றுக்குள் கூடுதல் நீரைக் கொண்டுவருமா?' என்று கேட்டான். அது சாத்தியமில்லை என்று அவர்கள் கூறினர். இப்போரில் யாரெல்லாம் தாங்கள் காயப்பட மாட்டோம் என்றும் மரணமடைய மாட்டோம் என்றும் நம்பினார்களோ அவர்களை முன்னுக்கு வரும்படி சித்தார்த்தன் அழைத்தான். யாருமே ஓரடிகூட முன்னால் எடுத்து வைக்கவில்லை. 'உங்களுக்குத் தண்ணீர் வேண்டும். ஆனால், போரில் நீங்கள் காயப்பட்டாலோ அல்லது மரணமடைந்தாலோகூட உங்களுக்குத் தண்ணீர் கிடைக்காது. உங்களுக்குத் தேவையானதைக் கொடுக்காத ஒரு போரில் சண்டையிடுவது வீணான காரியமா இல்லையா என்று நீங்கள் சிந்தித்துப் பார்க்க வேண்டும். அது வீண் என்றால், நீங்கள் ஏன் கொடூரமான மரணத்தையும் அழிவையும் வருத்தத்தையும் எதிர்கொள்ள வேண்டும் என்பதற்கு விளக்கம் தாருங்கள்,' என்று சித்தார்த்தன் கூறினான். ஆனால் யாராலும் அதற்கு விளக்கம் தர முடியவில்லை. பிறகு, 'ஆற்று நீர் வீணாகாதபடி அதைச் சேமிக்க உங்கள் கையில் உள்ள ஆயுதங்கள் பயன்படுமா என்பதைக் கண்டுபிடியுங்கள்,' என்று அவன் கூறினான். இல்லையென்று அவர்கள் பரிதாபமாகத் தலையசைத்தனர்.

'ஆற்றில் இருக்கின்ற குறைவான நீரைப் பகிர்ந்து கொள்ளுவதற்கான சிறந்த வழிகளைப் பற்றி நீங்கள் சிந்திக்க வேண்டும். தண்ணீர்தான் உயிர் கொடுக்கிறது, தண்ணீர் இல்லாவிட்டால் மக்கள் இறந்துவிடுவர் என்ற உண்மையை உணருங்கள். தன்னுடைய குழந்தைகள் தன்னுடைய மட்டுப்படுத்தப்பட்டப் பாலுக்காகச் சண்டையிட்டு மடிவதைக் கண்டு அன்னை ஆறு மேலும் நலிவுறுவாள். நீங்கள் உங்கள் மனசாட்சிப்படி நடந்து கொள்ளுவதற்கான சுதந்திரம் உங்களுக்கு இருக்கிறது. நான் என்னுடைய கேள்விகளுக்கான விடைகளைத் தேடித்தான் இங்கு வந்திருக்கிறேன். இப்போது அந்த விடைகள் எனக்குக் கிடைத்திருப்பதால் நான் இங்கிருந்து போகப் போகிறேன். நீங்களும் உங்கள் வீடுகளுக்குத் திரும்பிச் சென்று உங்கள் பெற்றோரையும் மனைவியரையும் குழந்தைகளையும் மகிழ்ச்சியில் ஆழ்த்த வேண்டும் என்று நான் விரும்புகிறேன்,' என்று அவன் கூறினான். இந்த வார்த்தைகள் அவர்கள் எல்லோரும் தங்கள் வீடுகளை நோக்கித் திரும்பிச் செல்ல அவர்களைத் தூண்டின. தாங்கள் இன்னும் உயிரோடு இருந்தது குறித்த மகிழ்ச்சியுடன் அவர்கள் போர்க்களத்தைவிட்டுப் புறப்பட்டுச் சென்றனர்."

கௌதமியின் இதயத்தில் ஆனந்தம் பொங்கிப் பெருகியது. "என் மகன் வெற்றி பெற்றுவிட்டான்," என்று அவர் உற்சாகமாகக் கூறிவிட்டு, சித்தார்த்தனை சந்திப்பதற்காக அவனுடைய அறையை நோக்கி விரைந்தார்.

சித்தார்த்தனின் அறையில் ஒருபோதும் இரைச்சலோ அல்லது ஆரவாரமோ இருக்காது. இப்போதும், கௌதமி அங்கு சென்றபோது, அந்த இடம் வழக்கம்போல அமைதியாக இருந்தது. ஆனால் யசோதரையின் குரல் அந்த அமைதியைக் கலைத்தது. அவளுடைய குரல், சித்தார்த்தனின் அறையை நெருங்கிக் கொண்டிருந்த கௌதமிக்குக் கேட்டது. யசோதரையின் பேச்சைக் கேட்க முடிகின்ற ஒரு தூரத்தில் அவர் நின்று கொண்டார்.

யசோதரை சித்தார்த்தனிடம் பின்வருமாறு கூறினாள்: "போருக்கும் ரத்தக்களறிக்கும் ஒரு முற்றுப்புள்ளி வைப்பதற்கான திறன் உங்களுக்கு இருக்கிறது. போரை நிரந்தரமாக முடிவுக்குக் கொண்டுவந்து, இந்த

ஒட்டுமொத்த உலகிற்கு அமைதியையும் செழிப்பையும் கொண்டுருவதற்கான வழியை நாம் கண்டுபிடிக்க வேண்டும். அதை சாதிப்பதுதான் உங்களுடைய ஆய்வின் நோக்கமாக இருக்க வேண்டும்."

சித்தார்த்தன் இதைக் கேட்டுச் சிரித்தான்.

பிறகு அவன், "போர்கள் வெடிக்கும்போதெல்லாம் எண்ணற்ற மக்கள் கொல்லப்படுகின்றனர். நாம் அப்போர்களுக்கு ஒரு முடிவு கட்ட வேண்டும் என்பது உண்மைதான். அது சாத்தியமற்ற ஒரு காரியமல்ல. ஆனால், மனித மனம் அதைவிட மிகப் பெரிய ஒரு போர்க்களமாகும். அங்கு நாம் அதிகத் தீவிரமான போர்களை மேற்கொள்ள வேண்டியிருக்கிறது. அவை ரத்தச்சிதறல் எதுவும் இல்லாத போர்கள், ஆனால் ரத்தச்சிதறலை உள்ளடக்கிய போர்களைவிட அதிக ஆபத்தானவை அவை. அங்கு, அகங்காரம், தன்னலம், பாரபட்சம், பேராசை, வெறி, அறியாமை, மூடநம்பிக்கை, வன்முறைமீதான விருப்பம், கொல்லுவதில் பேரின்பம் போன்ற அதிக ஆபத்தான எதிரிகளை எதிர்த்து நாம் சண்டையிட வேண்டியுள்ளது. அவை நம்முடைய இதயங்களை அடிமைப்படுத்துவதற்காகத் தொடர்ந்து நம்மைத் தாக்குகின்றன. இந்த உள்ளார்ந்த எதிரிகளை நாம் வெற்றி கொள்ளாதவரை, புறவுலகப் போர்களில் வெற்றி பெறுவதால் எந்தப் பயனும் விளையப் போவதில்லை. எனவே, மக்கள் தங்களுடைய பாரபட்சங்களிலிருந்து மீளுவதற்கு அவர்களுக்கு உதவக்கூடிய சரியான பாதையைத்தான் நாம் முதலில் கண்டுபிடித்தாக வேண்டும்," என்று கூறினான்.

அவனுடைய வார்த்தைகள் யசோதரையின்மீது ஒரு வலிமையான தாக்கத்தை ஏற்படுத்தின. அவற்றில் உள்ளடங்கியிருந்த உண்மையை அவளால் உள்வாங்கிக் கொள்ள முடிந்தது. "ஆமாம். போலிப் பெருமை, பாரபட்சம், லௌகிக வசதிகள்மீதான பற்று போன்றவற்றால் மக்கள் பாதிக்கப்படுகின்றனர். அன்பு, இரக்கம் போன்ற, வாழ்வின் மிக உன்னதமான விழுமியங்களிலிருந்து அவர்கள் விலகி இருக்கின்றனர். இந்தத் தீய தாக்கங்கள் அவர்களுடைய வாழ்க்கையைத் துயரம் நிரம்பியதாக ஆக்குகின்றன.

அவர்களை மாற்றுவது சாத்தியம்தானா? மாற்றம் தவிர்க்கப்பட முடியாதது. ஆனால் அது நல்லதற்கு வழி வகுக்க வேண்டுமே அன்றி, அழிவுக்கு அல்ல. நாம் நேர்மையாக முயற்சி செய்தால் எல்லாமே சாத்தியம்தான்," என்று அவள் கூறினாள்.

சித்தார்த்தன் மற்றும் யசோதரையின் பேச்சை கவனமாகக் கேட்டுக் கொண்டிருந்த யசோதரையின் முகம் வெளுத்தது. அவர்களை சந்திப்பதற்கு அவர் கொண்டிருந்த உற்சாகம் மறைந்தது. திடீரென்று உடலளவிலும் மனத்தளவிலும் பலவீனமாக உணர்ந்த அவர் அங்கிருந்து திரும்பி, சுத்தோதனரிடம் சென்றார். ஆனால், சற்று முன்வரை வெற்றிக் கொண்டாட்டங்களில் மும்முரமாகப் பங்கு கொண்டிருந்த சுத்தோதனர் நன்றாக அயர்ந்து தூங்கிக் கொண்டிருந்தார். கௌதமி அவரைத் தொந்தரவு செய்ய விரும்பவில்லை. அவர் சுத்தோதனரிடமிருந்து தள்ளி உட்கார்ந்து கொண்டு அமைதியாக அழலானார்.

பிம்பானனர் ஒரு வேள்வியை நடத்தத் தீர்மானித்தார். அவர் மதரீதியான ஒரு விழாவை நடத்தியபோதெல்லாம், மிக விமரிசையாகவும் பகட்டாகவும் அவற்றை நடத்தினார். அவர் அடுத்த விழாவை நடத்தும்வரை முந்தைய விழாவைப் பற்றி மக்கள் பேசிக் கொண்டே இருக்கும் அளவுக்கு அவர் அவற்றைக் கோலாகலமாக நடத்தினார். இப்போது, தன்னுடைய குடும்ப உறுப்பினர்களையும் தன்னுடைய கிராமத்தின் மக்களையும் அனைத்து வகையான நோய்களிலிருந்தும் பாதுகாப்பதற்காகவும் அவர்களுக்கு நீண்ட, ஆரோக்கியமான வாழ்க்கையை உறுதிப்படுத்துவதற்காகவும் அவர் ஒரு வேள்வியை நடத்த விரும்பினார்.

அந்த ஆண்டு, கோடைக்காலம் தொடங்குவதற்கு முன்பாக ஏதோ கொடிய நோய் அந்த கிராமம் நெடுகிலும் பரவியிருந்தது. மரணம் பற்றிய செய்தியை மக்கள் அடிக்கடிக் கேள்விப்பட்டதால், அவர்கள் மிகவும் பயந்து போயிருந்தனர். ஒரு சிறப்பு வேள்வியை

நடத்துவது மட்டுமே மரணத்திலிருந்தும் நோயிலிருந்தும் அந்த கிராமத்தைப் பாதுகாப்பதற்கான ஒரே வழி என்று வேத விற்பன்னர்கள் பிம்பானனரிடம் கூறினர். பணம், தானியங்கள், கால்நடைகள் ஆகியவற்றின் வடிவில் அந்த வேள்விக்கு ஏகப்பட்டச் செலவாகும். பணம் ஒரு பிரச்சனையாக இருக்கவில்லை. பிம்பானனர் தன்னுடைய கருவூலத்தை மிகச் சிறப்பாக நிர்வகித்து வந்தார். அவருடைய கிராமத்தைச் சேர்ந்த பணக்கார ஜமீந்தார்கள் தானியங்களை மகிழ்ச்சியாக நன்கொடையாக வழங்குவர். பலி கொடுப்பதற்கு மிகப் பெரிய எண்ணிக்கையில் கால்நடைகளை வழங்குவதுதான் ஒரே சிக்கலாக இருந்தது. எந்தவொரு விவசாயியும் தன்னுடைய கால்நடைகளை தானம் கொடுக்கத் தயாராக இருக்க மாட்டார். அவர்கள் தங்களுடைய வாழ்வாதாரத்திற்குத் தங்களுடைய வயல்களை எந்த அளவு சார்ந்திருந்தனரோ, தங்களுடைய வளர்ப்புப் பறவைகள் மற்றும் கால்நடைகளையும் அவர்கள் அதே அளவு சார்ந்திருந்தனர். பசுக்கள் அவர்களுக்குப் பாலைக் கொடுத்தன, எருதுகள் அவர்களுடைய நிலங்களை உழுதன. மேலும், வயல்களுக்குத் தேவையான உரத்தையும் அவ்விலங்குகள் வழங்கின.

அப்பிரச்சனை எப்போதுமே இருந்து வந்தது. ஒரு வேள்வி நடத்துவதைப் பற்றி நினைக்கின்ற எவரொருவரும் அப்பிரச்சனையை எதிர்கொள்ள வேண்டியிருந்தது. அடிமைகளுக்குச் சொந்தமான, நலிந்து போன கால்நடைகளை அவர்களிடமிருந்து வலுக்கட்டாயமாக எடுத்துக் கொள்ளுவதுதான் அப்பிரச்சனையைத் தீர்ப்பதற்கான ஒரே வழியாக இருந்தது. உண்மையில், அவர்களைக் கட்டாயப்படுத்த வேண்டிய தேவையே இருக்கவில்லை. ஜமீந்தார்கள் தங்களுடைய அடிமைகளின் கால்நடைகளை அவர்களிடம் கேட்டால், அவர்கள் அடிபணிந்து அவற்றைக் கொடுத்துவிடுவர். தங்களுடைய எஜமானர்களின் கட்டளைகளுக்கு எதிராக நடந்து கொள்ள அவர்கள் ஒருபோதும் துணியவில்லை. ஏனெனில், அப்படி யாரேனும் எதிர்க்கத் துணிந்தால், அவர் தன் உயிரை இழக்க நேரிடும். தங்களுடைய கால்நடைகளை விட்டுவிடும்படி அந்த அடிமைகள் மன்றாடியபோதும்

கெஞ்சியபோதும்கூட அந்த முதலாளிகள் அவர்கள்மீது இரக்கம் காட்டவில்லை. அடிமைகளைப் பொருத்தவரை, வேள்வி என்றால் தாங்கள் சொத்துக்களை இழக்க வேண்டியிருக்கும், அதன் விளைவாகத் தாங்கள் துயரத்தை அனுபவிக்க வேண்டியிருக்கும் என்று பொருள்பட்டது.

தான் நடத்தவிருந்த வேள்வியில் கலந்து கொள்ளும்படி பிம்பானனர் சுத்தோதனருக்கு அழைப்பு விடுத்தார். தன்னுடைய மகள் யசோதரையை வேள்விக்குப் பத்து நாட்களுக்கு முன்பே தன் வீட்டிற்கு அனுப்பி வைக்கும்படியும் அவர் சுத்தோதனரிடம் கோரினார். குறைந்தபட்சம் வேள்விக்கு நான்கு நாட்களுக்கு முன்பாகவாவது சித்தார்த்தன் வர வேண்டும் என்று தான் விரும்பியதாகத் தெரிவித்த அவர், மற்றவர்களை வேள்வி நாளன்று தான் எதிர்பார்த்ததாகக் கூறினார்.

சித்தார்த்தன் வேள்விகளுக்கு எதிரானவன் என்பதை சுத்தோதனர் அறிந்திருந்ததால், அவன் அதில் கலந்து கொள்ளுவான் என்று அவர் நினைக்கவில்லை. ஆனால், அந்த விழாவுக்குப் பத்து நாட்களுக்கு முன்பு யசோதரையை அனுப்பி வைக்கும்படி கௌதமியிடம் அவர் கூறினார்.

யசோதரை தன் பெற்றோர்களை சந்தித்துவிட்டு வருவது நல்லது என்று கௌதமி நினைத்தார். அவள் லௌகிக விஷயங்களில் ஆர்வம் காட்டுவதற்கு அவளுடைய தாயாரும் கோலியா கிராமத்துப் பெண்களும் அவளிடம் வலியுறுத்துவர் என்று அவர் நம்பினார். சித்தார்த்தனின் ஆன்மிக யோசனைகள்தான் சிற்றின்பத்தின்மீது அவளுக்கு வெறுப்பு ஏற்படும்படி செய்திருந்ததாக அவர் நினைத்துக் கொண்டிருந்ததால், அவள் சில நாட்கள் அவனிடமிருந்து விலகி இருப்பது நல்லது என்று அவர் கருதினார். அவளுடைய பிரச்சனையை அவளுடைய தாயார் புரிந்து கொள்ளுவார் என்றும், அவளுக்குத் தக்க அறிவுரையை வழங்கி, தாய்மைமீதான விருப்பத்தை அவர் அவளுக்குள் தூண்டிவிடுவார் என்றும் கௌதமி நம்பினார்.

சித்தார்த்தனுக்கும் யசோதரைக்கும் இடையே இப்போது நிலவிய உறவு குறித்துக் கவலைப்பட்டு வந்திருந்த கௌதமி இப்போது நிம்மதியடைந்தார். அவர் யசோதரையை வரவழைத்து, இந்த நல்ல செய்தியை

அவளிடம் தெரிவித்தார். ஆனால் அவருடைய எதிர்பார்ப்புகளுக்கு நேரெதிராக, தன்னுடைய பெற்றோரின் வீட்டிற்குச் செல்லுவதற்கான வாய்ப்புக் கிடைத்திருந்தது குறித்து யசோதரை உற்சாகம் கொள்ளவில்லை. மாறாக, அவளுடைய முகம் வெளுத்தது. அவள் தன் முகத்தில் எந்த உணர்ச்சியையும் வெளிப்படுத்தாமல் வெறுமனே தன் மாமியாரைப் பார்த்தபடி அமர்ந்திருந்தாள்.

கௌதமி அவளுடைய தலையை மென்மையாக வருடியபடி, “நீ எப்போது போக விரும்புகிறாய்?” என்று கேட்டார்.

“அம்மா, இதைப் பற்றி நான் சித்தார்த்தனிடம் பேசிவிட்டு உங்களுக்குத் தெரிவிக்கிறேன்,” என்று யசோதரை உற்சாகமின்றி பதிலளித்தாள்.

“தன் மனைவி அவளுடைய பெற்றோரைப் பார்க்கச் செல்லுவதிலிருந்து அவளைத் தடுக்கும் அளவுக்கு என் மகன் இரக்கமற்றவன் அல்ல,” என்று கௌதமி ஒரு புன்னகையோடு கூறினார்.

“இரக்கம், இரக்கமின்மை ஆகிய வார்த்தைகள் பெரும்பாலான சமயங்களில் தவறாகப் புரிந்து கொள்ளப்படுகின்றன. சில சமயங்களில், நமக்குப் பிரியமானவர்களாக இருக்கின்றவர்கள்கூட, அவர்கள் இரக்கமற்றவர்களாக இருக்கும் பட்சத்தில், நாம் அவர்களிடம் இரக்கம் காட்டக்கூடாது. இந்த விவகாரம் குறித்து என்ன செய்யப்பட வேண்டும் என்பதை நானும் உங்கள் மகனும் சேர்ந்து தீர்மானிப்போம்,” என்று யசோதரை கூறினாள்.

“சித்தார்த்தனைப்போலவே நீயும் ஆன்மிக யோசனைகளில் அளவுக்கதிகமாக ஆழமாக உன்னை ஈடுபடுத்திக் கொண்டிருப்பதாக எனக்குத் தோன்றுகிறது. அது உனக்கு நல்லதல்ல என்று நான் கருதுகிறேன். சித்தார்த்தனின் தாக்கத்திற்கு ஆளாகாமல் இருப்பது மிகவும் கடினம்தான் என்பதை நான் ஒப்புக் கொள்ளுகிறேன். ஆனால், ஒரு விஷயத்தை நீ மறந்துவிடக்கூடாது. நாம் பெண்கள். குடும்ப உறவுகள் சீராகப் பராமரிக்கப்படுவதை உறுதி செய்வது நம்முடைய பொறுப்பு. ஒரு பெண் பற்றற்று இருக்கும்போது, அவள் தன்னுடைய வீட்டுக் கடமைகளை நிறைவேற்றுவதில் ஆர்வம் இழந்துவிடுவாள்.

இயற்கை நமக்கு வழங்கியுள்ள கடமைகளை நிறைவேற்ற நாம் தவறும்போது, வாழ்க்கை வீணானதாகவும் சகித்துக் கொள்ளப்பட முடியாததாகவும் ஆகிவிடும். ஆண்கள் வித்தியாசமானவர்கள். அவர்கள் முக்தியைத் தேடி உலகம் நெடுகிலும் அலைந்து திரிகின்றனர். நமக்கு முக்தி வெளியே இல்லை, மாறாக, இந்த நான்கு சுவர்களுக்குள்தான் இருக்கிறது. நம்முடைய ஆண்கள் - அவர்கள் கணவன்மார்களாக இருந்தாலும் சரி, அல்லது மகன்கள், அரசர்கள், அல்லது துறவிகளாக இருந்தாலும் சரி - இந்த நான்கு சுவர்களுக்குள் இருக்கும்படி நாம் அவர்களிடம் வலியுறுத்த வேண்டும். நம்முடைய மகிழ்ச்சியும் நம்முடைய முக்தியும் இங்குதான் இருக்கிறது. மனிதகுல வரலாற்றில், இந்த நான்கு சுவர்களின் பாதுகாப்பைத் துறந்ததன் மூலம் எந்தவொரு பெண்ணும் புகழ் பெற்றதில்லை. அப்படிப்பட்டப் பெண்களை இவ்வுலகம் இழித்துரைக்கும், வெறுத்து ஒதுக்கும், அவர்களுக்கு தண்டனை வழங்கும். இதையெல்லாம் உன் தாயார் ஏற்கனவே உன்னிடம் கூறியிருப்பார் என்பதை நான் அறிவேன். உன் கணவனின் தாக்கத்திற்கு உட்பட்டு, அதன் விளைவாக உன் தாயாரின் அறிவுரையை நீ மறந்துவிடக்கூடாது. கணவன் இல்லாமல் ஒரு பெண்ணுக்கு எந்தக் குடும்ப வாழ்க்கையும் இருக்க முடியாது. ஆனால், கணவனைவிடக் குடும்பம் அதிக முக்கியம் என்பதையும் நீ மறந்துவிடக்கூடாது. ஒரு பெண் தன்னால் முடிந்த அனைத்து வழிகளிலும் தன்னுடைய குடும்பத்தைப் பாதுகாக்க வேண்டும், கட்டுக்கோப்பாக வைத்துக் கொள்ள வேண்டும் - அந்த வழிகள் அவளுடைய கணவனுக்கு வேதனையளித்தாலும்கூட. இயற்கையின் கட்டளைகளுக்கு நீயும் அடிபணிந்தாக வேண்டும். நீ ஒன்றும் இதற்கு விதிவிலக்கு அல்ல."

கௌதமியின் குரல் கடுமையாக ஒலித்தபோதிலும், கண்ணியமாக இருந்தது. தன்னுடைய கடுமை யசோதரையின் கண்களில் கண்ணீரை வரவழைத்துவிடுமோ என்று அவர் பயந்தார். ஆனால் யசோதரை எந்தக் கலக்கமும் இன்றிக் காணப்பட்டாள். கௌதமி கூறியவற்றை உணர்ந்து கொண்டதற்கான அறிகுறியோ அல்லது வருத்தமோ அவளுடைய முகத்தின்மீது தோன்றவில்லை.

"உனக்கு எது நல்லது என்று நான் நினைக்கிறேனோ அதை நான் உன்னிடம் கூறிவிட்டேன். அதை நீ பின்பற்றுகிறாயா இல்லையா என்பது உன்னுடைய விருப்பத்தைப் பொருத்தது. நான் ஒரு முக்கியமான வேலையை கவனிக்கப் போக வேண்டியிருக்கிறது. நான் உன்னிடமிருந்து விடைபெற்றுக் கொள்ளுகிறேன்," என்று கௌதமி ஒரு தாழ்வான குரலில் கூறினார்.

அன்று முழுவதும் யசோதரை தன்னுடைய வீட்டு வேலைகளை இயந்திரத்தனமாகச் செய்தாள்.

பிம்பானனரின் அழைப்பைப் பற்றி சுத்தோதனர் சித்தார்த்தனிடம் கூறியபோது, சித்தார்த்தன் அது குறித்துத் தன் அதிருப்தியை வெளிப்படுத்திவிட்டுக் காலமுனியைப் பார்க்கச் சென்றான். இரவு வெகுநேரம்வரை அவன் வீடு திரும்பவில்லை.

வேலைக்காரர்கள் விளக்குகளை ஏற்றினர். யசோதரை சித்தார்த்தனுக்காகக் காத்துக் கொண்டிருந்ததுபோலத் தெரியவில்லை. அவள் தீவிரமாகக் காணப்பட்டதாகவும், அன்று காலையிலிருந்து அவள் மௌனமாக இருந்து வந்திருந்ததாகவும், அவளிடம் பேசத் தங்களுக்கு பயமாக இருந்ததாகவும் பணிப்பெண்கள் கௌதமியிடம் கூறினர்.

தன்னுடைய அறிவுரை, யசோதரை சித்தார்த்தனுடனான தன்னுடைய உறவை மறுபரிசீலனை செய்வதற்கு அவளைத் தூண்டியிருக்க வேண்டும் என்று கௌதமி நினைத்தார். மிகக் குறுகிய காலத்திற்குள் யசோதரை தன்னுடைய போக்கைத் திருத்திக் கொண்டு ஒரு சாதாரணப் பெண்ணாக மாறிவிடுவாள் என்று அவர் உறுதியாக நம்பினார். இந்த நம்பிக்கை அவருக்கு மன அமைதியைக் கொடுத்தது.

சித்தார்த்தன் வீடு திரும்பியபோது, அவன் எதுவும் சாப்பிட மறுத்துவிட்டு, ஒரு குவளை நிறையப் பால் மட்டும் அருந்திவிட்டு நேராகத் தோட்டத்திற்குச் சென்று ஆசுவாசமாக அமர்ந்து கொண்டான். யசோதரை உணவு உட்கொண்டுவிட்டுத் தோட்டத்திற்கு வந்து அவனோடு உட்கார்ந்து கொண்டாள்.

சித்தார்த்தன் பாடிக் கொண்டிருந்தான். கடந்த சில வாரங்களாக, அவர்கள் இருவரும் தினமும் மாலையில்

தீவிரமான உரையாடல்களில் ஈடுபட்டு வந்திருந்தனர். இசைக்கு அங்கு இடமிருக்கவில்லை. யசோதரை இப்போது அவனுக்குப் பக்கத்தில் உட்கார்ந்து அவனுடைய பாடல்களை ரசித்துக் கேட்டாள். ஒருசில நிமிடங்களுக்குப் பிறகு அவன் பாடுவதை நிறுத்தியபோது, அவள் அவனைப் பார்த்துப் புன்னகைத்தாள்.

"உரையாடல்களும் இசையும் இன்று உங்களுக்கு மன அமைதியைக் கொடுக்கப் போவதில்லை என்று நான் நினைக்கிறேன்," என்று அவள் கூறினாள்.

"நீ எப்போது கோலியாவுக்குப் போகிறாய்?"

"நாளைக்குப் போகலாம் என்றிருக்கிறேன்."

"நாளைக்கா!" என்று வியந்த சித்தார்த்தன், "நிகழ்ச்சிக்குப் பத்து நாட்களுக்கு முன்புதான் உன் தந்தை உன்னை வரச் சொல்லியிருக்கிறாரே தவிர, இருபது நாட்களுக்கு முன்பாக அல்ல," என்று கூறினான்.

"வேள்விக்கான ஏற்பாடுகளைச் செய்வதற்கு நான் உதவுவேன் என்ற நம்பிக்கையில்தான் பத்து நாட்களுக்கு முன்பு அவர் என்னை வரச் சொல்லியிருக்கிறார். ஆனால், அந்த வேள்வியை நிறுத்தும் நம்பிக்கையில்தான் இப்போது நான் அங்கு போகப் போகிறேன்."

இதைக் கேட்டு சித்தார்த்தன் திகைத்தான். அவன் அந்த அதிர்ச்சியிலிருந்து மீளுவதற்குச் சிறிது நேரம் ஆயிற்று.

"நீ வேள்வியைத் தடுத்து நிறுத்தப் போகிறாயா? அது சாத்தியம் என்று நீ நினைக்கிறாயா?"

"சாத்தியமா சாத்தியமில்லையா என்பதெல்லாம் முயற்சிக்குப் பிறகுதான் நமக்குத் தெரிய வருமே அன்றி, அதற்கு முன்பு அல்ல."

"தீர ஆராயாமல் இப்படிப்பட்ட ஒரு துணிச்சலான முயற்சியை நீ ஏன் மேற்கொள்ள விரும்புகிறாய்?"

"துணிச்சலாக இருக்க வேண்டியது அவசியம் என்று நினைத்துத்தானே சில நாட்களுக்கு முன்பு அந்தப் போரைத் தடுப்பதற்கான ஒரு துணிகர முயற்சியை நீங்கள் மேற்கொண்டீர்கள்? அதன் விளைவு நம் எல்லோருக்கும் நன்மை பயப்பதாக இருந்ததல்லவா? இப்போது, ஒரு மகள் என்ற முறையில், எது சரி எது தவறு என்பதை என்

தந்தைக்கு உணர்த்த முயற்சிக்க வேண்டியது அவசியம் என்று நான் கருதுகிறேன். விளைவைப் பற்றி நான் சிந்திக்க முயற்சிக்கவில்லை. இம்முயற்சியில் நான் வெற்றி பெறக்கூடும் அல்லது தோல்வியைத் தழுவக்கூடும்."

சித்தார்த்தன் சில கணங்கள் மௌனமாக அவளைப் பார்த்துவிட்டுப் பிறகு பெருமூச்செறிந்தான்.

அவன் ஒரு கனத்த இதயத்துடன் பின்வருமாறு கூறினான்: "யசோதரை, வேள்விகளை நடத்துவது எவ்வளவு வீணானது என்பதைப் பற்றி நானும் சிந்தித்து வந்துள்ளேன். ஒரு போரைத் தடுத்து நிறுத்துவது சுலபமானது, ஆனால் ஒரு வேள்வியைத் தடுத்து நிறுத்துவது மிகவும் கடினமானது. வேள்விகள் கடவுள்மீதான விசுவாசத்தோடு தொடர்பு கொண்டவை. கடவுள் நம்முடைய விருப்பங்களை நிறைவேற்றுவார் என்ற நம்பிக்கையில் வேள்விகள் மேற்கொள்ளப்படுகின்றன. அந்த விருப்பம் நிறைவேறாவிட்டால்கூட, அந்த நம்பிக்கைக்குப் பின்னால் உள்ள விசுவாசம் மறைவதில்லை. போரின் எதிர்மறை விளைவுகளான மரணம், வேதனை போன்றவை எல்லோருக்கும் பொதுவான அனுபவங்களாகும். போர் தொடுக்கின்றவர்கள் கொடுக்க வேண்டிய மிகப் பெரிய விலை அவை என்பது தெளிவாகத் தெரிகிறது. ஆனால், ஒரு வேள்வியின் விளைவு கண்கூடாகத் தெரிவதில்லை. ஏனெனில், மனத்தால் உருவாக்கப்படுகின்ற ஒரு மாயை அது. எந்தவொரு மாயையிலிருந்தும் மீளுவது அவ்வளவு சுலபமானது அல்ல. இறுதி விளைவு வித்தியாசமானதாக இருக்கக்கூடும் என்றாலும், மாயையானது, நம்முடைய விருப்பங்கள் நிறைவேற்றப்படும் என்ற நம்பிக்கையை நமக்குக் கொடுத்து, அதன் மூலமாகத் தற்காலிகமான ஒரு பாதுகாப்புணர்வையும் சௌகரிய உணர்வையும் நமக்குள் உருவாக்குகிறது. விபத்துக்கள், நோய்கள், பருவம் மாறிப் பெய்கின்ற மழைகள், வெள்ளங்கள், வறட்சி போன்றவற்றிலிருந்து பாதுகாப்பை மக்கள் விரும்புகின்றனர். அப்படிப்பட்டப் பேரழிவுகளிலிருந்து தங்களைத் தற்காத்துக் கொள்ளுவதற்கான நேர்மையான வழியை அவர்கள் அறியவில்லை. யாரும் அதைப் பற்றி அவர்களிடம் கூறுவதில்லை. சரியான வழி

கண்டுபிடிக்கப்படும்வரை, அவர்கள் அவ்வழியைப் பின்பற்றிச் செல்லத் தூண்டப்படும்வரை, மக்கள் தொடர்ந்து மாயையில் வாழ்ந்து கொண்டும் வேள்விகளை நடத்திக் கொண்டும்தான் இருப்பர்."

யசோதரை குறுக்கிட்டு, "ஒரு மாயையான பாதுகாப்பிற்காக அவர்கள் தங்களிடம் உள்ள சொற்ப வளங்களையும் எப்படி எரித்து வீணாக்குகின்றனர் என்பதை நீங்கள் பார்க்கிறீர்கள் அல்லவா? என் தந்தை ஒரு செல்வந்தர். பணம், தானியங்கள், கால்நடைகள் ஆகிய வளங்கள் அவரிடம் அபரிமிதமாக இருக்கின்றன. புரோகிதர்களும் பூசாரிகளும் அவரிடம் வந்து, விலாவாரியான வேள்விகளையும் அவற்றில் பல்வேறு சடங்குகளையும் நடத்தும்படி அவரைத் தூண்டுகின்றனர். அந்த வேள்விகள் அவருக்கு அதிகமான செல்வ வளங்களையும் சிறந்த ஆரோக்கியத்தையும் கடவுளின் அருளையும் அள்ளி வழங்கும் என்று அவர்கள் வாக்குறுதி வழங்குகின்றனர். உண்மையில், என் தந்தைக்கு எந்தப் புறத்தூண்டுதலும் தேவையில்லை. அப்படிப்பட்ட மாயைகளில் அவர் ஏற்கனவே தலையளவு மூழ்கிப் போயிருக்கிறார். அந்த வேள்விகளில் எவ்வளவு உணவு எரிக்கப்பட்டுச் சாம்பலாக்கப்படுகிறது என்பதைப் பாருங்கள். எத்தனை அப்பாவி விலங்குகள் பலி கொடுக்கப்படுகின்றன! அந்த விலங்குகள் அனைத்தும் ஏழைகளிலும் ஏழைகளாக இருக்கின்றவர்களுக்குச் சொந்தமானவை. சடங்கு என்ற பெயரில் வேள்விகளில் எரிக்கப்படும் தானியங்கள் அடிமைகளுக்கு தானமாகக் கொடுக்கப்பட்டால், அவர்கள் ஆரோக்கியமாகவும் மகிழ்ச்சியாகவும் இருப்பர். ஆனால் அப்படிச் செய்யப்படுவதில்லை. அனைத்து வகையான பரிசுப் பொருட்களும் பிராமணர்களுக்குத்தான் கொடுக்கப்படுகின்றன. ஏற்கனவே எல்லாமே அவர்களுக்குத்தான் சாதகமாக இருக்கிறது. அடிமைகளின் கண்ணீர் அந்த வேள்வி நெருப்புக்குள் விழும்படி செய்யப்பட்டால், அந்த நெருப்பு நிரந்தரமாக அணைக்கப்பட்டுவிடும். அது மீண்டும் எரியவே எரியாது," என்று கூறினாள். அடிமைகளின் பரிதாப நிலைமையை அவள் நினைத்துப் பார்த்தபோது, அவளுடைய கண்கள்

குளமாயின.

“ஆனால் இதற்கெல்லாம் உன்னால் ஒரு முடிவு கட்ட முடியும் என்று நீ நினைக்கிறாயா?” என்று சித்தார்த்தன் கேட்டான்.

“எனக்குத் தெரியாது. ஆனால், இந்த ஒட்டுமொத்த உலகத்திடம் இல்லாவிட்டால்கூட, குறைந்தபட்சம் என் பெற்றோரிடமாவது நான் என்னுடைய எண்ணங்களை வெளிப்படுத்தியாக வேண்டும்.”

“ஒரு பெண்ணின் எண்ணங்களுக்கு இச்சமுதாயம் செவிசாய்க்கும் என்று நீ நினைக்கிறாயா?”

“எந்தவொரு பெண்ணாவது தன்னுடைய அபிப்பிராயங்களை வெளிப்படையாகத் தெரியப்படுத்த முயற்சித்திருக்கிறாளா என்பது எனக்குத் தெரியாது. ஆனால், ஒரு பெண் அதைச் செய்யத் துணியும்போது என்ன நிகழும் என்பதை நான் தெரிந்து கொள்ள விரும்புகிறேன்,” என்று யசோதரை தெளிவாகக் கூறினாள்.

சித்தார்த்தன் ஒரு புன்னகையோடு, “நீ என்னுடைய எண்ணங்களுக்குக் குரல் கொடுத்துக் கொண்டிருப்பதாக மக்கள் நினைக்கக்கூடும்,” என்று கூறினான்.

“இதில் விநோதமாக என்ன இருக்கிறது? எல்லாப் பெண்களும் தங்கள் கணவன்மார்களின் அறிவுறுத்தல்களைத்தானே பின்பற்றுகின்றனர்? ஆனால், இன்று என்னுடைய மாமியார் என்னிடம் ஒரு விநோதமான விஷயத்தைக் கூறினார். அவர் எந்த அர்த்தத்தில் அதைக் கூறினார் என்பதை நான் ஆழமாக சிந்தித்துப் புரிந்து கொள்ள வேண்டும். ஒரு கணவன்தான் ஒரு குடும்பத்தை உருவாக்குகிறான், ஆனால் ஒரு மனைவிக்கு, அவளுடைய கணவனைவிடக் குடும்பம்தான் அதிக முக்கியம் என்று அவர் கூறினார்.”

சித்தார்த்தன் மீண்டும் புன்னகைத்தான்.

“என்னுடைய விநோதமான, காட்டுத்தனமான எண்ணங்களிலிருந்து நீ என்னைக் காப்பாற்றுவாய் என்று அவர் நினைத்தார். ஆனால் உன்னுடைய எண்ணங்கள் என்னுடையவற்றைவிட அதிக ஆபத்தானவையாக இருப்பதை இப்போது அவர் உணர்ந்திருக்கிறார்.”

இப்போது யசோதரையும் சித்தார்த்தனும்

கலகலவென்று சிரிக்கத் தொடங்கினர். ஒளிமயமான அந்த இளம் தம்பதியர், கள்ளங்கபடமற்றத் தங்களுடைய சிரிப்பால் சலனமற்ற அந்த இரவுக்கு உயிரூட்டிக் கொண்டிருந்ததைக் கண்ட நட்சத்திரங்கள், தம்முடைய மங்கலான அழகையும் மயான அமைதியையும் உணர்ந்து வெட்கி நின்றன.

யசோதரையின் மனப்போக்கைப் பற்றி பிம்பானனரும் விசிஷ்டையும் நன்றாக அறிந்திருந்தனர். பத்து நாட்களுக்கு முன்பு வந்துவிடும்படி அவர்கள் அவளுக்கு அழைப்பு விடுத்திருந்தபோதிலும், வேள்வி நாளன்றாவது அவள் வந்து தலைகாட்டினால் அதைக் கொண்டு திருப்திப்பட்டுக் கொள்ள அவர்கள் தயாராக இருந்தனர். யசோதரை தன்னுடைய கணவனோடு சேர்ந்து வாழுவதற்குக் கபிலவஸ்துவுக்குச் சென்ற நாளிலிருந்து ஒரு முறைகூட அவள் தன் பெற்றோரைப் பார்க்க வரவில்லை. அது குறித்து விசிஷ்டை ஒரே நேரத்தில் மகிழ்ச்சியும் வருத்தமும் கொண்டார். தன் மகள் இல்லாமல் அவர் மகிழ்ச்சியாக இருந்ததாக யாரேனும் அவரை ஏளனம் செய்து பேசியபோதெல்லாம், தன்னுடைய இளங்குருத்து இன்னோர் இடத்தில் ஒரு மரமாக வளர்ந்து கொண்டிருந்ததைக் கண்டு தான் மகிழ்ச்சியாக இருந்ததாக விசிஷ்டை அவர்களுக்கு பதிலடி கொடுத்தார்.

எனவே, தாங்கள் எதிர்பார்த்ததைவிட முன்னதாகவே வந்து சேர்ந்திருந்த யசோதரையைக் கண்டபோது பிம்பானனரும் விசிஷ்டையும் வியப்புற்றனர்.

தன்னுடைய தாயைக் கண்டவுடன், அவளுடைய கைகளில் அடைக்கலமாவதுதான் ஒரு மகளுக்குக் கிடைக்கக்கூடிய மிகப் பெரிய மகிழ்ச்சி என்பது எந்த மகளுக்குத்தான் நினைவிருக்காது?

யசோதரையின் முகம் ஒளிமயமாக இருந்ததை பிம்பானனர் கவனித்தபோது, அவள் கபிலவஸ்துவில் தன் வாழ்க்கையில் மிகவும் சந்தோஷமாக இருந்தாள் என்பதை அவரால் உணர்ந்து கொள்ள முடிந்தது. அவர் அவளைப்

பாசத்தோடு ஆசீர்வதித்துவிட்டு, வெளியே தன் வேலையை கவனிக்கச் சென்றுவிட்டார்.

விசிஷ்டையால் ஒரு கணம்கூடத் தன் மகளைவிட்டுப் பிரிய முடியவில்லை. அவளுக்காக இதுநாள்வரை தான் தேக்கி வைத்திருந்த அன்பையும் பாசத்தையும் அவர் அவள்மீது பொழிந்தார். தன் மகள் கேட்காமலேயே அவளுக்கு எல்லாப் பணிவிடைகளும் செய்யப்பட்டதை அவர் உறுதி செய்தார். எந்த விருப்பத்தை மனத்தில் நினைத்து விசிஷ்டை தன் கணவரோடு அந்த வேள்வியை நடத்தவிருந்தாரோ, அந்த விருப்பம் ஏற்கனவே நிறைவேற்றப்பட்டிருந்ததுபோல அவர் காணப்பட்டார். தன் தாயாருடன் இருப்பது குறித்த எளிய ஆனந்தத்தை யசோதரையும் ஆழமாக விரும்பினாள்.

யசோதரையின் வரவு பற்றிய செய்தி அந்த கிராமம் நெடுகிலும் வேகமாகப் பரவியது. அக்கம்பக்கத்து வீட்டுப் பெண்கள் யாவரும் அவளைக் காண வந்தனர்.

“என்ன அவசரம்? அவள் இங்கு ஒரு மாதம் இருக்கப் போகிறாள். இந்த நீண்ட தூரப் பயணத்தால் அவள் ஏற்கனவே களைத்துப் போயிருக்கிறாள். நீங்கள் ஏன் அவளுக்கு மேலும் களைப்பூட்ட விரும்புகிறீர்கள்? நான்கு நாட்களுக்குப் பிறகு நீங்கள் அவளை சந்திக்கலாம். இப்போது இங்கிருந்து போய்விடுங்கள்,” என்று கூறி விசிஷ்டை அவர்களை வெளியே அனுப்பி வைத்தார்.

ஆனாலும், தன்னுடைய குடும்பத்தினர் தன்மீது காட்டிய பாசமும், தன் தாய்வீட்டில் தான் அனுபவித்துக் கொண்டிருந்த மகிழ்ச்சியும் யசோதரையின் கவனத்தை அவளுடைய வருகையின் நோக்கத்திலிருந்து கடுகளவும் திசை திருப்பவில்லை. அன்றிரவு அவள் நிம்மதியாகத் தூங்கினாள். மறுநாள் காலையில், அவளுடைய தந்தை வெளியே செல்லத் தயாராகிக் கொண்டிருந்தபோது அவள் அவரைப் பார்க்கச் சென்றாள். தனக்குத் தேவையான எதையோ அவள் தன்னிடம் கேட்க விரும்பியதாக பிம்பானனர் நினைத்தார்.

“யசோதரை, உனக்கு என்ன வேண்டும்? இது உன் வீடு. உனக்குத் தேவையான எல்லாம் உனக்குக் கிடைக்கும். தயங்காமல் கேள்,” என்று அவர் கூறினார்.

“அப்பா, நான் உங்களிடம் கேட்கப் போவது உங்களுக்கு மனவேதனையை ஏற்படுத்தக்கூடும். அது உங்களுக்குக் கோபத்தையும் உண்டாக்கக்கூடும், ஆனால் நீங்கள் பொறுமையாகக் காது கொடுத்துக் கேட்க வேண்டும்,” என்று கூறிவிட்டு, தன் தந்தை அதற்கு என்ன சொல்லவிருந்தார் என்பதை கவனிப்பதற்காக அவள் சற்று நிதானித்தாள். பிம்பானனர் சிறிது நேரம் தன்னுடைய மருமகனை சந்தேகித்தார். தன் மகள் தன்னுடைய மாமனாரின் வீட்டில் ஏதோ அசௌகரியத்தை அனுபவித்துக் கொண்டிருந்ததாக நினைத்து அவர் பயந்தார்.

அவர் மிகுந்த அக்கறையோடு, “யசோதரை! சித்தார்த்தன் உன்னுடைய தேவைகள்மீது அக்கறை காட்டுகிறான், இல்லையா? அவனுடைய பெற்றோர் உன்னிடம் அன்பாக நடந்து கொள்ளுகின்றனரா?” என்று கேட்டார்.

“அப்பா, பிரச்சனை அதுவல்ல. அங்கு எனக்கு எந்தக் குறையும் இல்லை. ஆனால் இங்கு நம் வீட்டில் ஒரு விஷயம் குறித்து நான் வருந்துகிறேன்.”

பிம்பானனர் குழப்பமடைந்தார். அவள் என்ன சொல்ல வந்தாள் என்பதை அவரால் புரிந்து கொள்ள முடியவில்லை.

“நீ என்ன சொல்லுகிறாய்? இங்கு எங்களிடம் நீ என்ன குறையைக் கண்டுவிட்டாய்? தன் பெற்றோருக்கு எதிராகப் புகார் கூறுவதற்கு ஒரு மகளிடம் அப்படி என்ன இருந்துவிட முடியும்?” என்று அவர் கேட்டார்.

யசோதரை சுற்றி வளைக்காமல் நேராக விஷயத்திற்கு வந்தாள். “அப்பா, நீங்கள் ஏன் இந்த வேள்வியை நடத்த விரும்புகிறீர்கள்?”

“நாம் ஏன் வேள்விகளை நடத்துகிறோம் என்பது உனக்குத் தெரியாதா? நம் எல்லோருடைய நலனுக்காகவும், நம் குடும்பத்தின் செழிப்பிற்காகவும், நம்முடைய கிராமத்தின் செழிப்பிற்காகவும், கபிலவஸ்து உட்பட நம்முடைய சுற்றுவட்டாரத்து கிராமங்கள் அனைத்தின் செழிப்பிற்காகவும்தான் நாம் வேள்விகளை நடத்துகிறோம்.

“இந்த ஆண்டு, கொடிய நோய்கள் எல்லா இடங்களிலும் பரவப் போவதாகக் கணிக்கப்பட்டுள்ளது.

கொள்ளை நோய்களும் காலம் தவறிப் பெய்யும் மழையும் நம்முடைய விவசாயத்தை பாதிக்கப் போகின்றன. இந்தப் பேரழிவுகளை உணர்ந்து கொண்டுள்ள நம்முடைய புரோகிதர்கள், இந்த வேள்வியை நடத்தும்படி எனக்கு அறிவுறுத்தியுள்ளனர். இது நம்முடைய பாதுகாப்பை உறுதி செய்யும். உன் சந்தேகம் என்ன? வேள்வியைப் பற்றி நீ என்ன தெரிந்து கொள்ள விரும்புகிறாய்?"

யசோதரை சிறிது நேரம் மௌனம் காத்துவிட்டுப் பிறகு தன் தந்தைக்கு பதிலளித்தாள்.

"அப்பா, இது பொது அறிவு சார்ந்த ஒரு விஷயம். சற்று கவனமாக சிந்தித்தால், நோய்களுக்கும் வேள்விகளுக்கும் இடையே எந்த உண்மையான தொடர்பும் இல்லை என்பதை எவரொருவராலும் பார்க்க முடியும். ஒரு வேள்வியை நடத்துவதன் மூலம் மழையைக் கட்டுப்படுத்துவது சாத்தியமில்லை. வேள்வி என்ற பெயரில் நீங்கள் சாம்பலாக மாற்றுகின்ற அனைத்து தானியங்களையும் பழங்களையும் மற்ற உணவுப் பொருட்களையும் ஏழைகளுக்கும் பாவப்பட்டவர்களுக்கும் நீங்கள் தானமாகக் கொடுக்கலாம். உங்களைச் சுற்றிலும் நூற்றுக்கணக்கானவர்கள் பசியால் துன்புற்றுக் கொண்டிருக்கும்போது இவ்வளவு உணவை வீணாக்குவது ஒரு பாவச் செயல் அல்லவா? அதிகாரமற்ற அடிமைகளிடமிருந்துதான் வலுக்கட்டாயமாக அவர்களுடைய கால்நடைகளை நீங்கள் பறிக்கிறீர்களே அன்றி, ஜமீந்தார்களிடமிருந்து அல்ல. அந்த அடிமைகள் மௌனமாக விடும் சாபங்களால் உங்களுக்கும் உங்கள் சமூகத்திற்கும் எப்படி நன்மை விளைவிக்க முடியும்? நீங்கள் அவர்களுடைய கால்நடைகளைப் பலி கொடுக்கும்போது, தங்களுக்கு ஏதோ நல்லது நிகழும் என்று அவர்களால் எப்படி நம்ப முடியும்? பிராமணப் புரோகிதர்களும் அறிஞர்களும் பரிசுப் பொருட்களையும் உபகாரங்களையும் பெறுவதற்காகவும் சமுதாயத்தில் தங்களுடைய உயர்வான நிலையைத் தொடர்ந்து தக்கவைத்துக் கொள்ளுவதற்காகவும் மதம் மற்றும் கடவுள் விசுவாசத்தின் பெயரில் மூடநம்பிக்கைகளால் நம்முடைய மனங்களை நிரப்புகின்றனர். அவர்களுடைய தாக்கத்திற்கு ஆளாகின்ற நாம், நம்முடைய சொந்த மடமையைப் புரிந்து

கொள்ளத் தவறிவிடுகிறோம். உணவை எரிப்பது அறிவார்ந்த செயல் என்று நீங்கள் நினைக்கிறீர்களா? அப்பாவி விலங்குகளைப் பலி கொடுப்பது புனிதமான செயல் என்று நீங்கள் கருதுகிறீர்களா? அடிமைகளின் துன்பங்கள் உங்கள் கண்களுக்குத் தெரியவில்லையா? அவர்களுடைய பசி உங்கள் பார்வைக்குத் தென்படவில்லையா? ஒரு வேள்வியை நடத்துவது புனிதமானது அல்ல. அது அதற்கு நேரெதிரானது. அது ஒரு பாவம்! அப்பா, தயவு செய்து எனக்காக இந்த வேள்வியைக் கைவிடுங்கள்."

பிம்பானனர் வாயடைத்து நின்றார். அவர் சுதாரித்துத் தன்னிலைக்கு வந்தபோது கடுஞ்சினம் கொண்டு, "சித்தார்த்தன் மடமைக்கான தன்னுடைய தூதுவராக உன்னை அனுப்பி வைத்தானா?" என்று கத்தினார்.

"இல்லை. அவருக்கும் இதற்கும் எந்தத் தொடர்பும் இல்லை. இந்த வேள்வியை நீங்கள் கைவிடும்படி செய்வதற்காக நானே விருப்பப்பட்டு இங்கு வந்திருக்கிறேன்."

"உன்னுடைய திருமணத்திற்கு முன்னால் உனக்குச் சிறிது பைத்தியம் பிடித்திருந்ததை நான் அறிவேன். திருமணம் உன்னை குணமாக்கிவிடும் என்று நான் நம்பினேன். ஆனால், அது உன் நிலைமையை மேலும் அதிகமாக மோசமாக்கியுள்ளதை நான் இப்போது கண்கூடாகப் பார்க்கிறேன். உனக்குச் சிகிச்சையளிப்பதைப் பற்றி உன் மாமியார் யோசிக்கவில்லையா? அல்லது, சித்தார்த்தனின் பைத்தியக்காரத்தனம் அவர்களுக்கு ஏற்கனவே பழக்கமாகிவிட்டதால் உன்னுடைய பைத்தியக்காரத்தனத்தையும் அவர்கள் பொறுத்துக் கொள்ளுகிறார்களா?"

யசோதரை சற்றுப் பொறுமையிழந்து, "அப்பா, நீங்கள் ஏன் என்னைப் பைத்தியக்காரி என்று அழைக்கிறீர்கள்? தயவு செய்து நான் சொல்லுவதை முழுவதுமாகக் கேளுங்கள். வேள்வி ஏன் பயனற்றது என்பதற்கான காரணங்களை அறிவுபூர்வமாக நான் உங்களுக்கு விளக்கிக் காட்டிக் கொண்டிருக்கும்போது உங்களால் எப்படி என்னைப் பைத்தியக்காரி என்று அழைக்க முடிகிறது? வேள்விகளால் அனைத்துப் பேரழிவுகளையும் ஒரு மாயாஜாலமான வழியில் தடுக்க முடியும் என்று நம்புவதுதான் உண்மையான

பைத்தியக்காரத்தனம். விலங்குகளின் மரணத்தாலும் உணவு தானியங்களின் அழிவாலும் ஒருபோதும் நலம் விளைவிக்க முடியாது. வேள்விகள்மீது உங்களுக்கு இருக்கின்ற பைத்தியக்காரத்தனமான ஆழ்விருப்பத்திலிருந்து உங்களை விடுவிப்பதற்காகவே நான் இங்கு வந்திருக்கிறேன்," என்று கூறினாள்.

தன்னுடைய அறிவைத் தொலைத்துவிட்ட ஒருவரோடு விவாதிப்பது தனக்கு எந்த நன்மையையும் கொண்டுவராது என்பதை பிம்பானனர் உணர்ந்தார். தன் மகளாக இருந்தாலும்கூட, அவள் ஒரு பைத்தியக்காரி என்றால் அவளோடு தான் ஏன் பேச வேண்டும் என்று குமுறிய அவர், அவளுடைய பைத்தியக்காரத்தனத்தைத் தூண்டிவிட்டு அவள் மூலமாகத் தன்னுடைய செய்தியைத் தனக்கு அனுப்பி வைத்திருந்த சித்தார்த்தன்மீது கோபம் கொண்டார்.

அவர் தன் கோபத்தை அடக்கிக் கொண்டு, "யசோதரை! நீ ஒரு பெண். நீ உன்னுடைய எல்லைகளுக்கு உட்பட்டு இருக்கக் கற்றுக் கொள்ள வேண்டும். உன்னுடைய அபத்தமான யோசனைகளை மற்றவர்களுக்கு போதிக்காதே. ஆனால் இப்போது என்னால் உன்னை நம்ப முடியாது. தன் தந்தையை எதிர்க்கத் துணிகின்ற ஒரு பெண் வேறு எதையும் செய்யத் துணிவாள். வா என்னோடு," என்று கூறினார்.

அவர் அவளுடைய கையை இறுக்கமாகப் பிடித்து அவளை அவளுடைய படுக்கையறைக்கு இழுத்துச் சென்று, அவளை உள்ளே தள்ளிக் கதவை வெளிப்புறமாகப் பூட்டினார். பிறகு அவர் தன் மனைவியை அழைத்து, தன்னுடைய அனுமதி இல்லாமல் அவள் அக்கதவைத் திறக்கக்கூடாது என்று உத்தரவிட்டார்.

தன்னுடைய கணவரின் குரலில் திடீரென்று தொனித்தக் கடுமையைக் கேட்டு அதிர்ச்சியடைந்த விசிஷ்டை, "என்ன பிரச்சனை?" என்று கேட்டார்.

"நம்முடைய மகளுக்குப் பைத்தியம் பிடித்துவிட்டது. நான் வேள்வியைக் கைவிட வேண்டும் என்று அவள் என்னிடம் கேட்டாள். அதனால் நான் அவளைப் பூட்டி வைக்க வேண்டியதாகிவிட்டது. அவள் என்னிடம் பேசிய

விஷயம் வேறு எவர் முன்னிலையிலும் பேசப்படக்கூடாது! நாளைக்கு நான் சுத்தோதனருக்கும் அவருடைய மகனுக்கும் செய்தி அனுப்பி, இவளை அவர்களிடம் ஒப்படைக்கப் போகிறேன். அதுவரை அவள் வெளியே வர அனுமதிக்காதே. அவள் தன்னுடைய பைத்தியக்காரத்தனத்தால் ஏதேனும் கொடூரமான காரியத்தைச் செய்துவிட்டால் நாம் அவர்கள் இருவருக்கும் பதில் சொல்ல வேண்டியிருக்கும். பெண்களுக்குத் தடை விதிக்கப்பட்டுள்ள விவகாரங்களில் அவள் தலையிட்டுக் கொண்டிருக்கிறாள். அது முழுப் பைத்தியக்காரத்தனம்," என்று பிம்பானனர் கூறினார்.

விசிஷ்டை தன் முகத்தில் எந்த உணர்ச்சியையும் காட்டாமல் வெறுமனே தன் கணவரைப் பார்த்தார். பிம்பானனர் மேலும் எதுவும் சொல்லாமல் வெளியே போய்விட்டார். யசோதரைக்குப் பைத்தியம் பிடித்துவிட்டது என்று பிம்பானனர் கூறிய வார்த்தைகள் விசிஷ்டையின் காதுகளுக்கு இடிபோல ஒலித்தன.

அவருடைய கணவர் அவருடைய பார்வையிலிருந்து மறைந்தபோது, அவர் யசோதரையின் அறைக் கதவைத் திறந்து தன் மகளைப் பார்க்க விரைந்தார்.

அவமானத்தாலும் இயலாமையாலும் திக்குமுக்காடிப் போயிருந்த யசோதரை, அந்த அறையில் குறுக்கும் நெடுக்குமாக நடந்து கொண்டிருந்தாள். அவள் தன் தாயைப் பார்த்தவுடன் பெரிதாக அழத் தொடங்கினாள். விசிஷ்டை அவளருகே சென்று அவளைத் தன் கைகளால் தாங்கிப் பிடிக்கவில்லை, மாறாக, பயத்தோடும் கவலையோடும் சற்று விலகியே நின்றார். தன் தாயார் ஒரு வித்தியாசமான விதத்தில் தன்னைப் பார்த்துக் கொண்டிருந்தார் என்பது யசோதரைக்கு முதலில் புரியவில்லை. சிறிது நேரத்தில் அதற்கான காரணம் அவளுக்குப் புரிந்தபோது, அவள் தன் தாயின்மீது பரிதாபம் கொண்டாள்.

"எனக்குப் பைத்தியம் பிடித்துவிட்டதாக அப்பா உங்களிடம் கூறினார், இல்லையா?" என்று அவள் பலவீனமாகக் கேட்டாள். "ஆனால், அப்பாவுக்குத்தான் பைத்தியம் பிடித்திருக்கிறது. அதுதான் உண்மை. வேள்வி, உயிர்ப்பலிகள், உணவு மற்றும் தானியங்கள் எரிக்கப்படுதல், ஏழைகளிடமிருந்து கால்நடைகள்

பறிக்கப்படுதல் - இவையெல்லாம் பைத்தியக்காரத்தனம் இல்லையா? அம்மா, இவற்றிலிருந்து நம்மால் என்ன நன்மையைப் பெற முடியும்? வேள்வியை நடத்துவதற்கு முன்பு அதைப் பற்றி சிந்திக்கும்படி நான் அப்பாவுக்கு அறிவுறுத்தியதால், எனக்குப் பைத்தியம் பிடித்திருப்பதாக அவர் நினைக்கிறார். நான் அவரோடு பேசுவதற்காகத்தான் நம் வீட்டிற்கு வந்திருக்கிறேன், ஆனால் நான் பேச அவர் அனுமதிப்பதில்லை. இப்படிப்பட்ட விவகாரங்களைப் பற்றிப் பேசுவதற்குப் பெண்களுக்குத் தகுதியில்லை என்று அவர் கூறுகிறார். அம்மா, நீங்களும் ஒரு பெண்தானே?"

யசோதரையிடமிருந்து இப்படிப்பட்ட வார்த்தைகளை விசிஷ்டை எதிர்பார்க்கவில்லை. யசோதரை அவரிடம் பேசிக் கொண்டிருந்தபோது, அவர் மெதுவாகப் பின்னோக்கி அடியெடுத்து வைக்கலானார். பிறகு அவர் கதவுக்குப் பக்கத்தில் வந்தவுடன், வேகமாக அந்த அறையைவிட்டு வெளியேறி, கதவை மூடி வெளிப்புறமாகப் பூட்டினார். பயத்தில் நடுங்கியபடி அவர் அந்தக் கதவருகிலேயே உட்கார்ந்து அழத் தொடங்கினார்.

அவருக்கு உதவுவதற்காக அவருடைய பணிப்பெண்கள் ஓடி வந்தனர். அவர்களுடைய உதவியோடு அவர் தன்னுடைய அறையைச் சென்றடைந்தார். யசோதரை ஏதோ தொற்றுநோயால் பாதிக்கப்பட்டிருந்ததால் அவர்கள் அவளுடைய அறைக்குள் நுழையக்கூடாது என்று அவர் அவர்களுக்கு உத்தரவிட்டார். சாப்பாட்டு நேரங்களில் அவர்கள் அவளுடைய அறைக் கதவை லேசாகத் திறந்து, உணவையும் தண்ணீரையும் உள்ளே வைத்துவிட்டு உடனடியாகக் கதவை மூடிவிட வேண்டும் என்று அவர் அவர்களுக்கு அறிவுறுத்தினார். அவர்கள் அங்கிருந்து போனவுடன், விசிஷ்டை மீண்டும் வருந்தலானார்.

அன்றிரவு, மிகவும் மனம் தளர்ந்து போயிருந்த தன் மனைவிக்கு ஆறுதலளிக்க பிம்பானனர் தன்னால் முடிந்த எல்லாவற்றையும் செய்தார். அடுத்த நாள் காலையில் சுத்தோதனரும் சித்தார்த்தனும் வந்து யசோதரையைக் கபிலவஸ்துவுக்கு அழைத்துச் செல்லுவார்கள் என்று அவர் விசிஷ்டையிடம் கூறினார்.

பிம்பானனரைப்போலவே, தன் மகளின் பரிதாப

நிலைக்கு சித்தார்த்தன்தான் காரணம் என்று விசிஷ்டையும் நினைத்தார்.

"முன்பெல்லாம் என் மகள் எவ்வளவு உன்னதமானவளாக இருந்தாள்," என்று கவலைப்பட்ட விசிஷ்டை, தன் கண்ணீரைத் துடைத்துவிட்டு இவ்வாறு அரற்றினார்: "என் மகள் மென்மையானவளாகவும், அழகும் நளினமும் பொருந்தியவளாகவும், ஆனால் அதே நேரத்தில் அடக்கம் கொண்டவளாகவும் இருந்தாள். ஒரு செம்மறி ஆட்டுக்குட்டியைப்போல மென்மையாகவும் அடக்கமாகவும் இருந்தவள் அவள். அவள் ஒழுங்கு கொண்டவளாகவும் இருந்தாள். அவள் ஒருபோதும் நம்முடைய விருப்பங்களுக்கு எதிராக நடந்து கொள்ள மாட்டாள். அவள் வேள்விகளைக் கண்டு பயந்தாள் என்பது உண்மைதான், ஆனால் அவள் எவ்வளவு உற்சாகமாக வீட்டை அலங்கரித்தாள், என்னுடைய வேலைகளில் எனக்கு எவ்வளவு தூரம் உதவினாள் தெரியுமா? அவள் நம்முடைய விருந்தினர்களை வரவேற்று, அவர்களை நன்றாக உபசரித்தாள். 'நீ ஒரு தேவதையைப் பெற்றெடுத்திருக்கிறாய்,' என்று அவர்கள் எல்லோரும் என்மீது பொறாமைப்படும் அளவுக்கு அவள் அவ்வளவு சிறப்பாக அவர்களை கவனித்தாள். வேள்வி முடிந்த மறுநாள் அவள் எப்போதும் காய்ச்சலால் துன்புற்றாள். விருந்தினர்களின் கொள்ளிக்கண் பார்வைதான் அதற்குக் காரணம் என்பதை நான் அறிவேன். நான் ஒரு கை நிறைய உப்பை எடுத்து அவளுக்கு திருஷ்டி சுற்றிப் போடுவேன். இரண்டு நாட்களில் அவள் நலமடைந்து, மீண்டும் மகிழ்ச்சியாக வீட்டைச் சுற்றி ஓடுவாள், தன்னுடைய சிரிப்பாலும் குழந்தைத்தனமான பேச்சாலும் எங்களுக்குக் களிப்பூட்டுவாள். இப்போது அவளுக்கு என்ன ஆயிற்று? அவள் ஏன் இப்படி மாறினாள்?"

விசிஷ்டையின் வருத்தத்திற்கு முடிவே இருக்கவில்லை. ஆழ்ந்த சிந்தனையில் மூழ்கிய அவர், இரவு நெடுகிலும் விழித்திருந்தார்.

தன் தாயார் தன்னுடைய அறைக் கதவைப் பூட்டியபோது யசோதரை ஆச்சரியமடைந்தாள். ஆனால் சிறிது நேரத்திற்குப் பிறகு, அவளுடைய வருத்தமும்

கவலையும் மறைந்தன. அவளுடைய தாயின் நடத்தை அவளுக்கு வேடிக்கையாகத் தோன்றியது. “இவ்விஷயத்தை அவர்கள் எவ்வளவு தூரம் குழப்புகிறார்கள்! நான் தெளிவான அறிவோடு இருக்கிறேன் என்பதை என் தாயார்கூட நம்பவில்லையே!” என்று அவள் தனக்குத் தானே கூறிக் கொண்டு சிரித்தாள்.

அவள் அக்காட்சியை மீண்டும் மீண்டும் நினைவுபடுத்திப் பார்த்துச் சத்தமாகச் சிரித்தாள். சிறிது நேரத்திற்குப் பிறகு, அவளுக்கு உணவு கொண்டுவந்த ஒரு பணிப்பெண் அவளுடைய அறைக் கதவை லேசாகத் திறந்தபோது, யசோதரை தனக்குத் தானே சிரித்துக் கொண்டிருந்ததைக் கண்டு அதிர்ச்சியடைந்தாள். தான் கொண்டு வந்த உணவை அவள் தரையில் வைத்துவிட்டு வேகமாகக் கதவை மூடினாள். துல்லியமாக அக்கணத்தில் அங்கே வந்த பிம்பானனர், நிகழ்ந்திருந்த விஷயத்தை அவளிடமிருந்து கேட்டறிந்தார். பிறகு, யசோதரையைப் பற்றிய உண்மையை அவள் யாரிடமாவது கூறினால் அவளுடைய கழுத்தில் அவளுடைய தலை இருக்காது என்று அவர் அவளைக் கடுமையாக எச்சரித்தார். அப்பணிப்பெண் சரியென்று தலையாட்டிவிட்டு, பயத்தில் நடுங்கியபடி அந்த இடத்திலிருந்து விரைந்தாள்.

தன்னுடைய அறைக்கு வெளியே நிகழ்ந்து கொண்டிருந்த எதுவும் யசோதரைக்குத் தெரியவில்லை. தான் எதற்காக வந்தோமோ அதில் தான் தோற்றுவிட்டிருந்தது குறித்து அவள் ஏமாற்றமடைந்தாள். ஆனால், நடந்து முடிந்துவிட்ட விஷயத்தைப் பற்றி நினைத்து வருந்துவதில் எந்த அர்த்தமும் இல்லை என்றும் அவள் நம்பினாள். இப்போது அவளுக்குத் தன் பெற்றோர்மீதும் அந்த வேள்வியின்மீதும் எந்த அக்கறையும் இருக்கவில்லை. அவள் தன்னுடைய கவனத்தை சித்தார்த்தனை நோக்கித் திருப்பினாள். மீண்டும் அவனோடு சேர்ந்திருக்க அவள் விரும்பினாள்.

“சித்தார்த்தனின் யோசனைகளை மக்கள் ஏற்க மறுக்கின்றபோதிலும், அவருடைய அறிவுத் திறனை யாரும் சந்தேகிப்பதில்லை,” என்று அவள் தனக்குத் தானே கூறிக் கொண்டாள். “அவர் ஓர் ஆன்மிகத் தேடலில் இருப்பதாக அவர்கள் நினைக்கின்றனர். சிரமணர்கள்

மற்றும் சார்வாகர்களின் விஷயத்திலும் இதுதான் நடைமுறையில் இருக்கிறது. மக்கள் அவர்களுடைய போதனைகள்மீது அக்கறை காட்டுவதில்லை, ஆனால் அவர்கள் கச்சிதமான நபர்கள் என்றும், எண்ணத்திலும் செயலிலும் உன்னதமானவர்கள் என்றும் கருதுகின்றனர். சித்தார்த்தனுக்கு பதிலாக, நான் அந்த இரண்டு படைகளுக்கு நடுவே நின்று கொண்டு, சித்தார்த்தன் பேசிய அதே வார்த்தைகளை அவர்களிடம் பேசியிருந்தால் என்ன நிகழ்ந்திருக்கும்? நான் ஒரு பைத்தியக்காரி என்று அவர்கள் எனக்குப் பட்டம் சூட்டியிருப்பார்கள், என்னை எள்ளி நகைத்திருப்பார்கள், அல்லது என்னைக் கல்லால் அடித்துக் கொலை செய்யவும் துணிந்திருப்பார்கள். ஆனால் அது ஏன்? ஒரு பெண்ணின் அறிவாற்றல் ஏன் பைத்தியக்காரத்தனம் என்று தவறாக எடுத்துக் கொள்ளப்படுகிறது?

"சித்தார்த்தன் மட்டுமே என்னை ஓர் அறிவார்ந்த நபராகக் கருதுகிறார். அவர் என்னுடைய எண்ணங்களுக்கு மதிப்புக் கொடுக்கிறார். மற்றவர்கள் அப்படிச் செய்வதில்லை பெரும்பாலானோரைப் பொருத்தவரை, அறிவுலகில் பெண்களுக்கு எந்த இடமும் இல்லை. பெண்கள் தங்கள் மனக்கதவுகளை மூடி வைத்துவிட்டு, வீட்டு வேலைகளை மட்டும் கவனித்துக் கொண்டு ஒதுங்கிக் கொண்டால், அவர்கள் மரியாதையோடு நடத்தப்படுகின்றனர். ஆனால் அவர்கள் தங்கள் மனக்கதவுகளைத் திறந்துவிட்டால், அவர்களுக்குப் பித்துப் பிடித்துவிட்டதாக முடிவு செய்யப்பட்டு, அவர்களுடைய குரல் வலுக்கட்டாயமாக ஒடுக்கப்பட்டுவிடுகிறது. சமுதாயத்தில் அறிவார்ந்த நபர்களாகப் பெண்களால் எப்படி ஓர் இடத்தை வென்றெடுக்க முடியும்? அவர்கள் உள்ளே நுழைய யார் அனுமதிப்பார்கள்? சித்தார்த்தனால் மட்டும்தான் அவர்களுக்கு அடைக்கலம் வழங்க முடியும்போலும். ஆனால், இந்த விஷயத்தைப் பொருத்தவரை, சித்தார்த்தனால்கூட மற்றவர்களை ஒப்புக் கொள்ள வைக்க முடியாது. மக்கள் இவ்விஷயத்தில் அவருடைய பேச்சைக் கேட்க மாட்டார்கள். அவர்களை ஒப்புக் கொள்ள வைப்பதற்கு, முதலில் சித்தார்த்தனுக்கு

உறுதியான நம்பிக்கை ஏற்பட வேண்டும். சுதந்திரமாக சிந்திப்பதற்கான திறன் பெண்களுக்கு இருக்கிறது என்று அவர் உண்மையிலேயே நம்புகிறாரா? ஏனெனில், பெண்கள்மீது கடுகளவுகூட மதிப்பு இல்லாத காலமுனி மற்றும் பிற துறவியரின் தாக்கங்களுக்கு நெடுங்காலமாக அவர் ஆளாகி வந்துள்ளார். சித்தார்த்தன் அவர்களுடைய யோசனைகள் குறித்துக் கேள்வி எழுப்புகின்றபோதிலும், பெண்களுக்கு அவர் முழுமையாக சாதகமாக இருக்கிறார் என்று அது அர்த்தமாகாது. அவரும் அந்தத் துறவிகளுக்கு வக்காலத்து வாங்கக்கூடும்! யாருக்குத் தெரியும்!"

சித்தார்த்தனைச் சார்ந்திருப்பது அறிவார்ந்த செயல்தானா என்று யசோதரை யோசித்தாள்.

"முதலில், சமுதாயத்தில் அவர் மிக உயர்ந்த மதிப்பைப் பெற வேண்டும். அரசர்களிலிருந்து ஆண்டிகள்வரை அனைத்து மக்களுடைய இதயங்களையும் அவர் வெற்றி கொள்ள வேண்டும். அவருடைய ஆன்மிகத் தேடல் வெற்றிகரமாக நிறைவேறினால் மட்டுமே அது சாத்தியப்படும். இதுவரை யாரும் கண்டுபிடித்திராத அந்த மெய்ஞானத்தை அவர் கண்டுபிடித்தாக வேண்டும். அதுவரை, என்னுடைய எண்ணங்கள் ஒரு பைத்தியக்காரியின் பிதற்றல்களாகவே பார்க்கப்படும். சித்தார்த்தனைத் தவிர வேறு யாருடனும் நான் என்னுடைய எண்ணங்களைப் பகிர்ந்து கொள்ளக்கூடாது. இதில் நான் மிகவும் எச்சரிக்கையாக இருக்க வேண்டும். சித்தார்த்தனால் மட்டுமே என்னுடைய அறிவுத் தாகத்தைத் தணிக்க முடியும். அவர் கபிலவஸ்துவில் இருக்கிறார். கிடைக்கும் முதல் வாய்ப்பில் நான் அவரிடம் திரும்பிச் செல்ல வேண்டும். அறிவு குறித்து அவர் கொண்டுள்ள ஆழ்விருப்பத்தை நான் கொழுந்துவிட்டு எரியச் செய்ய வேண்டும். துன்புற்றுக் கொண்டிருக்கும் மனிதகுலத்தின்மீது அவர் கொண்டுள்ள இரக்கம் இந்த ஒட்டுமொத்த உலகத்தையும் மூழ்கடிக்கும் அளவுக்கு ஆழமாகப் பாய்ந்தோடுவதை நான் உறுதி செய்ய வேண்டும். நான் ஒரு முன்னோடியாகத் திகழ விரும்புகிறேன், ஆனால் என்னால் அத்தகைய ஒருத்தியாக ஆக முடியாது. எனவே, ஒரு முன்னோடியின் பாதை அவர் பயணிப்பதற்கு அதிக சௌகரியமாக இருக்கும்படி நான் பார்த்துக் கொள்ள

வேண்டும். அதுதான் என்னுடைய லட்சியம். அதுதான் என் வாழ்வின் உன்னதமான நோக்கம்."

அந்த உணர்தல், அன்று காலையிலிருந்து அவள் அனுபவித்து வந்திருந்த அனைத்துத் துயரங்களிலிருந்தும் அவளுடைய மனத்தை விடுவித்தது. அவள் தன் வாழ்வில் முதன்முறையாக, விவரிக்கப்பட முடியாத ஒரு பேரின்பத்தை அனுபவித்தாள். அவளுடைய மனம் அமைதியடைந்தது.

அன்றிரவு, தன் மகளைப் பற்றிய கவலையால் பிம்பானனரால் தூங்க முடியவில்லை. கூடிய விரைவில் யசோதரையைத் தன் வீட்டிலிருந்து வெளியனுப்ப அவர் விரும்பினார். அவருக்கு அவள்மீது அன்பு இல்லாமல் இல்லை. ஆனால், பெண்மைக்கு முரணான அவளுடைய மனப்போக்கு அவருக்குள் இருந்த ஏதோ ஒன்றை ஆழமாக அச்சுறுத்தியது. அவர் ஏற்கனவே சுத்தோதனருக்கும் சித்தார்த்தனுக்கும் ஆளனுப்பியிருந்தார். மறுநாள் காலையில் அவர்கள் வருவர் என்று அவர் எதிர்பார்த்தார்.

பிறகு அவருடைய மனத்தில் ஏகப்பட்ட எண்ணங்கள் முளைத்தன. "அவர்கள் நாளைக்கு இங்கு வந்து இவளை அழைத்துச் செல்லுவார்களா? அவள் கபிலவஸ்துவிலிருந்து கோலியாவுக்குப் புறப்பட்டுச் சென்றபோது நலமாக இருந்ததாக அவர்கள் வாதிட்டால் நான் என்ன செய்வது? அவர்கள் அப்படி வாதிட்டால், நிகழ்ந்துள்ள எல்லாவற்றுக்கும் சித்தார்த்தனைத்தான் நான் குறைகூற வேண்டியிருக்கும். வேள்விகளை வெறுப்பவன் அவன் என்பதை எல்லோரும் அறிவர். அவன் துறவிகளோடு சுற்றித் திரிபவன் என்பதும் அவர்களுக்குத் தெரியும். என் மகள் அவனுடைய தாக்கத்திற்கு ஆளாகியிருப்பதாக என்னால் வாதிட முடியும். தான் ஒரு பெண் என்பதையும் மறந்து அறிவுக்குப் புறம்பான விஷயங்களைப் பேசும் அளவுக்கு அவள் அவனால் பாதிக்கப்பட்டிருக்கிறாள். ஆனால் அவனுடைய பைத்தியக்காரத்தனம் எப்படி அவனுடைய அம்மாவைப் பற்றிக் கொள்ளாமல் என் மகளைப் பற்றிக் கொண்டது? அப்படி அவன் என்னதான் செய்து கொண்டிருக்கிறான்? அவன் என் மகளுக்கு ஒரு கணவனாக நடந்து கொள்ளுகிறானா? அல்லது, தான் ஒரு பெண் என்பதையே அவள் மறக்கும் அளவுக்கு அவன்

அவளுடைய ஆசானாக மாறிக் கொண்டிருக்கிறானா? நடக்க வேண்டியது நடந்துவிட்டது. தவறு அவர்களுடையதுதான். எனவே, அவர்கள்தான் அதைச் சரி செய்தாக வேண்டும். யசோதரையை இங்கிருந்து அழைத்துச் சென்றுவிடும்படி நான் அவர்களிடம் கண்டிப்பாகக் கூறிவிடப் போகிறேன்." அந்தத் தீர்மானம் அவரை அவருடைய கவலையிலிருந்து விடுவித்தது. ஆனால் அவர் முழு நிம்மதி அடையவில்லை.

அவர் மீண்டும் தனக்குள் பேசிக் கொள்ளத் தொடங்கினார். "என்ன ஒரு பரிதாபம்! என்னுடைய மகளை நான் இந்த நிலையில் பார்க்க ஒருபோதும் விரும்பியதில்லை. அவளுக்கு இப்படிப் பைத்தியம் பிடிப்பதற்காகவா இவ்வளவு அன்பையும் பாசத்தையும் கொட்டி நான் அவளை வளர்த்தேன்? அவள் ஒரு குழந்தையாக இருந்தபோது, நான் சென்ற இடமெல்லாம் அவளை என் தோள்மீது சுமந்து சென்றேன், தாலாட்டுப் பாடி அவளைத் தூங்க வைத்தேன். அவளுக்குத் தேவைப்பட்ட எல்லாவற்றையும் நான் அவளுக்குக் கொடுக்க விரும்பினேன். ஆனால் அவள் வாய் திறந்து ஒருபோதும் என்னிடம் எதையும் கேட்டதில்லை, சித்தார்த்தனைத் தவிர! ஆனால் இப்போது, என் அன்பு மகள் என்னிடம் வந்து பிதற்றிக் கொண்டிருக்கிறாள். என்னவொரு துரதிர்ஷ்டம்! என்னுடைய செல்ல மகளை இன்னும் சில நாட்கள் என்னோடு வைத்துக் கொள்ள முடியவில்லையே! இங்கு அவளைப் பற்றிய உண்மையை மறைப்பது சாத்தியமில்லை. அந்தப் பணிப்பெண் ஏற்கனவே யசோதரை குறித்து சந்தேகம் கொண்டிருக்கிறாள். நான் அவளுடைய நாக்கை அறுத்தாக வேண்டும். என்னுடைய மகளால் மக்கள் என்னைக் குறைகூறுவதை என்னால் தாங்கிக் கொள்ள முடியாது. யசோதரையின் பித்து நிலை குறித்து அந்தப் புரோகிதர்களுக்குத் தெரிய வந்தால் என் மன அமைதி முற்றிலுமாகப் பறி போய்விடும். யசோதரையை ஆட்கொண்டுள்ள தீய ஆவியை விரட்டுவதற்கு ஒரு வேள்வியை நடத்த அவர்கள் என்னைக் கட்டாயப்படுத்தி என்னுடைய சொத்துக்கள் அனைத்தையும் அழித்துவிடுவர்."

வேள்விகள் என்ற பெயரில் புரோகிதர்கள் மக்களுடைய வளங்களை முழுவதுமாகச் சுரண்டுகின்றனர் என்ற

உண்மை அவரையும் அறியாமல் அவருடைய மனத்தில் பளிச்சிட்டது. ஆனால் அதைக் கண்டுகொண்டு அதைப் பற்றி சிந்திக்கக்கூடிய அளவுக்கு அக்கணத்தில் அவருடைய உடலில் தெம்பு இருக்கவில்லை.

அன்றிரவு, சுத்தோதனராலும் தூங்க முடியவில்லை, சித்தார்த்தனாலும் தூங்க முடியவில்லை. “என் மருமகள் இப்போதுதானே கோலியாவுக்குப் புறப்பட்டுச் சென்றாள்? பிம்பானனர் இவ்வளவு சீக்கிரம் என்னை அங்கு அழைக்க என்ன காரணம்? சித்தார்த்தனை அவர் அங்கு அழைப்பதற்குக் காரணம் இருக்கிறது. ஆனால் எனக்கு அங்கு என்ன வேலை?” என்று சுத்தோதனர் குழப்பமடைந்தார்.

யசோதரை கோலியாவுக்குச் சென்றதன் நோக்கத்தைப் பற்றி சித்தார்த்தன் அறிந்திருந்ததால், இச்செய்தி அவனுக்கு ஆச்சரியமூட்டவில்லை. ஆனால் அவளுடைய பயணத்தின் விளைவு என்ன ஆகியிருக்குமோ என்பதை நினைத்து அவன் சற்றுக் கவலைப்பட்டான். வேள்வி நடத்துவது குறித்த யோசனையைக் கைவிடுவதற்குத் தன் மாமனார் ஒருக்காலும் ஒப்புக் கொள்ள மாட்டார் என்பதை அவன் நன்றாக அறிந்திருந்தான். ஆனால், நடக்கவிருந்த வேள்வியைத் தடுப்பதற்கு ஒரு முயற்சி மேற்கொள்ளுவது குறித்து யசோதரை மிகவும் உற்சாகமாக இருந்ததால், அவள் அங்கு போவதற்கு அவன் தன்னுடைய சம்மதத்தைக் கொடுத்திருந்தான்.

ஆனால் இப்போது, அவள் ஏதோ பிரச்சனையில் இருந்ததாக அவன் பயந்தான். அவன் உடனடியாக அங்கு சென்று அவளுக்கு உதவ விரும்பினான். முடிந்தால் அவளை மீண்டும் கபிலவஸ்துவுக்கு அழைத்து வந்துவிட அவன் விரும்பினான். பொழுது விடியும்வரை காத்திருப்பதற்கான பொறுமையை அவன் இழந்தான்.

யசோதரை கோலியாவுக்குச் சென்றதற்கு முந்தைய நாள் இரவு எவ்வளவு வேகமாகக் கரைந்தோடியது என்பதை அவன் நினைத்துப் பார்த்தான். அன்றிரவு

அவள் மிகவும் மகிழ்ச்சியாகக் காணப்பட்டாள். அவள் தன்னுடைய பெற்றோரைப் பார்க்கவிருந்ததால் ஏற்பட்ட மகிழ்ச்சியாக இருக்கக்கூடும் என்று அவன் நினைத்தான்.

யசோதரை காதலோடு அவனைக் கட்டியணைத்துக் கொண்டு, "பத்து நாட்கள் உங்களைவிட்டுப் பிரிந்து எப்படி என்னால் இருக்க முடியும்?" என்று கேட்டாள்.

"உனக்கு அவ்வளவு கவலை இருக்கிறதென்றால், அது ஏன் உன் முகத்தின்மீது வெளிப்படவில்லை? நீ மிகவும் உற்சாகமாக இருப்பதுபோல அல்லவா தெரிகிறது," என்று அவன் கூறினான்.

"அது ஏன் அப்படித் தோன்றுகிறது என்று எனக்குத் தெரியாது. அது நான் என் தாயைப் பார்க்கப் போகிறேன் என்பதால் இருக்கலாம். ஆனால் உண்மையில், என் இதயம் வலிக்கிறது. நான் இருதலைக் கொள்ளி எறும்பாகத் தவிக்கிறேன்," என்று அவள் கூறினாள். குறிப்பிட்ட இந்த அனுபவம் அவளுக்கு விநோதமானதாகத் தெரிந்தது.

"இல்லை, நான் அதை நம்பவில்லை, இங்கே வா. நானே கேட்டுத் தெரிந்து கொள்ளுகிறேன்," என்று கூறிய சித்தார்த்தன், அவளைத் தன் கைகளில் தாங்கிப் பிடித்து, அவளுடைய கண்களை ஆழமாக ஊடுருவிப் பார்த்தான். பிறகு அவன் அவளுடைய மார்பின்மீது தலை வைத்து, அவளுடைய இதயத்துடிப்பைக் கேட்டான். யசோதரை தன்னுடைய கைகளால் அவனுடைய கழுத்தைச் சுற்றி வளைத்து அவனைத் தன்னை நோக்கி இழுத்தாள்.

தங்களைச் சுற்றி என்ன நிகழ்ந்து கொண்டிருந்தது என்பது பற்றிய பிரக்ஞையின்றி அவர்கள் மெய்மறந்து ஒருவரையொருவர் கட்டித் தழுவி மோக வெள்ளத்தில் நீந்திக் கொண்டிருந்தனர். மறுநாள் மேற்கொள்ளப்பட வேண்டியிருந்த பயணத்தைப் பற்றி அவர்கள் முற்றிலுமாக மறந்துவிட்டனர். இருவரும் ஒருவராக ஐக்கியமாகியதில் கிடைத்த மகிழ்ச்சியில் நேரம் போனதே அவர்களுக்குத் தெரியவில்லை. கணப்பொழுதில் இரவு முடிந்து பொழுது விடிந்துவிட்டது.

கடந்தகால இன்பம் சித்தார்த்தனின் நிகழ்காலக் கவலையை மறக்கடிக்கவில்லை. யசோதரை கோலியாவைச் சென்றடைந்த உடனேயே பிம்பானனர் ஏன் தன்னையும்

தன் தந்தையையும் கூப்பிட்டு அனுப்பினார் என்று அவன் யோசித்தான். அது அவனுக்கு விநோதமானதாகத் தோன்றியது. அதைப் பற்றி சிந்தித்தபடியே அவன் அன்றிரவு முழுவதும் தூங்காமல் இருந்தான்.

சுத்தோதனரும் சித்தார்த்தனும் பிம்பானனரின் வீட்டிற்குள் நுழைந்தபோது, அவர்களுக்குக் கோலாகலமான வரவேற்பு அளிக்கப்பட்டது. அவர்கள் பிம்பானனரின் விருந்தினர்கள் மட்டுமல்லாமல் அவருடைய உறவினர்களாக இருந்ததும்தான் அதற்குக் காரணம். பல ஆண்டுகளுக்குப் பிறகு கோலியாவுக்கு வந்திருந்த அவருடைய மருமகனைப் பார்ப்பதற்காக அவருடைய உறவினர்களும் நண்பர்களும் அண்டைவீட்டாரும் அவருடைய வீட்டுக்குப் படையெடுத்தனர். அவர்கள் சித்தார்த்தனிடம் சென்று, அவனைப் பார்த்து, அவனிடம் நலம் விசாரித்துவிட்டு மகிழ்ச்சியாகப் புறப்பட்டுச் சென்றனர். இது மாலைவரை தொடர்ந்தது.

சித்தார்த்தன் களைப்போ அல்லது விரக்தியோ கொள்ளாமல் அவர்கள் அனைவரிடமும் இன்முகத்தோடு பேசினான், அவர்களுக்குத் தன்னுடைய நல்வாழ்த்துக்களைத் தெரிவித்தான். ஆனாலும் எல்லா நேரமும் அவனுடைய கண்கள் யசோதரையைத் தேடிக் கொண்டிருந்தன. அவள் தன்னை வரவேற்க வராமல் இருந்தது அவனுக்கு விநோதமாக இருந்தது. அவன் கவலை கொண்டான். தான் வந்து வெகுநேரம் ஆகியும் அவள் ஏன் தன்னிடமிருந்து விலகி இருந்தாள் என்பதை அவனால் புரிந்து கொள்ள முடியவில்லை. தன்னை சந்திக்க மறக்கும் அளவுக்கு அவளுடைய பிறந்தவீடும் அவளுடைய பெற்றோரும் அவளை அவ்வளவு தூரம் ஆட்கொண்டிருந்தனரோ என்று அவன் யோசித்தான். இரவு வந்தபோது, விருந்தினர்கள் ஒருவர் பின் ஒருவராகத் தங்கள் வீடுகளுக்குத் திரும்பிச் சென்றனர்.

அவர்கள் எல்லோரும் போனவுடன், பிம்பானனர் சுத்தோதனரையும் சித்தார்த்தனையும் விருந்தினர்

இல்லத்திற்கு அழைத்துச் சென்று அவர்களை வசதியாக அமரச் செய்தார். அவர் அவர்களுக்கு முன்னால் நின்றார். விருந்துக்கு வந்த இடத்தில் வீட்டின் சொந்தக்காரரைத் தான் உபசரிப்பது நன்றாக இருக்காது என்று தெரிந்தும்கூட, உட்காரும்படி பிம்பானனரிடம் சுத்தோதனர் கேட்டுக் கொண்டார்.

பிம்பானனர் பணிவோடு அவருக்கு நன்றி கூறிவிட்டு, "நீங்கள் என்னை மன்னிக்க வேண்டும். உங்கள் மருமகளை அழைத்துக் கொண்டு நாளைக்கே நீங்கள் கபிலவஸ்துவுக்குத் திரும்பிச் சென்றாக வேண்டும். அவளுடைய மனநிலை சரியில்லை என்பதை நான் வருத்தத்தோடு கூறிக் கொள்ளுகிறேன். இதைப் பற்றி உங்களுக்கும் தெரிந்திருக்கும் என்று நான் நம்புகிறேன்," என்று கூறினார்.

இதைக் கேட்டவுடன் சித்தார்த்தன் தன் இருக்கையைவிட்டு வேகமாக எழுந்து, கவலை தோய்ந்த முகத்துடன், "அவள் எங்கே இருக்கிறாள்? நான் அவளை உடனடியாகப் பார்த்தாக வேண்டும்," என்று தன் மாமனாரிடம் கூறினான்.

"சித்தார்த்தா, நீ இவ்வளவு பதற்றப்பட வேண்டாம். நீ அவளை நிச்சயமாகப் பார்ப்பாய். தயவு செய்து இப்போது உட்கார்," என்று கூறி அவர் அவனை மீண்டும் அமரச் செய்தார். பிறகு அவர் அவர்கள் இருவரையும் பார்த்து, "முதலில், நான் கூறுவதை நீங்கள் பொறுமையாகக் கேட்க வேண்டும். நேற்று யசோதரை என்னிடம் மிகவும் கடுமையாகப் பேசினாள். ஒருசில நாட்களில் நான் நடத்தவிருக்கின்ற வேள்வியைப் பற்றி அவள் மிகவும் அவதூறாகப் பேசினாள். புனிதமான புரோகிதர்களையும் அறிஞர்களையும் பற்றி அவள் மரியாதையின்றிப் பேசினாள். அவள் எங்களுடைய கடவுளரைப் பழித்துரைத்தாள். அடிமைகளுக்கு வக்காலத்து வாங்குவதற்காக அவள் தன் தந்தையான என்னையே எதிர்த்துப் பேசத் தயாராக இருந்தாள். இது பைத்தியக்காரத்தனமான செயலாக உங்களுக்குத் தெரியவில்லையா? அவளுக்குத் திருமணம் ஆவதற்கு முன்பு அவள் இதுபோல ஒருபோதும் பேசியதில்லை. இதெல்லாம் கபிலவஸ்துவில்தான் தொடங்கியிருக்க வேண்டும். சித்தார்த்தன்தான் இதற்குப்

பொறுப்பு என்று நான் நினைக்கிறேன். நீங்கள் அவளை இங்கிருந்து கூட்டிச் சென்றாக வேண்டும். அவள் அவசரமாகக் கபிலவஸ்துவுக்குத் திரும்பிச் செல்ல வேண்டியிருப்பதற்கு நான் ஏதேனும் சாக்குப்போக்குகளைக் கண்டுபிடித்துக் கொள்ளுவேன்."

சித்தார்த்தன் இதைக் கேட்டு மிகவும் உணர்ச்சிவசப்பட்டான்.

அவன் பிம்பானனரைப் பார்த்து, "மாமா, அவளைப் பைத்தியக்காரி என்று அழைக்காதீர்கள். வேள்வியின் தீய விளைவுகளை உங்களுக்குப் புரிய வைப்பதற்காகத்தான் அவள் இங்கு வந்திருக்கிறாள் என்பது எனக்குத் தெரியும். துன்புற்றுக் கொண்டிருக்கின்ற மனிதகுலத்தின் நன்மைக்காக நீங்கள் அந்த வேள்வியைக் கைவிட வேண்டும் என்று அவள் விரும்பினாள். அவள் உங்களிடம் கூறிய விஷயங்கள் அவளுடைய பித்து நிலையால் அல்ல, மாறாக, அது அவளுடைய அறிவு முதிர்ச்சியின் விளைவுதான். சிந்தனையில் அவள் என்னைவிட அதிகப் பக்குவமடைந்தவள்," என்று கூறினான்.

"சிந்தனை! அதுவும் பெண்களுக்கு! மகனே, நீ தவறாகப் புரிந்து கொண்டுள்ளாய். பெண்களுக்கு விருப்பங்கள் மட்டுமே உண்டு. அவர்கள் சிந்திக்கத் தொடங்கும் கணத்தில் அவர்களுக்குப் பைத்தியம் பிடித்துவிடுகிறது."

"இப்படிப் பேசுவது உங்களுக்கு அழகல்ல. மற்றப் பெண்களைப் பற்றி எனக்குத் தெரியாது. அறிவார்ந்த எண்ணங்களும் ஆன்மிக எண்ணங்களும் அவர்களுக்கு எந்த நன்மையும் செய்யாமல் போகக்கூடும். ஆனால் அவை யசோதரைக்கு ஏராளமான நன்மைகளைச் செய்கின்றன. யசோதரை அரிதிலும் அரிதானவள். அவள் கூறியதில் என்ன தவறு இருக்கிறது? வேள்விகளை நடத்துவது மடத்தனம் என்று யசோதரையைப்போலவே நானும் கருதுகிறேன். அடிமைகளின் மாடுகளைப் பலி கொடுத்தால் மட்டும்தான் உங்கள் கடவுளரின் மனம் குளிருமா? பசியோடு இருப்பவர்களிடமிருந்து உணவைப் பறித்து அதை வேள்வித் தீயில் போட்டு எரித்தால்தான் உங்கள் கடவுளரின் பசி தணியுமா? மத விழாக்களின்போது பணத்தை பிராமணர்களுக்கு வாரி

வழங்கினால் மட்டும்தான் உங்கள் கடவுளர் மகிழ்ச்சி கொள்ளுவரா? எப்படிப்பட்டக் கடவுளர் அவர்கள்? கடவுளர் உண்மையிலேயே இருக்கின்றனர் என்றால், அவர்களுடைய மனிதாபிமானம் பெருங்கடலைப்போல ஆழமாகவும் பரந்து விரிந்தும் இருக்க வேண்டும். மக்களைத் துன்பத்திலிருந்தும் வேதனையிலிருந்தும் விடுவிப்பதற்கு அவர்கள் தங்கள் அன்பை பூமியின்மீது பொழிய வேண்டும். இதெல்லாம் உங்களுக்குப் புரிவதில்லை. இப்படிப்பட்ட விளைவுகளைப் பற்றி நீங்கள் சிந்திப்பதே இல்லை. உலகத்தைப் பற்றி யசோதரை அறிவார்ந்த முறையில் சிந்திக்கின்ற காரணத்தால் அவளைப் பைத்தியம் என்று நீங்கள் கூறுகிறீர்கள். நீங்கள் அவளுடைய எண்ணங்களை ஏற்றுக் கொள்ளாமல் போகலாம். ஆனால், நீங்கள் ஏற்றுக் கொள்ளாத அனைத்து எண்ணங்களும் முட்டாள்தனமான எண்ணங்களாக இருக்க வேண்டிய அவசியமில்லை. முதலில், என்னை யசோதரையிடம் அழைத்துச் செல்லுங்கள்.”

உண்மையான பிரச்சனையை சுத்தோதனர் இப்போது புரிந்து கொண்டார். அவர் சற்று ஆசுவாசமடைந்தார். இச்சூழ்நிலையைத் தன் மகனால் நயமாகக் கையாள முடியும் என்பதை அவர் அறிந்திருந்தார்.

“கடவுள் என்ற ஒருவர் இல்லவே இல்லை என்று நீ கூறுகிறாயா?” என்று பிம்பானனர் தன்னுடைய வாக்குவாதத்தைத் தொடர்ந்தார்.

“எனக்குத் தெரியாது. கடவுள் என்ற ஒருவர் இருந்தால், பிராமணப் புரோகிதர்களின் உதவி தேவைப்படுகின்ற அளவுக்கு அவர் பலவீனமாக இருக்கக்கூடாது என்று மட்டும்தான் என்னால் கூற முடியும். நாம் தீவிரமான பிரச்சனைகளிலிருந்து மீளுவதற்கு ஒரு பலவீனமான கடவுளால் எப்படி நமக்கு உதவ முடியும் என்று கூறுங்கள்.”

கடவுள் இல்லை என்பதைக் கேட்பது பிம்பானனருக்கு மிகக் கடினமாக இருந்தது. அது அவருக்குக் நடுக்கத்தை ஏற்படுத்தியது. அவர் நின்ற இடத்தில் பூமி அப்படியே சரிந்துவிட்டதுபோல அவர் தடுமாறினார்.

சித்தார்த்தன் கதவை நோக்கி நடந்தபடி, “நான் இப்போது யசோதரையைப் பார்த்தாக வேண்டும்,” என்று கூறினான்.

"நாம் போகலாம்," என்று கூறி பிம்பானனர் அவனை அவளுடைய அறைக்கு அழைத்துச் சென்றார். பிறகு, "தெய்வ நிந்தனை செய்கின்ற இரண்டு பைத்தியங்களிடமிருந்து என்னை நான் பாதுகாத்துக் கொள்ள வேண்டும்," என்று அவர் தனக்குத் தானே கூறிக் கொண்டார்.

சித்தார்த்தன் யசோதரையை சந்திக்கத் துடித்தான். நிகழ்ந்திருந்தவற்றைக் குறித்து அவள் எவ்வளவு தூரம் வேதனையடைந்திருப்பாள் என்பதை அவன் கற்பனை செய்தபோது, அவனுடைய கண்களில் கண்ணீர் பெருகியது.

அவன் அவளுடைய அறைக்குள் நுழைந்தவுடன், அவனுக்குப் பின்னால் கதவு மூடப்பட்டது. அந்த அறை பெரிதாக இருந்தது, ஆனால் சற்று மங்கலாக ஒளியூட்டப்பட்டிருந்தது. அந்த மங்கலான வெளிச்சத்தில் பார்க்க அவனுடைய கண்கள் பழக்கப்படுவதற்குச் சிறிது நேரம் ஆயிற்று. அவனால் பார்க்க முடிந்தபோது, அவனுடைய கண்கள் யசோதரையைத் தேடி ஒரு கணத்தில் ஆயிரம் முறைகள் அந்த அறையைச் சுற்றி வந்தன.

அந்த அறையின் நடுவில், வெள்ளை விரிப்புகளால் மூடப்பட்டிருந்த ஒரு படுக்கையின்மீது, மெல்லிய இளஞ்சிவப்பு நிற ஆடையணிந்து ஒரு மலர்மாலையைப்போலப் படுத்திருந்த யசோதரை, நன்றாக அயர்ந்து தூங்கிக் கொண்டிருந்தாள். அவளுடைய முகம் தெளிவாகவும் பிரகாசமாகவும் இருந்தது. அவள் ஏதோ ஓர் இனிய கனவு கண்டுவிட்டு சற்று முன்தான் ஒரு புன்னகையை உதிர்த்திருந்ததை அவளுடைய அழகான முகத்தோற்றம் வெளிப்படுத்தியது.

சித்தார்த்தன் அவள்மீது பரிதாபம் கொண்டான். அவள்மீது அவனுக்கு அன்பு பொங்கியது.

"யசோதரை," என்று அவன் அவளை மென்மையாக அழைத்தான். பிறகு அவன் அவளருகே உட்கார்ந்து கொண்டு, அவளுடைய தலையை மெதுவாகத் தூக்கித் தன் மடியின்மீது வைத்தான்.

"நீங்கள் வந்துவிட்டீர்களா!" என்று அவள் தூக்கக் கலக்கத்தில் கூறிவிட்டு அவனை அணைத்துக் கொண்டாள்.

தான் அவளிடம் ஏதோ முக்கியமான விஷயத்தைக் கேட்க வந்திருந்ததை சித்தார்த்தன் மறந்துவிட்டான்.

அதேபோல, தான் அவனிடம் ஏதோ முக்கியமான விஷயத்தைக் கூற வேண்டியிருந்ததை யசோதரையும் மறந்துவிட்டாள். இல்லை, அவர்கள் மறக்கவில்லை. இப்போது எல்லாமே அவர்களுக்குத் தெளிவாகியிருந்தது.

மறுநாள் காலையில், சுத்தோதனரும் சித்தார்த்தனும் யசோதரையை அழைத்துக் கொண்டு கபிலவஸ்துவிற்குப் புறப்பட்டனர்.

கோலியாவில் நடந்திருந்த அனைத்தையும் சுத்தோதனர் கௌதமியிடம் கூறினார். கௌதமி தன் பங்குக்கு, யசோதரையைப் பற்றித் தனக்குத் தெரிய வந்திருந்த அனைத்து விஷயங்களையும் சுத்தோதனரிடம் விளக்கினார். திருமணத்திற்குப் பிறகுகூட வாழ்க்கை குறித்து சித்தார்த்தன் கொண்டிருந்த மனப்போக்கு மாறியிருக்கவில்லை என்பதை அவர்கள் அறிந்தபோது, அவர்கள் இருவரும் ஒருவரையொருவர் பரிதாபமாகப் பார்த்தபடி அமர்ந்திருந்தனர். சித்தார்த்தன் தன்னுடைய வாழ்க்கையைச் செதுக்குவதற்கு பதிலாக யசோதரையின் வாழ்க்கையைச் செதுக்கத் தொடங்கியிருந்தான். யசோதரை தங்களுக்கு ஒரு வாரிசைப் பெற்றுக் கொடுப்பாள் என்று அவர்கள் நினைத்தனர், ஆனால் சிற்றின்பத்தின்மீதான நாட்டத்தை அவள் கைவிட்டிருந்ததுபோல அவர்களுக்குத் தோன்றியது. ஒரு வாரிசு குறித்த அவர்களுடைய ஏக்கங்களும் எதிர்பார்ப்புகளும் இப்போது கானல்நீர்போலத் தோன்றின.

சித்தார்த்தனுக்கு உடல்ரீதியான இன்பங்கள்மீது அக்கறை இல்லாதது குறித்தும், ஆன்மிக அறிவின்மீது அவன் கொண்டிருந்த ஆழ்விருப்பத்தைப் பற்றியும் கடந்தகாலத்தில் அவர்கள் கொண்டிருந்த பயம் இப்போது மீண்டும் அவர்களுடைய மனத்திற்குள் புகுந்தது.

கௌதமியால் ஓர் உறுதியான முடிவுக்கு வர முடியவில்லை. தான் யசோதரையின்மீது கோபம் கொண்டு அவளைக் கடிந்துரைக்க வேண்டுமா அல்லது அவள்மீது பரிதாபப்பட வேண்டுமா என்று அவரால் தீர்மானிக்க முடியவில்லை.

சித்தார்த்தனும் யசோதரையும் ஓர் உண்மையான கணவன்-மனைவிபோல வாழ்ந்து கொண்டிருந்ததாக கௌதமி இவ்வளவு காலமும் நம்பி வந்திருந்தார். ஆனால் இப்போது, அவர்கள் உடல்ரீதியான இன்ப அனுபவங்களைத் தவிர்த்துவிட்டு வெறும் ஆன்மிக அனுபவங்களை மட்டுமே பகிர்ந்து கொண்டிருந்தனர் என்ற தகவல் அவருக்கு அதிர்ச்சியளித்தது.

அவர்கள் ஏன் தாம்பத்திய உறவில் ஈடுபடாமல் இருந்தனர்? கௌதமி அதற்கான உண்மையான காரணத்தைத் தெரிந்து கொள்ள விரும்பினார். ஆனால், இப்படிப்பட்ட விவகாரங்களை எப்படி அவர்கள் இருவருடனும் தன்னால் பேச முடியும் என்று அவர் தன்னைத் தானே கேட்டுக் கொண்டார். அவருடைய மனம் தளர்ந்தது.

யசோதரை அவரைப் பார்ப்பதற்காக அவருடைய அறைக்குச் சென்றபோது, தான் தூங்கிக் கொண்டிருந்ததுபோல அவர் பாசாங்கு செய்தார். யசோதரையின்மீது அவர் கடுங்கோபத்தில் இருந்தார். தான் அவமானப்படுத்தப்பட்டது போன்ற உணர்வுடன் யசோதரை அங்கிருந்து திரும்பிச் சென்றாள். தன்னுடைய மாமியார் தனக்கு எதிராகப் பாரபட்சமாக இருந்ததைப் புரிந்து கொண்ட அவள், சித்தார்த்தன் ஒருவனால் மட்டுமே தனக்கு ஆறுதலளிக்க முடியும் என்பதை உணர்ந்தாள்.

யசோதரை தன்னுடைய பெற்றோரின் வீட்டுக்குச் சென்று வந்ததைப் பற்றி சித்தார்த்தன் எதுவும் பேசாமல் இருந்தான். தான் அதைப் பற்றிப் பேசினால் அது அவளை அவமானம் கொள்ளச் செய்யக்கூடும் என்று அவன் நினைத்தான். ஏனெனில், வேள்வியைக் கைவிடத் தன்னுடைய தந்தையை அவளால் ஒப்புக் கொள்ள வைக்க முடியவில்லை என்பதை அது அவளுக்கு நினைவுபடுத்தும். எனவே, அவள் கோலியாவுக்குப் போயிருக்கவே இல்லை என்பதுபோல அவன் நடந்து கொண்டான்.

அப்பயணம் உடல்ரீதியாகவும் உளரீதியாகவும் யசோதரைக்குக் களைப்பூட்டியிருந்தது. அவள் அந்தக் களைப்பிலிருந்து மீளுவதற்கு ஓரிரு நாட்கள் ஆயின. இதற்கிடையே, அவளைக் குறித்து கௌதமி கொண்டிருந்த

மனப்போக்கும் மாறியிருந்தது.

அவள் கபிலவஸ்துவுக்குத் திரும்பி வந்த மூன்றாம் நாள் இரவில், அவள் சித்தார்த்தனோடு தனியாக இருந்தபோது, தான் தன் பெற்றோர் வீட்டுக்குச் சென்று வந்திருந்ததைப் பற்றிய பேச்சை யசோதரையே துவக்கினாள்.

"எனக்குப் பைத்தியம் பிடித்திருந்ததாக என் தந்தை நினைத்தார். வேள்வியைப் பற்றி நான் அவரிடம் கூறிய எல்லா விஷயங்களும் அபத்தமானவை என்றும், அது என்னுடைய பித்து நிலையின் விளைவு என்றும் அவர் நினைத்தார்."

சித்தார்த்தன் அவளுடைய தோள்மீது மென்மையாகத் தட்டிக் கொடுத்து அவளுக்கு ஆறுதலளிக்க முயன்றான்.

ஆனால் அவள், "நான் அந்த ஒட்டுமொத்த நிகழ்வையும் நினைவுகூர்ந்து உங்களிடம் விலாவாரியாக விளக்கப் போவதில்லை. நான் அதை எப்படிப் பார்க்கிறேன் என்பதையும், நான் என்ன முடிவுக்கு வந்திருக்கிறேன் என்பதையும் பற்றி மட்டுமே நான் உங்களிடம் கூறப் போகிறேன்," என்று ஏதோ சிந்தித்தவாறு கூறினாள்.

"பெண்கள் சுதந்திரமாகவும் அறிவார்ந்த விதத்திலும் சிந்திக்கக்கூடிய திறன் படைத்த அறிவார்ந்த மனிதப் பிறவிகள் என்பதை நம்முடைய சமுதாயம் ஏற்றுக் கொள்ளுவதில்லை என்பதை நான் உணர்ந்துள்ளேன். பெண்களாகிய நாங்கள் எங்களுடைய சொந்தக் கால்களில் நிற்பதற்கும் எங்களுடைய சொந்த மனங்களைக் கொண்டு சிந்திப்பதற்கும் ஆயிரக்கணக்கான ஆண்டுகள் தேவைப்படக்கூடும். அதுகூட, பெண்களைப் பற்றிய உண்மையை நீங்கள் கண்டுபிடித்து அதை இந்த உலகத்திடம் வெளிப்படுத்தினால் மட்டுமே சாத்தியப்படும். அதாவது, அறிவுப் பாதைக்கான கதவை நீங்கள் திறந்துவிட்டு, பெண்கள் அங்கு நுழைய நீங்கள் அனுமதிக்கும்போதுதான் அது சாத்தியமாகும்."

தன்னுடைய பேச்சைக் கேட்டுவிட்டு வெறுமனே தலையசைத்த சித்தார்த்தனை யசோதரை ஏறிட்டுப் பார்த்தாள்.

பிறகு அவள் தன் பேச்சைத் தொடர்ந்தாள். "இனிமேல் நான் என்னுடைய எண்ணங்களை வெளியே

யாரிடமும் வெளிப்படையாகக் கூறப் போவதில்லை என்று நான் தீர்மானித்திருக்கிறேன். இனி நாம் இருவரும் பொது இடங்களில் ஒருவரோடு ஒருவர் கை கோர்த்துச் செல்லக்கூடாது. அதனால் எந்தப் பயனும் இல்லை. அது உங்கள் பாதையை அதிகக் கடினமானதாக ஆக்கி, நீங்கள் உங்களுடைய லட்சியத்தை அடைவதைத் தாமதப்படுத்த மட்டுமே செய்யும்."

சித்தார்த்தன் இதைக் கேட்டு அதிர்ச்சியடைந்தான்.

யசோதரை அவனைப் பார்த்து, "இனியும் தாமதிக்காதீர்கள். நீங்கள் அறிவுப் பாதையைப் பின்தொடர்ந்து செல்லுவதிலிருந்து உங்களைத் தடுக்கின்ற பிணைப்புகளை உடைத்தெறியுங்கள். துன்புற்றுக் கொண்டிருக்கின்ற மனிதகுலத்திற்கு விமோசனம் வழங்கக்கூடிய வழியைக் கண்டுபிடியுங்கள். சமயக் கோட்பாடுகள் எனும் இருளுக்குள் மூழ்கிக் கிடக்கின்ற உலகை அதிலிருந்து மீட்டெடுத்து, பகுத்தறிவுச் சிந்தனை எனும் வெளிச்சத்திற்குள் அதை அழைத்து வாருங்கள்," என்று கூறினாள்.

சித்தார்த்தன் வெறுமனே அவளைப் பார்த்தபடி சிறிது நேரம் அமர்ந்திருந்தான். யசோதரையிடம் உற்சாகமோ அல்லது கோபமோ தென்படவில்லை. அவளுடைய வார்த்தைகளில் ஓர் உண்மைத்தன்மை இருந்தது, அவளுடைய கண்களில் ஓர் அமைதி தென்பட்டது.

அவன் இறுதியில் ஒருவழியாக, "யசோதரை, அதைப் பற்றி நானும் சிந்தித்துக் கொண்டிருக்கிறேன். ஆனால், பிணைப்புகளைத் தகர்த்தெறிவது அவ்வளவு சுலபமாக இருப்பதுபோலத் தெரியவில்லை," என்று கூறினான்.

"நீங்கள் சொல்லுவது சரிதான். அது நிச்சயமாக சுலபமானதல்ல. ஆனால் அது நிகழ்ந்தாக வேண்டும். இன்றிலிருந்து நீங்கள் அதன்மீது ஒருமித்த கவனம் செலுத்துங்கள். நான் உங்களுக்கு ஆதரவாக இருக்கிறேன்."

"ஆனால் நம்முடைய உறவு என்னவாகும்?" என்று கேட்டுவிட்டு சித்தார்த்தன் அவளுடைய பதிலுக்காகக் காத்திருந்தான்.

"இன்றிலிருந்து, நம்முடைய உறவு இருப்பதோ அல்லது இல்லாமல் போவதோ ஒரு பொருட்டாக இருக்கக்கூடாது,"

என்று அவள் தீர்மானமாகக் கூறினாள்.

சித்தார்த்தன் இதைக் கேட்டு மௌனமானான்.

யசோதரை தொடர்ந்தாள். "என்னைப் பற்றிக் கவலைப்படுவதை நிறுத்துங்கள். உங்களுடைய பெற்றோரை நினைத்து உங்களைக் குழப்பிக் கொள்ளாதீர்கள். அவர்கள் என்னுடைய பொறுப்பு. நான் என்னுடைய சொந்தக் குழந்தைகளைப்போல அவர்களைப் பாதுகாப்பேன். இது எனக்கு நானே தேர்ந்தெடுத்துக் கொண்ட கடமையாகும். என் சொந்த நலனுக்காக நான் அதை சுயமாகத் தேர்ந்தெடுக்கிறேன்."

"யசோதரை, இது குறித்து நீ உன் மண்டையை உடைத்துக் கொள்ளாதே. மன அமைதியோடு இரு," என்று கூறிவிட்டு சித்தார்த்தன் எழுந்து அங்கிருந்து போகத் தயாரானான்.

அவன் தியானத்தில் அமர வேண்டிய நேரம் வந்துவிட்டிருந்ததை யசோதரை உணர்ந்தாள்.

சித்தார்த்தன் அங்கிருந்து போனவுடன் அவள் பத்மாசன நிலையில் தரையின்மீது அமர்ந்து தியானம் செய்ய முயற்சித்தாள். ஆனால் ஏகப்பட்ட எண்ணங்கள் அவளுடைய மனத்தில் முளைத்து அவளைக் குழப்பின. அவள் அவற்றை ஒதுக்கித் தள்ளக் கடுமையாக முயற்சித்தாள், ஆனால் அவளால் அது முடியவில்லை. இறுதியில், அவள் தன் தியானத்தைக் கைவிட்டுவிட்டு, அங்கேயே படுத்துத் தூங்கலானாள். ஒரு மணிநேரம் கழித்து சித்தார்த்தன் அங்கு வந்தான். அவன் அவளுடைய தலைக்கு அடியில் ஒரு தலையணையை கவனமாக வைத்துவிட்டு, அவளுக்குப் பக்கத்தில் படுத்து அமைதியாகத் தூங்கிவிட்டான்.

அன்றிலிருந்து, பூமித் தாயின் மடி அவர்களுடைய மென்மையான படுக்கையாக ஆயிற்று. இவ்விஷயத்தைப் பணிப்பெண்கள் கௌதமியிடம் தெரிவித்தனர். அவர் அது குறித்து வருத்தம் கொண்டு அழுதார், ஆனால் இப்படிப்பட்ட ஒரு வழக்கத்தில் அவர்கள் ஈடுபட்டதற்கான காரணத்தை அவர் யசோதரையிடம் கேட்கவில்லை.

நாட்கள் செல்லச் செல்ல, யசோதரையிடம் ஒரு நுண்ணிய மாற்றம் ஏற்பட்டிருந்ததை சித்தார்த்தன் கவனித்தான். அவளுடைய பேச்சிலும் செயலிலும்

முன்பைவிட அதிக அமைதியும் கட்டுப்பாடும் தெரிந்தன. அவளுடைய எண்ணங்கள் அதிக ஆழமாகவும் அதிகத் தீவிரமாகவும் ஆகியிருந்தன. அவள் மிகக் குறைவாகவே சாப்பிட்டதால் அவள் மெலிந்திருந்தாள்.

“கோவிலில் என்னை சந்தித்த அதே யசோதரை அல்ல இவள்,” என்று சித்தார்த்தன் தன் மனத்திற்குள் நினைத்துக் கொண்டான்.

அவளோடு சேர்ந்து தானும் மாறியிருந்ததை அவன் உணர்ந்தபோதிலும், அவளைப் பற்றிய அவனுடைய கவலையை அது போக்கவில்லை.

அவளைப் பற்றித் தன் தாயின் ஆலோசனையை நாட அவன் முயற்சித்தான். அவன் முதன்முறையாக யசோதரையைப் பற்றிக் குறிப்பிட்டபோது, கௌதமி மௌனம் சாதித்தார். ஆனால், அவனுடைய குரலில் இருந்த மென்மையையும் கரிசனத்தையும் கண்டு உருகிய அவர், அவன் மீண்டும் அவரிடம் கேட்டபோது தன்னுடைய பிடிவாதத்தைக் கைவிட்டார்.

“உங்கள் இருவருக்கும் இடையில் என்ன நிகழ்ந்து கொண்டிருக்கிறது என்பதை எப்படி என்னால் புரிந்து கொள்ள முடியும்?” என்று கேட்டு அவர் அவனை லேசாக அதட்டினார். “நான் இங்கு என் சொந்தக் கண்ணால் பார்க்கின்ற விஷயங்களும் உன்னைப் பற்றி மற்றவர்கள் என்னிடம் தெரிவிக்கின்ற விஷயங்களும் எனக்கு முற்றிலுமாகப் பிடிக்கவில்லை. அவளிடம் ஏற்பட்டுள்ள மாற்றத்திற்கு அவள் எந்த அளவுக்குப் பொறுப்பாளியோ, நீயும் அதே அளவுக்கு அதற்குப் பொறுப்பாளி. அவளுக்கு என்ன பிரச்சனை என்பதை நீ அவளிடம் கேட்டு என்னிடமும் உன் தந்தையிடமும் தெரிவிக்க வேண்டியது உன்னுடைய கடமை. எங்களுக்கு வயதாகிக் கொண்டிருக்கிறது. உன்னுடைய பொறுப்புகள் எங்கள்மீது சுமத்தப்படக்கூடாது. யசோதரை ஏன் இவ்வளவு மெலிந்திருக்கிறாள் என்று எனக்குத் தெரியாது. அவளுடைய தோற்றத்திலும் ஒரு கடுமை தெரிகிறது. அதற்கும் எனக்குக் காரணம் தெரியவில்லை. அவளுடைய பெற்றோரின் வீட்டில் அவளுக்கு ஏற்பட்ட அவமானம் ஒரு காரணமாக இருக்கலாம். உன் தந்தையும் நானும்

வலுவிழந்து போயிருக்கிறோம்."

அவருடைய வார்த்தைகள் சித்தார்த்தனின் செவிகளுக்குக் கடுமையாகவும் உணர்ச்சி மிகுந்தும் ஒலித்தன. அவனால் அதைத் தாங்கிக் கொள்ள முடியவில்லை. அவன் மண்டியிட்டு அமர்ந்து கௌதமியின் பாதங்களைத் தொழுதான்.

கௌதமி கீழே குனிந்து அவனுடைய தலையின்மீது தன் கையை வைத்தபோது, அவருடைய கண்களில் கண்ணீர் நிரம்பியது, உணர்ச்சி மிகுதியால் அவருடைய தொண்டை அடைத்தது. தன் தாய் ஏன் தன்னை ஆசீர்வதிக்கவில்லை என்று பார்ப்பதற்காக சித்தார்த்தன் தன் தலையை உயர்த்தியபோது, கௌதமியின் கண்ணீர் அவனுடைய நெற்றியை நனைத்தது. சித்தார்த்தன் மனம் நெகிழ்ந்தான். தன் தாயை இவ்வளவு பலவீனமாகவும் வருத்தமாகவும் அவன் ஒருபோதும் பார்த்திருக்கவில்லை. அவன் தன் தலையை மீண்டும் அவருடைய பாதங்கள்மீது வைத்து, "அம்மா, என்னை ஆசீர்வதியுங்கள். உங்களுடைய வளர்ப்புக்கு நான் தகுதியானவனாக இருக்கவும், என் தாயின் கண்ணீரைத் துடைப்பதற்கான வலிமை எனக்குக் கிடைக்கவும் என்னை ஆசீர்வதியுங்கள்," என்று கெஞ்சினான்.

தன்னுடைய கண்ணீர் சித்தார்த்தனை எவ்வளவு ஆழமாக பாதித்திருந்தது என்பதை கௌதமி உடனடியாகப் புரிந்து கொண்டார். அவர் தன் கையால் அவனுடைய தலையை வருடிவிட்டு, "மகனே, கடவுள் உன்னை ஆசீர்வதிக்கட்டும்! நீ நீண்ட ஆயுளோடு வாழ்வாயாக!" என்று கூறினார்.

பிறகு அவர் அவனைத் தொட்டுத் தூக்கி, தன்னுடைய கண்ணீரைத் துடைத்துவிட்டு அவனைப் பார்த்துப் புன்னகைத்தார்.

அவர் அவனிடம் மென்மையாக, "என்னை மன்னித்துவிடு. நான் உன்னிடம் இவ்வளவு கடுமையாகப் பேசியிருக்கக்கூடாது. சித்தார்த்தா, நான் யசோதரையிடம் பேசி எல்லாவற்றையும் சரி செய்கிறேன். என்னை நம்பு. நான் அவளுக்கும் தாய்தான். ஒருசில நாட்களுக்குத் தன் மகள்மீது கோபம் கொள்ளுவதற்கான உரிமை ஒரு

தாய்க்கு இருக்கிறது என்று நான் கருதுகிறேன். நான் உன் மனத்தைக் காயப்படுத்த ஒருபோதும் நினைத்ததில்லை. நீ என்றென்றும் மகிழ்ச்சியாக இரு. இப்போது போய் நிம்மதியாகத் தூங்கு. நாளைக்குக்குள் யசோதரையின் இதயம் ஒரு தாமரையைப்போல மலரும்," என்று கூறினார்.

சித்தார்த்தன் அவரிடமிருந்து விடைபெற்றுக் கொண்டு தோட்டத்திற்குள் சென்றான். அவனுடைய தாய் கொடுத்திருந்த உத்தரவாதம் அவனை அமைதிப்படுத்தியது. அந்த அழகான தோட்டமும் இரவின் நிசப்தமும் அவனுடைய மனத்திற்கு அதிக அமைதியைக் கொடுத்தன. ஏதோ ஓர் உள்ளுணர்வு, விரைவில் தனக்கும் யசோதரைக்கும் இடையே எல்லாம் சரி செய்யப்பட்டுவிடும் என்று அவனைக் கற்பனை செய்ய வைத்தது. அவன் தன் தலையை நிமிர்த்தி இரவு வானத்தைப் பார்த்தான். அது எண்ணற்ற நட்சத்திரக் கூட்டங்களால் பிரகாசமாக ஒளிர்ந்தது. பிரபஞ்சத்தின் மர்மங்களுக்கு இட்டுச் செல்லுகின்ற பாதையை அந்த நட்சத்திரங்கள் ஒளியூட்டிக் கொண்டிருந்ததுபோலத் தோன்றியது.

"இந்தப் படைப்பு எவ்வளவு அற்புதமாகவும் மர்மமானதாகவும் இருக்கிறது!" என்று அவன் தனக்குள் கூறிக் கொண்டான். "தொடர்ந்து நிகழ்ந்து கொண்டே இருக்கின்ற சூரிய உதயமும் சூரிய அஸ்தமனமும், அந்தந்தப் பருவகாலங்களுக்கு ஏற்ப மலருகின்ற மலர்களும், கனிகின்ற பழங்களும், வளருகின்ற பயிர்களும், காற்றும் மழையும் விவரிக்கப்பட முடியாத மர்மங்களல்லவா? அவை எப்படித் தோன்றின? அவை எப்படித் தொடர்ந்து இருந்து வருகின்றன? எந்தக் கடவுளர் அவற்றைப் படைத்தனர்? எந்த விதிகள் அவற்றை இயக்குகின்றன? இப்பிரபஞ்சத்திற்கு உண்மையிலேயே ஒரு கடவுள் தேவையா அல்லது தன்னைத் தானே உருவாக்கிக் கொள்ளுவதற்கும் அழித்துக் கொள்ளுவதற்குமான ஆற்றல் அதற்கு இருக்கிறதா? மனித வாழ்க்கை என்பது இப்பிரபஞ்சம் மற்றும் அதன் இருத்தலின் ஒரு பகுதி மட்டுமா அல்லது அதற்கு ஏதேனும் தனிச்சிறப்பு வாய்ந்த நோக்கமும் அர்த்தமும் இருக்கின்றனவா? விண்ணில் உள்ளவை எல்லாம் நிரந்தரமாக

நீடித்திருப்பதற்கு ஆசீர்வதிக்கப்பட்டிருக்கும்போது மனித வாழ்க்கை மட்டும் ஏன் குறுகிய காலமே நீடிக்கிறது? துன்பம் என்பது இப்பிரபஞ்சத்தின் இன்றியமையாத, மாற்றப்பட முடியாத ஒரு விதியா அல்லது மனிதர்கள் தாங்களாகவே உருவாக்கிக் கொண்டுள்ள ஒன்றா?"

ஆழ்ந்த சிந்தனையில் மூழ்கியிருந்த சித்தார்த்தனுக்கு நேரம் போனதே தெரியவில்லை. எங்கோ, கிழக்கில் வெகு தூரத்தில், வைகறை ஒரு கொட்டாவியோடு கண்விழித்து, தன்னுடைய சிறகுகளை நீட்டி விரித்துத் தன்னுடைய பயணத்தைத் துவக்கத் தயாராகிக் கொண்டிருந்தது. தான் முக்கியமான ஏதோ ஒன்றைச் செய்ய மறந்திருந்தது சித்தார்த்தனுக்குத் திடீரென்று உறைத்தது. அவன் உடனடியாக அங்கிருந்து எழுந்து, தன்னுடைய படுக்கையறையை நோக்கி விரைந்தான்.

யசோதரை ஆழ்ந்த உறக்கத்தில் இருந்தாள். அவளுடைய முகம் முன்பைவிட சற்று மெலிந்திருந்தபோதிலும் அதிக அழகாக இருந்தது. அவளுடைய மார்பு ஒரு சீரான தாளத்தில் மேலும் கீழும் போய் வந்து கொண்டிருந்த காட்சி, பிரபஞ்சம் சம வேகத்தில் எல்லாத் திசைகளிலும் ஒரு சீரான போக்கில் இயங்கிக் கொண்டிருந்ததைப் பற்றி அவன் நினைத்துப் பார்க்கும்படி செய்தது. நீண்ட நேரம் அவளையே பார்த்துக் கொண்டு உட்கார்ந்திருந்த அவன், சிறிது நேரத்தில் தூங்கிவிட்டான்.

பொழுந்து விடிந்தபோது, சூரியனின் இளம் கதிர்களின் வெளிச்சத்தில் யசோதரை கண்விழித்தாள். திடீரென்று, அவளுடைய பெண்மை விழித்துக் கொண்டது. தான் இதுவரை அனுபவித்திராத ஓர் இனிய சாகச உணர்வை அவளுடைய உடல் அனுபவித்தது. அவளுடைய முயற்சி இல்லாமலேயே அவளுடைய முகத்தின்மீது தானாகவே ஒரு புன்னகை மலர்ந்தது. இப்புதிய அனுபவத்தின் அலைகள், அவளுக்குப் பக்கத்தில் படுத்துத் தூங்கிக் கொண்டிருந்த சித்தார்த்தனிடம் பாய்ந்தோடி வந்து அவனை எழுப்பின.

அவன் தன் கண்களைத் திறந்தபோது, யசோதரையின்

பார்வை தன்மீது குவிந்திருந்ததை அவன் கண்டான். ஆனால் அவளுடைய மனம் மட்டும் அவளுக்குப் புதிதாகத் தெரிய வந்திருந்த ஏதோ ஒரு விஷயத்தின்மீது குவிந்திருந்தது. அவளுக்கு என்ன நேர்ந்திருந்தது என்பதும், அவள் ஏன் இவ்வளவு குதூகலமாக இருந்தாள் என்பதும் அவனுக்குத் தெரியவில்லை. அவன் மெதுவாக எழுந்து உட்கார்ந்தான். அவன் அவளைத் தொடத் துணியவில்லை.

"யசோதரை, என்ன விஷயம்?" என்று அவன் மென்மையாகக் கேட்டான்.

யசோதரை இனிமையாகப் புன்னகைத்தாள்.

"படைப்பின் வேலை நிறைவேற்றப்பட்டுவிட்டது," என்று அவள் கூறினாள்.

அவள் கூறியதன் அர்த்தத்தை அவன் புரிந்து கொள்ளுவதற்கு முன்பாக, அவள் அவனுடைய மடிமீது தன் தலையை வைத்து, அவனுடைய கண்களுக்குள் ஆழமாக ஊடுருவிப் பார்த்து மீண்டும் புன்னகைத்தாள்.

சித்தார்த்தன் குழப்பமடைந்தான். அவன் சிந்தனையும் உணர்ச்சியும் அற்றவனாக இருந்தான். அதுவரை அவளுடைய தொடுதலால் தூண்டப்பட்ட அவனுடைய உடல் இப்போது எந்த உணர்ச்சியையும் வெளிப்படுத்தாமல் இருந்தது.

சித்தார்த்தன் அசைவற்று இருந்ததை யசோதரை புரிந்து கொண்டாள். அவள் அவனுடைய கன்னங்களைத் தட்டி அவனுடைய மயக்கத்திலிருந்து அவனை வெளிக்கொண்டு வந்தாள்.

"நான் பேரின்பத்தில் திளைத்திருக்கிறேன். நீங்கள் என்னுடைய மகிழ்ச்சியைப் பகிர்ந்து கொள்ள மாட்டீர்களா?" என்று அவள் கேட்டாள்.

சித்தார்த்தன் மீண்டும் ஒரு முறை அவளுடைய கண்களை உற்றுப் பார்த்துவிட்டுத் தன் தலையைக் குனிந்து கொண்டான்.

யசோதரை அவனிடம், "வாழ்வின் இன்ப துன்பங்களை அனுபவிக்காமல் வாழ்க்கையை ஒதுக்கித் தள்ளுகின்ற துறவிகளைப்போல நீங்கள் இருக்கக்கூடாது. அவர்கள் பிணைப்புகளைக் கண்டு பயந்து அவற்றிடமிருந்து விலகி இருக்கும்போது, அவர்களால் எப்படி அவற்றைத்

தகர்க்க முடியும்? புலன்களுக்கு உட்பட்ட அனைத்தையும் நீங்கள் பார்க்க வேண்டும், சுவைக்க வேண்டும், உணர வேண்டும். அப்போது, நீங்கள் அவற்றிடமிருந்து உங்களைப் பிரித்தெடுத்துச் செல்லும்போது, உங்களுடைய உண்மையான மன உறுதி வெளிச்சத்திற்கு வரும். உலகம் அதை கண்டுகொண்டு அதை அங்கீகரிக்கும். நீங்கள் அதை அனுபவிப்பீர்கள். நான் உங்களுக்குச் சொல்லத் தேவையில்லை. நீங்கள் அதை நன்றாக அறிவீர்கள்," என்று கூறினாள்.

சித்தார்த்தன் தன் தலையை நிமிர்த்தி அவளைப் பார்த்துப் புன்னகை புரிந்தான். யசோதரை மீண்டும் குதூகலமடைந்தாள்.

புத்துணர்ச்சியூட்டிய அந்தப் பிரகாசமான காலைப்பொழுதும், அந்த இளம் தம்பதியர் ஒருவரையொருவர் பாசத்தோடு தழுவிக்கொண்டிருந்ததைக் கண்டு குதூலகமடைந்தது.

யசோதரை வழக்கம்போலத் தன்னுடைய அன்றாட வேலைகளைச் செய்யத் தொடங்கினாள். அவள் அவற்றை முடித்துவிட்டு, குளித்து உடை மாற்றிக் கொண்டு, மலர்களால் கவனமாகத் தன்னை அலங்கரித்துக் கொண்டு, தன்னுடைய மாமியாரைப் பார்க்கச் சென்றாள்.

யசோதரையைப் பற்றிய கவலையில் கௌதமி முந்தைய இரவு முழுவதும் தூங்கியிருக்கவில்லை. காலையில், அவர் தன்னுடைய வேலைகளில் ஈடுபட்டிருந்தபோதுகூட, யசோதரையைப் பற்றியே நினைத்துக் கொண்டிருந்தார். அவர் அப்படிப்பட்ட ஒரு குழப்பமான மனநிலையில் இருந்தபோது, திடீரென்று, அன்றலர்ந்த ஓர் அழகான தாமரையைப்போல யசோதரை அவருடைய கண்களுக்குக் குளிர்ச்சியூட்டினாள்.

யசோதரை அவரிடம், "அம்மா, நான் கருவுற்றிருக்கிறேன். ஒரு குழந்தையை என் வயிற்றில் வளர்த்தெடுக்கும் பணியை நான் சுவீகரித்திருக்கிறேன்," என்று கூறியபோது, கௌதமியின் மகிழ்ச்சி உச்சத்தைத் தொட்டது.

மறுகணம், கௌதமி அவளை ஆரத் தழுவிக் கொண்டார். அவருடைய இதயத்தில் தேங்கியிருந்த வருத்தம் முழுவதும் அவருடைய மகிழ்ச்சியின் கதகதப்பால்

கரைந்து, அவருடைய கண்களின் வாயிலாக வெளியே வழிந்தோடி, இருவரையும் நனைத்தது. "யசோதரை, உன்னை நான் தவறாகப் புரிந்து கொண்டது எப்பேற்பட்ட முட்டாள்தனம்! நீ எங்களுடைய தேவதை. நீ எங்களை விடுவிக்க வந்திருக்கிறாய். எங்கள் குடும்பம் உனக்கு எவ்வளவு கடமைப்பட்டுள்ளது என்பதை விளக்க எனக்கு வார்த்தைகள் இல்லை. மகளே, என்னை மன்னித்துவிடு!" என்று கௌதமி அரற்றினார். தலைகால் புரியாத மகிழ்ச்சியில் திளைத்திருந்த அவரால், தான் என்ன சொல்லிக் கொண்டிருந்தோம் என்பதையே புரிந்து கொள்ள முடியவில்லை.

யசோதரை கருவுற்றிருந்த செய்தி மின்னல் வேகத்தில் பரவியது. கடந்த பல மாதங்களாக, சுத்தோதனர் வெளியே எங்கும் போகாமல் வீட்டிற்குள்ளேயே முடங்கிக் கிடந்திருந்தார். தன் வீட்டிற்கும் எந்த விருந்தினர்களையும் அவர் அழைக்கவில்லை. அவர் எப்போதும் மனச்சோர்வுடனும் எதிலும் ஆர்வமின்றியும் காணப்பட்டார். அவர் எப்போதும் ஆழ்ந்த சிந்தனையில் மூழ்கியிருந்தார். தனக்கு ஒரு வாரிசு உருவாகிக் கொண்டிருந்தது என்ற செய்தி திடீரென்று அவருடைய உடலுக்குப் புதுத் தெம்பைக் கொடுத்து, அவருடைய மனத்தை முடுக்கிவிட்டது. கணநேரத்தில், அவர் அந்த கிராமம் நெடுகிலும் அந்தச் செய்தியைத் தெரிவித்து எல்லோருக்கும் பரிசுப் பொருட்களை வழங்கலானார்.

அந்த ஒட்டுமொத்த கிராமமும் கோலாகலமான கொண்டாட்டத்தில் இறங்கியது, ஆனால் சித்தார்த்தன் மட்டும் அதில் கலந்து கொள்ளாமல் இருந்தான். அவன் அன்று முழுவதும் தனியாக இருந்தான். அவன் தன்னுடைய பெற்றோரைப் பார்க்கக்கூடப் போகவில்லை.

நேரம் வேகமாக நகர்ந்து கொண்டிருந்ததுபோல எல்லோரும் உணர்ந்தனர். விரைவில், நாட்கள் வாரங்களாகவும், வாரங்கள் மாதங்களாகவும் கடந்து போயின.

கௌதமி இரவுபகலாக யசோதரையை கவனித்துக் கொண்டார். நாட்கள் செல்லச் செல்ல, சித்தார்த்தன் தன்னுடைய நேரத்தின் பெரும்பகுதியைத் தனிமையில்

ஆழ்ந்து சிந்திப்பதில் செலவிட்டுக் கொண்டிருந்தான். யசோதரையின் உடல் எடை அதிகரித்துக் கொண்டிருந்தது. அவள் ஆரோக்கியமாகவும் மகிழ்ச்சியாகவும் காணப்பட்டாள். சித்தார்த்தன் நலிவுற்றும் தீவிரமாகவும் காணப்பட்டான். ஒரு நாள், சித்தார்த்தனோடு கூடுதலாகச் சிறிது நேரம் செலவிடத் தனக்கு அனுமதியளிக்கும்படி யசோதரை கௌதமியிடம் வேண்டினாள்.

கௌதமி வருத்தத்தோடு, “யசோதரை, நான் ஒருபோதும் உன்னை என் மகனிடமிருந்து பிரித்து வைக்க நினைக்கவில்லை. சித்தார்த்தன் தன்னுடைய போதனைகளால் உனக்கும் உன் மகனுக்கும் லௌகிக இன்பங்கள்மீது வெறுப்பு ஏற்படும்படி செய்துவிடாமல் இருப்பதை உறுதி செய்வதற்காகவே நான் எப்போதும் உன்னோடு இருக்கிறேன்,” என்று கூறினார்.

யசோதரை இதைக் கேட்டு வாய்விட்டுச் சிரித்தாள். அந்தச் சிரிப்புக்கான அர்த்தத்தை கௌதமியால் புரிந்து கொள்ள முடியவில்லை. தம்பதியர் இருவரும் தனியாகப் பேசுவதற்காக கௌதமி அவர்களுடைய அறையைவிட்டு வெளியேறினார்.

கௌதமி அங்கிருந்து போனவுடனேயே, சித்தார்த்தன் தன் இதயத்தில் பூட்டி வைத்திருந்த அனைத்து எண்ணங்களையும் மடை திறந்த வெள்ளம்போல யசோதரையிடம் கொட்டினான்.

“நீ உன் மாமியாருடன் மகிழ்ச்சியாக உன் வாழ்க்கையைக் கழித்து வந்திருக்கிறாய். அது நான் பலரை சந்திப்பதற்கும் பல இடங்களுக்குப் போய் வருவதற்கும் போதுமான நேரத்தையும் சுதந்திரத்தையும் எனக்குக் கொடுத்துள்ளது. நீ மன அமைதியோடு இருக்க வேண்டிய காலகட்டம் இது. இத்தருணத்தில் உன்னைத் தொந்தரவு செய்வது எனக்கு வருத்தமளிக்கிறது. ஆனாலும் நான் உன்னிடம் பேசியாக வேண்டும். நான் எங்கு சென்றாலும், வேதனையையும் துன்பத்தையும் மட்டுமே நான் காணுகிறேன். ஒட்டுமொத்த மனிதகுலமும் ஒரு துயரக் கடலில் மூழ்கியிருப்பதுபோல எனக்குத் தோன்றுகிறது. எண்ணற்ற ஏழைகளுக்கு ஒரு குழந்தையின் பிறப்புக்கூட மகிழ்ச்சியளிப்பதில்லை. கொடிய நோய்கள் எல்லா

இடங்களிலும் தலைவிரித்து ஆடிக் கொண்டிருக்கின்றன. சரியாக கவனிக்கப்படாவிட்டால், சாதாரண உடல்நலக் குறைவுகூட மரணத்திற்கு வழி வகுக்கிறது. முதியவர்கள் கவனிப்பாரற்று இருக்கின்றனர். அவர்களுக்குத் தேவையானவற்றைச் செய்ய ஆளில்லை. இவையெல்லாம் உடல்ரீதியான துன்பம் தொடர்பானவை. ஆன்மாவைப் பொருத்தவரை, சூழ்நிலை அதிக மோசமாக இருப்பதில் வியப்பேதும் இல்லை. அன்பு, இரக்கம், கருணை போன்ற உன்னதமான உணர்வுகளை மக்கள் இன்று முற்றிலுமாக இழந்துள்ளனர். பொறாமை, வெறுப்பு, கொடூரம், போர் குறித்த வெறி ஆகியவை மனித இதயங்களில் ஆழமாக வேரூன்றியுள்ளன. இழிவான உணர்வுகளுக்கு மக்கள் தீவிரமாக அடிமைப்பட்டுக் கொண்டிருப்பதை யாரும் பார்ப்பதில்லை. முக்தி என்பது அன்பு மற்றும் மனிதாபிமானத்துடன் எவ்வளவு வலிமையாகத் தொடர்பு கொண்டுள்ளது என்பதைப் புரிந்து கொள்ளாமலேயே எல்லோரும் முக்தியைப் பற்றிப் பேசுகின்றனர். உடல்ரீதியான தேவைகள் ஆன்மிகத் தேவைகளைவிட உயர்ந்தவையா அல்லது ஆன்மிகத் தேவைகள் உடல்ரீதியான தேவைகளைவிட மேன்மையானவையா? எனக்கு அது புரியவில்லை. இவற்றையெல்லாம்விட அதிகத் தீவிரமானது சாதிப் பிரச்சனை. ஒருவர் ஒரு குறிப்பிட்டக் குடும்பத்திற்குள் பிறப்பதன் அடிப்படையில் எப்படி அவரை உயர்ந்தவராகவோ அல்லது தாழ்ந்தவராகவோ கருத முடியும்? செல்வச் செழிப்புக் கொண்ட, கல்வியறிவு பெற்ற, உன்னதமான சாதியைச் சேர்ந்த குடும்பங்களுக்குள் பிறப்பதற்கு அதிர்ஷ்டம் செய்திருக்கும் மக்கள், பலவீனமானவர்களையும் அடிமைகளையும் கைதூக்கிவிடுவதற்குத் தங்களுடைய செல்வாக்கைப் பயன்படுத்துவதில்லை. மாறாக, துரதிர்ஷ்டசாலிகளை அடக்கி ஒடுக்குவதற்கு அவர்கள் தங்களுடைய அதிகாரத்தைப் பயன்படுத்துகின்றனர். என் மனம் மிகவும் வேதனையடைந்துள்ளது. தீவிர ஏற்றத்தாழ்வுடன்கூடிய இச்சமுதாயத்திலிருந்து நான் என்னைத் தனிமைப்படுத்திக் கொள்ள விரும்புகிறேன். ஆனால் ஆதரவற்ற மக்கள் அனுபவிக்கும் துன்பங்கள் என்னுடைய வேதனையை

ஒன்றுமில்லாமல் செய்துவிடுகின்றன, அவர்களுடைய முக்திக்கு ஒரு வழியைக் கண்டுபிடிக்க என்னைத் தூண்டுகின்றன."

வறண்டு போன ஒரு நிலம் எப்படி ஒரு கடுமையான கோடைக்காலத்திற்குப் பிறகு பெய்கின்ற மழையின் நீரை முழுவதுமாக உறிஞ்சிக் கொள்ளுகிறதோ, அதேபோல யசோதரை சித்தார்த்தனின் வார்த்தைகளை உள்வாங்கினாள்.

"யசோதரை, மேலோட்டமான இச்சமுதாயத்தின் போக்கிற்கு என்னை என்னால் பழக்கப்படுத்திக் கொள்ள முடியவில்லை. உலகின் உடல்ரீதியான இன்பங்களை நான் வெறுக்கிறேன். நீதான் என்னை இந்த வீட்டுடன் பிணைத்து வைத்திருக்கிறாய். குழந்தை பிறந்தவுடன், அக்குழந்தையும் என்னை அதிக வலிமையாகக் கட்டிப் போடக்கூடும்."

சித்தார்த்தனின் பேச்சைக் கேட்டுவிட்டு யசோதரை சிறிது நேரம் மௌனமாக இருந்தாள். பிறகு அவள் அவனைத் தீர்மானமாகப் பார்த்தாள். "மனிதத் துயரத்தைப் பற்றி நீங்கள் ஆழமாக சிந்திக்கிறீர்கள். அப்படியானால், மனிதகுலத்துடன் நீங்கள் ஒரு வலிமையான பிணைப்பை வளர்த்துக் கொண்டுள்ளீர்கள் என்று பொருள். என்னையும் நம் மகனையும் மனிதகுலத்தின் ஓர் அங்கமாகக் கருதுங்கள். அப்போது இந்தப் பிணைப்புகள் தாமாக மறைந்துவிடும்," என்று அவள் கூறினாள்.

சித்தார்த்தனின் கண்கள் நன்றியுணர்வால் நிரம்பின. அவன் அவளுடைய கருத்துக்கு இசைவாகத் தலையசைத்தான்.

மாலையில், காலமுனியையோ அல்லது வேறு சில துறவிகளையோ பார்க்க சித்தார்த்தன் சென்றபோதெல்லாம், அவனுடைய உடைமைகளையும் தன்னுடைய உடைமைகளையும் சுத்தப்படுத்துவதில் யசோதரை தன் நேரத்தைச் செலவிட்டாள். அவள் எங்கெல்லாம் சித்தார்த்தனோடு சேர்ந்து உட்கார்ந்து தனிப்பட்ட உரையாடல்களிலோ அல்லது தீவிரமான தத்துவார்த்த விவாதங்களிலோ

ஈடுபட்டாளோ, அந்த இடங்களையெல்லாம் தன் சொந்தக் கைகளால் சுத்தப்படுத்த அவள் விரும்பினாள்.

சித்தார்த்தனுடனான தன்னுடைய உரையாடல்களை நினைவுகூர்ந்தபடி அவள் தன் வேலையைச் செய்தாள். இப்படிப்பட்ட அற்பமான வேலையைச் செய்வதிலிருந்து அவளைத் தடுக்க கௌதமி முயன்றார், ஆனால் அந்த வேலை தனக்கு இன்பமளித்ததாக யசோதரை நினைத்தாள். அந்தி சாய்வதற்கு முன்பாக அவள் அந்த வேலையை முடித்துவிட்டு, விளக்குகளை ஏற்றிவிட்டு, தெளிந்த வானம் எப்படி நிலவு வெளிச்சத்தால் நிரப்பப்படுவதற்காகக் காத்திருக்குமோ அதுபோல சித்தார்த்தனுக்காகக் காத்திருப்பதை அவள் ஒரு வழக்கமாக்கிக் கொண்டிருந்தாள்.

அன்றும்கூட, யசோதரை தன்னுடைய வேலையில் தீவிரமாக ஈடுபட்டிருந்தாள். அப்போது கௌதமியின் அறையில் கூடியிருந்த ஒரு கூட்டம் ஏற்படுத்திய சத்தம் அவளுடைய கவனத்தைக் கவர்ந்தது. யசோதரை தன் வேலையை அப்படியே விட்டுவிட்டு, அங்கு என்ன நிகழ்ந்து கொண்டிருந்தது என்று பார்ப்பதற்காக விரைந்தாள். அண்டைவீட்டுப் பெண்கள் சிலர் கௌதமியின் அறையில் நின்று கொண்டு, அவருடைய உணர்வுகளைப் பற்றிக் கவலைப்படாமல் அவரிடம் கடுமையாகப் பேசிக் கொண்டிருந்தனர். யசோதரை உள்ளே நுழைந்த கணத்தில், சத்தமெல்லாம் அடங்கி, ஒரே ஒரு தெளிவான, ஆழமான, உரத்தக் குரல் கேட்டது. “இந்த முட்டாள்தனத்தை நாங்கள் நீண்டகாலம் பொறுத்து வந்துள்ளோம்,” என்று அக்குரலுக்குச் சொந்தக்காரி கூறினாள்.

சில பணிப்பெண்கள் அவளைக் கட்டுப்படுத்த முயன்றனர், ஆனால் அவள் அவர்களைக் கண்டுகொள்ளாமல் தொடர்ந்து பேசினாள்.

“மற்றவர்கள் அதைப் பற்றிக் குறை கூறியபோது, அவர்கள் வதந்திகளைப் பரப்பிக் கொண்டிருந்ததாக நாங்கள் நினைத்தோம். ஆனால் இன்று, நாங்கள் எங்கள் சொந்தக் கண்களால் அதைப் பார்த்துவிட்டோம். எல்லாவற்றையும்விட மிகவும் கேடுகெட்டச் செயல் இதுதான். உங்கள் மகன் எந்தக் கொடூரமான குற்றத்தைச் செய்துள்ளான் தெரியுமா? தீண்டத்தகாத ஒருவனைத்

தொட்டு, தீண்டத்தகாதோரின் குடியிருப்பில் இருக்கும் அவனுடைய வீடுவரை அவனைத் தூக்கிச் சென்று, அவனுடைய நோய்க்கு வைத்தியம் பார்த்திருக்கிறான் உங்கள் மகன். என்ன துணிச்சல் அவனுக்கு! பாவக் கறை படிந்துள்ள அவனுடைய கைகளை எந்தப் புனித நீராட்டலால் தூய்மைப்படுத்த முடியும்? உங்களுடைய அண்டைவீட்டுக்காரர்களாக எப்படி எங்களால் அமைதியாக வாழ முடியும்? உங்கள் மகனின் தீய தாக்கத்திலிருந்து எங்களுடைய குழந்தைகளை எப்படி எங்களால் பாதுகாக்க முடியும்?”

குழப்பம் எதைப் பற்றியது என்பதை யசோதரையால் புரிந்து கொள்ள முடிந்தது. ஏதோ நோயால் துன்புற்றுக் கொண்டிருந்த ஒருவர் தன்னுடைய வீடு போய்ச் சேருவதற்கு சித்தார்த்தன் அவருக்கு உதவியிருந்தார். அந்த நபர் ஒரு தீண்டத்தகாத சாதியைச் சேர்ந்தவர்.

தன் மாமியார் உடல்ரீதியான தாக்குதலுக்கு ஆளாகும் ஆபத்து அங்கு இருக்கவில்லை என்பதால் யசோதரை நிம்மதியடைந்தாள். ஆனால் மறுகணம், சித்தார்த்தன் செய்திருந்த உன்னதமான காரியத்தைப் பற்றி அவள் நினைத்தபோது, அவளுடைய இதயம் பெருமிதத்தால் நிரம்பியது. ஓர் ஆழமான திருப்தியுணர்வு அவளுடைய கண்களில் ஆனந்தக் கண்ணீரை வரவழைத்தது. யசோதரை விரைவாக அக்கூட்டத்தின் ஊடாகச் சென்று கௌதமியின் முன்னால் ஒரு பாதுகாப்புக் கேடயம்போல நின்று கொண்டாள்.

யசோதரையின் திடீர் வரவாலும் அவளுடைய தோரணையாலும் அக்கூட்டத்தினர் அதிர்ச்சியடைந்தனர். அங்கு நிலவிய கூச்சல் அடங்கியது.

யசோதரை தன்னுடைய கைகளைத் தன் தலைக்கு மேலே உயர்த்தி, அவர்களை வரவேற்கும் விதமாகத் தன் கைகளைக் கூப்பினாள்.

பிறகு, அவள் ஒரு மிடுக்கான தோரணையுடன் பின்வருமாறு பேசினாள்: “நீங்கள் எல்லோரும் உங்களுடைய வீடுகளுக்குத் திரும்பிச் செல்லும்படி நான் தாழ்மையுடன் உங்களைக் கேட்டுக் கொள்ளுகிறேன். சித்தார்த்தன் செய்த காரியம் குறித்து உங்களுக்கு

ஏற்பட்டுள்ள அதிருப்தியை நீங்கள் உரத்தக் குரலில் கத்தி வெளிப்படுத்திவிட்டீர்கள். சித்தார்த்தன் செய்துள்ள காரியத்திற்கும் பிரஜாபதி கௌதமிக்கும் எந்தத் தொடர்பும் இல்லை என்பது உங்களுக்குத் தெரியும். அவரிடமிருந்து எந்த பதிலும் கிடைக்காது என்பதும் உங்களுக்குத் தெரியும். ஆனாலும், நீங்கள் இங்கு வந்திருக்கிறீர்கள். சித்தார்த்தனின் சார்பில் அவர் பதில் கூற வேண்டும் என்று நீங்கள் ஏன் எதிர்பார்க்கிறீர்கள் என்பது உங்களுக்கு நன்றாகத் தெரியும். அது எனக்கும் தெரியும். நீங்கள் சித்தார்த்தனிடம் கேட்டால், அவர் கொடுக்கின்ற பதிலை உங்களில் எவராலும் மறுத்துரைக்க முடியாது. அவருடைய பதிலை உங்களால் எதிர்த்துக் கேள்வி கேட்க முடியாது. உங்களுக்கு விடைகள் தேவையில்லை. விடைகளால் உங்களுடைய பதற்றத்தைத் தணிக்க முடியாது. மாறாக, நீங்கள் உங்களுடைய சொந்தப் பாரம்பரியங்களையும் பாரபட்சங்களையும் பற்றி மீண்டும் ஆழமாக சிந்தித்துப் பார்ப்பதுதான் இப்போது உங்களுடைய தேவையாகும். எண்ணற்றோர் பயணித்துள்ள ஒரு பாதையாக எதை நீங்கள் கருதுகிறீர்களோ, அந்தப் பாதையிலிருந்து யாரும் தடம் புரளக்கூடாது என்று நீங்கள் விரும்புகிறீர்கள். அந்தப் பழைய பாதை கடக்கப்பட முடியாததாக ஆகும்போதுகூட, அதிகச் சிறப்பான, புதியதொரு பாதையை உருவாக்க நீங்கள் யாரையும் அனுமதிக்க மாட்டீர்கள்."

யசோதரை ஒருசில கணம் மௌனம் காத்துவிட்டுப் பிறகு தொடர்ந்தாள்.

"என் தாயை நான் எந்த அளவு மதிக்கிறேனோ, நான் உங்களையும் அதே அளவு மதிக்கிறேன். நான் கூறுவதை நம்புங்கள். சித்தார்த்தன் ஒரு புதிய பாதையை உருவாக்க முயற்சி செய்து கொண்டிருக்கிறார். நீங்கள் இப்போது நடந்து கொண்டிருக்கின்ற பாதைகூட முன்பு ஏதோ ஒரு சமயத்தில் யாரோ ஒருவரால் புதிதாக உருவாக்கப்பட்டதுதான் என்பதை மறக்காதீர்கள். அப்புதிய பாதையை உருவாக்கிய மக்கள், அதற்கு முன்பு இருந்த பழைய பாதையைப் பின்பற்ற விரும்பிய மக்களின் எதிர்ப்பைச் சமாளிக்க என்ன செய்தனர் என்பது எனக்குத் தெரியாது. தன்னுடைய பாதையை நீங்கள் பின்பற்றும்படி

செய்வதற்கு சித்தார்த்தன் ஒருபோதும் வன்முறையைக் கையிலெடுக்க மாட்டார். அதேபோல, பொய்யான வாக்குறுதிகளைக் கொடுத்து உங்களை மயக்கித் தன் பக்கம் இழுக்கவும் அவர் முயற்சிக்க மாட்டார். தீண்டத்தகாதவர்களாக நாம் கருதுகின்றவர்களும் நம்மைப் போன்ற மனிதர்கள்தான். நம்முடைய வாழ்க்கை உன்னதமானதாகவும் அவர்களுடைய வாழ்க்கை இழிவானதாகவும் இருக்கும்படி கடவுள் வகுத்திருப்பதாக நீங்கள் நம்புகிறீர்கள். அது உண்மையல்ல. அதிர்ஷ்டம் வாய்க்கப் பெற்றுள்ள நாம்தான் அவர்கள் இழிவானவர்கள் என்ற முத்திரையை அவர்கள்மீது குத்தி, அவர்கள் உயிர் பிழைத்திருப்பதற்கே போராட வேண்டிய நிலையில் அவர்களைத் தள்ளிவிட்டிருக்கிறோம். கடவுளுக்கும் இதற்கும் எந்த சம்பந்தமும் இல்லை. ஒருவருடைய உயிரைப் பறிப்பது சுலபமானது. சித்தார்த்தனுக்கு அதில் ஆர்வமில்லை. வாழ்க்கை பொன்னானது என்று அவர் கருதுவதால் உயிர்களை அவர் பாதுகாக்க விரும்புகிறார். அனைத்து விதமான துன்பங்களிலிருந்தும் மனிதகுலத்தை அவர் விடுவிக்க விரும்புகிறார். அவருடைய பணி தீயது என்று உங்களால் நிரூபிக்க முடியாது. உங்களில் யாராலேனும் அதை நிரூபிக்க முடியும் என்றால், நேராக சித்தார்த்தனிடம் செல்லுங்கள். போய் முயற்சித்துப் பாருங்கள்."

யசோதரையின் சொல்வன்மையைக் கேட்டு அக்கூட்டம் பெரும் ஆச்சரியம் அடைந்தது. யசோதரை உணர்ச்சிவசப்பட்டுக் கோபத்தைக் கொட்டித் தீர்க்கும் விதத்தில் பேசவில்லை. மாறாக, அவளுடைய பேச்சு அமைதியானதாகவும் சிந்தனையைத் தூண்டுவதாகவும் இருந்தது. அக்கணம்வரை, ஒரு பெண் ஒரு கூட்டத்தின் முன்னால் நின்று அவ்வளவு துணிச்சலோடு பேசி அவர்கள் தங்கள் வாழ்வில் அதற்கு முன்பு ஒருபோதும் பார்த்திருக்கவில்லை. அதனால்தானோ என்னவோ, அவர்கள் வழக்கமாக எப்படி எதிர்வினையாற்றியிருப்பார்களோ, இப்போது அவர்கள் அப்படி நடந்து கொள்ளவில்லை. அவர்கள் கத்திக் கூச்சலிட்டு அவளுடைய பேச்சுக்கு இடையூறு விளைவிக்கவும் இல்லை, அவளைப்

பழித்துரைக்கவும் இல்லை. அவளுடைய பேச்சாற்றலாலும் அறிவுபூர்வமான விளக்கத்தாலும் ஆட்கொள்ளப்பட்ட அவர்கள், மௌனமாக அங்கிருந்து திரும்பிச் சென்றனர்.

கௌதமியால் தன் கண்களை நம்ப முடியவில்லை. நடந்திருந்த எல்லாம் ஒரு கனவுபோல அவருக்குத் தோன்றியது. யசோதரையைப் பாராட்டும் எண்ணம் அவருக்கு இருக்கவில்லை. சித்தார்த்தனின் யோசனைகளால் அவள் மிகுந்த உத்வேகம் பெற்றிருந்ததை அவர் அறிந்திருந்தார். ஏதோ ஒன்றைச் செய்வதற்கு அவள் சித்தார்த்தன்மீது தாக்கம் ஏற்படுத்திக் கொண்டிருந்ததையும் அவர் அறிந்திருந்தார். ஆனால், அந்த உண்மைகள் இவ்வளவு தெளிவாகத் தன் கண்முன்னே தோன்றியபோது அவரால் அதை சீரணித்துக் கொள்ள முடியவில்லை.

சித்தார்த்தனுக்கு எதிராக மக்கள் அவரிடம் குறை கூறியது அது முதல் முறையல்ல. அவன் வழக்கத்திற்கு மாறாக எதையேனும் செய்வான். அண்டைவீட்டார் அது குறித்துக் குறை கூற வருவர். அவன் ஒரு குழந்தை என்பதால் அவர்கள் அதைப் பெரிதுபடுத்தக் வேண்டாம் என்று கூறி கௌதமி அவர்களை சமாதானப்படுத்துவார். ஆனால், யசோதரை இப்போது இவ்வளவு வலிமையாக வக்காலத்து வாங்கியதுபோல அவர் ஒருபோதும் செய்ததில்லை.

“யசோதரைதான் சித்தார்த்தனுக்குப் பின்னால் இருந்த உண்மையான வலிமையா? அல்லது, அவள் அவனிடமிருந்து வலிமை பெற்று, அதைக் கொண்டு அவனுக்கு மேலும் வலுவூட்டிக் கொண்டிருந்தாளா? இதெல்லாம் எந்த துரதிர்ஷ்டத்திற்கு இட்டுச் செல்லுமோ!” என்று கௌதமி தன் மனத்திற்குள் நினைத்தார்.

யசோதரை இப்போது தன் மாமியாரைப் பார்த்தபடி நின்றாள். அவர் தன்னுடைய வருத்தமான மனநிலையிலிருந்து இன்னும் விடுபட்டிருக்கவில்லை என்பதை அவளால் பார்க்க முடிந்தது.

அவள் உற்சாகமாக, “அம்மா, நீங்கள் கவலைப்படாதீர்கள். அவருக்கு மோசமாக எதுவும் நிகழாது. அவர் ஓர் உயிரைக் காப்பாற்றியிருக்கிறாரே அன்றி, யாரையும் கொலை செய்யவில்லை. உயிர்களைக் காப்பாற்றுவது எப்போதும் நல்லது என்பதை நீங்கள்

நன்றாக அறிவீர்கள். நல்லது செய்கின்ற ஒருவர் எப்போதும் ஆசீர்வதிக்கப்படுவார். இதை நீங்கள் புரிந்து கொண்டால், கவலைப்படுவதற்கு உங்களுக்கு எந்தக் காரணமும் இருக்காது," என்று கூறினாள்.

பிறகு அவள் கௌதமியைப் படுக்கையின்மீது படுக்கச் செய்துவிட்டு, சிறிது நேரம் அவருக்கு விசிறினாள். கௌதமி தூங்கியவுடன், அவள் எல்லா சன்னல்களையும் திறந்து வைத்துவிட்டு, அந்த அறையைவிட்டு வெளியேறி, அதன் கதவை மூடினாள்.

அன்றிரவு சித்தார்த்தன் வீடு திரும்பியபோது வெகுநேரம் ஆகியிருந்தது. யசோதரை அவனோடு பேசவில்லை. அவன் சாப்பிடுவதற்குத் தேவையான ஏற்பாடுகளை அவள் செய்தாள். ஆனால் அன்று அவன் ஒருசில பழங்களை மட்டும் உட்கொண்டுவிட்டு, தியானத்தில் அமர்ந்துவிட்டான். வழக்கம்போல, யசோதரை அவனுக்கு முன்னால் உட்கார்ந்து கொண்டு தியானம் செய்யத் தொடங்கினாள். அவர்கள் இருவரும் அசையாமல் உட்கார்ந்திருந்தனர். அவர்களையும் அறியாமல் அவர்களுடைய கண்களிலிருந்து கண்ணீர் வழிந்தது. பொழுது புலரும்வரை அவர்கள் அப்படியே அமர்ந்திருந்தனர்.

தோட்டத்தில் பறவைகளின் கீச்சொலியைக் கேட்டு அவர்கள் தங்கள் கண்களைத் திறந்தபோது, யசோதரை தன் மௌனத்தைக் கலைத்தாள்.

"என்ன நிகழ்ந்தது என்பது நம் இருவருக்கும் தெரியும். நீங்கள் என்னிடம் அதை விளக்க வேண்டியதில்லை. சிறிது நேரம் படுத்து ஓய்வெடுங்கள்," என்று அவள் மென்மையாகக் கூறினாள்.

சித்தார்த்தன் சலிப்போடு பெருமூச்செறிந்தான்.

"யசோதரை, இனிமேல் ஓய்வு என்ற வார்த்தை என் மனத்தில் இடம்பெறாது. நான் பார்த்த அந்தக் கொடூரமான காட்சியைக் காணுகின்ற எவரொருவராலும் அமைதியாக ஓய்வெடுக்க முடியாது. ஏழ்மையும் நோயும் சேர்ந்து ஏழைகளை எவ்வளவு கடுமையாகத் தாக்குகின்றன என்பதை உன்னால் ஒருபோதும் கற்பனை செய்ய முடியாது. அம்மக்கள் ரத்தமும் சதையும் கொண்ட

உயிருள்ள மனிதர்களைப்போலத் தெரிவதில்லை, மாறாக, மரணத்திற்காகக் காத்துக் கொண்டிருக்கின்ற உயிருள்ள எலும்புக்கூடுகளைப்போலக் காட்சியளிக்கின்றனர். எல்லாவற்றையும் கடவுள் என்ற ஒருவரின் விருப்பத்திற்கு விட்டுவிட்டு அவர்கள் வெறுமனே வாழ்க்கையை ஓட்டுகின்றனர். மெய்ஞானத்திற்கான என்னுடைய தேடலை ஒதுக்கி வைத்துவிட்டு, இந்த ஏழை மக்களின் சேவையில் என் எஞ்சிய வாழ்நாள் முழுவதையும் செலவிட நான் விரும்புகிறேன். துன்பத்தில் தவித்துக் கொண்டிருக்கும் மனிதகுலத்திடமிருந்து விலகிச் சென்று, அடைவதற்கான உத்தரவாதம் இல்லாத ஒரு விஷயத்தைத் தேடி நான் செல்லுவது சரிதானா? நீயே சொல்."

சித்தார்த்தனின் மனத்தில் நிகழ்ந்து கொண்டிருந்த அபிப்பிராய மோதல்களின் தீவிரத்தையும், அதன் விளைவாக அவனுக்கு ஏற்பட்ட உறுதியின்மையையும் விரக்தியையும் யசோதரையால் புரிந்து கொள்ளவும் உணர்ந்து கொள்ளவும் முடிந்தது.

அவனுடைய உறுதியின்மையிலிருந்து அவள் அவனை விடுவிக்க விரும்பினாள். தான் அவனுக்காக நிர்ணயித்து வைத்திருந்த பாதையிலிருந்து அவன் விலகிச் செல்லுவதை அவள் விரும்பவில்லை.

"மனிதகுலச் சேவை ஓர் உன்னதமான பணி. அதில் எனக்கு எந்த சந்தேகமும் இல்லை. ஆனால், நீங்கள் உங்கள் வாழ்க்கை முழுவதையும் அச்சேவையில் செலவிட்டால்கூட, மனிதத் துயரம் தொடர்ந்து இருந்து கொண்டுதான் இருக்கும். அதற்கான மூலகாரணம் களையப்படாதவரை அதற்கு ஒரு முடிவு கட்ட முடியாது."

"ஆமாம்," என்று சித்தார்த்தன் அவளோடு உடன்பட்டான். "மூலகாரணம் கண்டுபிடிக்கப்பட்டாக வேண்டும் என்று நானும் நினைத்தேன். எனவேதான் நான் வீட்டிற்குத் திரும்பி வந்தேன். இல்லாவிட்டால், நான் அந்தக் குடியிருப்பிலேயே என்றென்றும் தங்கியிருந்திருப்பேன். இந்த வீடும் இந்த இன்பங்களும் எனக்கு மகிழ்ச்சியளிப்பதில்லை. நான் அவற்றை வெறுக்கிறேன். அவற்றைக் கைவிட வேண்டும் என்ற வலிமையான உந்துதலை நான் உணருகிறேன்."

தன்னுடைய வாழ்வின் லட்சியம் நிறைவேறவிருந்ததுபோலத் தோன்றியதால் யசோதரை ஓர் ஆழ்ந்த மனநிறைவை அனுபவித்தாள். அவள் தன் தலையை அவனுடைய பாதங்கள்மீது வைத்தாள்.

சித்தார்த்தன் அவளுடைய தலைமீது தன் கையை வைத்தபோது, அவள்மீது அவன் இப்போது கொண்டிருந்த நன்றி கலந்த அன்பு, அவனுடைய மென்மையான விரல்களின் நுனிகள் வாயிலாக அவளுடைய இதயத்திற்குள் ஆழமாக ஊடுருவியது.

"யசோதரை, நம்முடைய குழந்தையைப் பார்த்தப் பிறகுதான் நான் இங்கிருந்து போவேன்," என்று அவன் அவளுடைய காதில் கிசுகிசுப்பாகக் கூறினான்.

யசோதரை பேரின்பம் கொண்டாள்.

இரண்டு மாதங்களுக்குப் பிறகு, யசோதரையைவிட சித்தார்த்தன்மீது தான் அதிக அக்கறை காட்ட வேண்டும் என்று கௌதமி நினைத்தார். தனக்கு ஒரு பேரன் பிறக்கவிருந்தான் என்ற எதிர்பார்ப்பில் தான் தன்னுடைய மகனை உதாசீனப்படுத்தி வந்திருந்தது குறித்து அவர் குற்றவுணர்வு கொண்டார். இப்போதெல்லாம், சித்தார்த்தன் தன்னுடைய கிராமத்தில் மட்டுமல்லாமல் சுற்றுவட்டாரத்தில் இருந்த கிராமங்களிலும் சுற்றித் திரிவதில் தன்னுடைய நேரத்தின் பெரும்பகுதியைச் செலவிட்டான். அவனை அரிதாகவே வீட்டில் பார்க்க முடிந்தது. அந்த அலைச்சல்களால் அவன் இளைத்துப் போயிருந்ததுபோலத் தோன்றியபோதும், அவனுடைய முகம் ஒளிவீசியது, அதில் அமைதி தவழ்ந்தது.

"சித்தார்த்தா, நீ ஏன் இப்படி அலைந்து திரிந்து கொண்டிருக்கிறாய்? எப்படி இளைத்துப் போயிருக்கிறாய் பார். நீ பலவீனமாகவும் ஆகியுள்ளாய்," என்று கூறியபடி கௌதமி அவனுடைய உடலை வருடிக் கொடுத்தார்.

ஆனால் மறுகணம், லேசான அதிர்ச்சியோடு அவன் தன் கையை விலக்கிக் கொண்டார். தன்னுடைய தொடுதலுக்கு அவனுடைய உடல் எந்த விதத்திலும் எதிர்வினையாற்றவில்லை என்பதை அவர் உணர்ந்தார். அவன் தன் மகனல்ல, மாறாக, தன்னுடைய மகனைப்போலத் தோற்றமளித்த ஓர் அந்நியன் என்ற உணர்வு அவருக்கு ஏற்பட்டது.

நடுக்கமும் பயமும் கலந்த ஒரு குரலில் அவர் அவனிடம், "மகனே, உனக்கு என்ன நேர்ந்தது? உனக்குள் என்ன நிகழ்ந்து கொண்டிருக்கிறது? நான் உன் கண்களுக்குத் தெரிகிறேனா? என் குரல் உன் காதுகளுக்குக் கேட்கிறதா? உன்னுடைய அன்புத் தாயின் தொடுதலைக்கூட உன்னால் உணர முடியவில்லையா?" என்று கேட்டார்.

"அம்மா, காரணம் என்னவென்று எனக்குத் தெரியவில்லை. ஆனால் இப்போதெல்லாம், எல்லாப் பிணைப்புகளிலிருந்தும் நான் விலகிச் சென்று கொண்டிருப்பதுபோல எனக்குத் தெரிகிறது," என்று அவன் கூறினான்.

"ஆனால் ஏன்! உன்னுடைய தாயின் தொடுதல் ஏன் உன் இதயத்தைத் தொடவில்லை?" என்று கேட்ட கௌதமியின் குரல் பலவீனமாக இருந்தது, அதில் துயரம் மேலோங்கியிருந்தது.

"அம்மா, உங்கள் குரலில் நான் கேட்கின்ற துயரத்திலிருந்து உங்களை விடுவிப்பதற்காகத்தான் நான் இவ்வாறு நடந்து கொள்ளுகிறேன். நான் உங்கள் அனைவரிடமிருந்தும் விலகிச் சென்று கொண்டிருக்கிறேன். இனி வரும் நாட்களில், நான் உங்கள் மகனாக ஒருபோதும் இருக்க மாட்டேன். இந்த வீட்டிலிருந்தும் இந்த மக்களிடமிருந்தும் விடுபட்டு, நான் உண்மையிலேயே யார் என்பதை நான் தெரிந்து கொள்ள விரும்புகிறேன்."

"நீ யாரென்று உனக்குத் தெரிய வேண்டுமா? நீ சுத்தோதனரின் மகன். மகாமாயா தேவி பெற்றெடுத்தப் புதல்வன் நீ. மகாபிரஜாபதி கௌதமியால் அன்போடு வளர்க்கப்பட்டவன் நீ. யசோதரையின் கணவன் நீ. அவள் தன் வயிற்றில் சுமந்து கொண்டிருக்கின்ற குழந்தையின் தகப்பன் நீ. உன் தந்தையின் சொத்துக்களுக்கான வாரிசு நீ. சித்தார்த்தா, இதற்கு மேல் நீ என்ன தெரிந்து கொள்ள விரும்புகிறாய்?" என்று கேட்டுவிட்டு கௌதமி அழத் தொடங்கினார்.

"நான் இந்த அடையாளங்கள் அனைத்தையும் துறக்கும்போது நான் யாராக இருப்பேன் என்பதை நான் கண்டறிய விரும்புகிறேன். அப்போதும் எனக்கு ஓர் இருத்தல் இருந்தால், அதன் நோக்கமும் அர்த்தமும் இலக்கும்

என்னவாக இருக்கும்? இக்கேள்விகளுக்கான விடைகளைக் கண்டுபிடிப்பதற்கு நான் இந்த வீட்டைவிட்டுப் போயாக வேண்டும்.”

தூக்கத்தில் நடக்கின்ற ஒருவரைப்போல சித்தார்த்தன் கௌதமியின் துயரங்களால் பாதிக்கப்படாமல் அவரிடமிருந்து விலகிச் சென்றான். கௌதமி மனம் தளர்ந்து அங்கேயே உட்கார்ந்துவிட்டார்.

ஓர் இரவு நேரத்தில், யசோதரை சித்தார்த்தனின் கையை எடுத்துத் தன் வயிற்றின்மீது வைத்தாள். ஒரு குளத்தில் ஒரு சிறிய மீன் எப்படி மெதுவாக நீந்துமோ, அதேபோல அவளுடைய வயிற்றினுள் இருந்த குழந்தை மெதுவாக அசைந்து கொண்டிருந்ததை சித்தார்த்தன் உணர்ந்தான்.

திடீரென்று மின்சாரத்தால் தாக்கப்பட்டவன்போல அவன் வெடுக்கென்று தன் கையை விலக்கிக் கொண்டான். அவனுடைய உடல் முழுவதும் நடுங்கியது.

“உலகின்மீது நான் கொண்டிருக்கும் பற்றின்மை ஒரு பௌர்ணமி நிலவைப்போல முழுமையானதாக இருந்ததாக நான் நினைத்தேன். ஆனால் இக்குழந்தையின் பிறப்பு அதற்கு ஒரு கிரகணம்போல அமைந்துவிடுமோ என்று நான் இப்போது பயப்படுகிறேன்,” என்று சித்தார்த்தன் வருத்தத்தோடு கூறினான்.

“அது ஒரு பிரச்சனையல்ல. ஒரு கிரகணம் சிறிது நேரம் மட்டுமே நீடிக்கும். பிறகு, அந்த நிலவு தன்னுடைய பிரகாசமான ஒளியால் அந்த இருண்ட வானம் முழுவதையும் நிரப்பிவிடும்,” என்று யசோதரை கூறினாள்.

“அது உண்மை என்றால், நமக்குப் பிறக்கும் குழந்தை ஆணாக இருந்தால் அவனை ராகுலன் என்று நாம் அழைக்கலாம். அவன் என்னுள் ஏற்படுத்துகின்ற ஆசைகளிலிருந்து நான் என்னை விடுவித்துக் கொள்ள எனக்கு எவ்வளவு நேரம் தேவைப்படுகிறது என்று நான் பார்க்கிறேன்,” என்று சித்தார்த்தன் தன் புருவங்களை நெறித்தபடி கூறினான்.

“மகாமாயா தேவி உங்களிடமிருந்து பிரிந்து செல்லுவதற்கு ஏழு நாட்கள் எடுத்துக் கொண்டார். நீங்கள் எங்களைவிட்டு விலகிச் செல்லுவதற்கு முன்பாக,

உங்களுடன் சேர்ந்து இருப்பதால் கிடைக்கக்கூடிய இன்பத்தை உங்கள் குழந்தை அனுபவிப்பதற்கு அவனுக்கு நீங்கள் அதே அளவு நேரத்தைக் கொடுக்கக்கூடாதா?"

சித்தார்த்தன் அவளுக்கு ஒரு வாக்குறுதி வழங்குவதுபோல அவளுடைய கையை எடுத்துத் தன் கைக்குள் அடக்கிக் கொண்டான். "உங்கள் தொடுதல் முன்பைவிட இப்போது வித்தியாசமாக இருக்கிறது," என்று அவள் கூறினாள்.

"ஆமாம், அது உண்மைதான். அது முன்புபோல இருக்காது. அது குறித்து நீ மனச்சோர்வு கொள்ள வேண்டாம்."

சித்தார்த்தன் அவளுக்கு ஆறுதலளிக்க முயன்றான், ஆனால் அவள் ஓர் இனிய புன்னகையுடன் அவனை இடைமறித்து, "நான் மனச்சோர்வு கொள்ள வேண்டிய தருணம் அல்ல இது. நான் மகிழ்ச்சியும் பெருமிதமும் கொண்டிருக்கிறேன்," என்று கூறினாள்.

"உன்னுடைய ஒத்துழைப்பிற்கு நான் எப்படிக் கைமாறு செய்யப் போகிறேன்?"

யசோதரை குறித்து அவன் கொண்டிருந்த அளப்பரிய நன்றியை அவனுடைய வார்த்தைகளால் வெளிப்படுத்த முடியவில்லை.

யசோதரை அவனிடம், "ஒருவேளை இதற்குப் பின்னால் எனக்கு ஒரு சுயநல நோக்கம் இருக்கிறதோ? இருக்கலாம். அல்லது இல்லாமலும் போகலாம். நீங்கள் கைமாறு பற்றிப் பேச வேண்டியதில்லை. ஆனால், எனக்காக நீங்கள் ஒரு காரியம் செய்ய வேண்டும் என்று நான் விரும்புகிறேன். இல்லை, அது ஒரு விருப்பமல்ல. அது நீங்கள் நிறைவேற்ற வேண்டிய ஓர் உத்தரவு," என்று கூறினாள்.

யசோதரை மிகவும் உற்சாகமடைந்தாள்.

சித்தார்த்தன் வியப்போடு, "உத்தரவா! என்ன அது?" என்று கேட்டான். அது என்னவென்று அவன் அக்கணமே தெரிந்து கொள்ள விரும்பினான்.

"பொறுமையாக இருங்கள். நேரம் வரும்போது அதை நான் உங்களுக்குத் தெரிவிப்பேன்," என்று கூறி அவள் அவனைப் பார்த்துப் புன்னகை பூத்தாள்.

யசோதரை ஓர் ஆண் குழந்தையைப் பெற்றாள். சித்தார்த்தன் அந்நேரத்தில் வீட்டில் இல்லை. குழந்தை பிறந்திருந்த செய்தி அவனுக்குத் தெரிவிக்கப்பட்டபோது, அவன் கவலையோடு வீட்டிற்கு விரைந்தான்.

யசோதரை மிகவும் களைத்துப் போயும் பலவீனமாகவும் இருந்ததால், அவளைப் பார்ப்பதற்கு கௌதமி அவனை அனுமதிக்கவில்லை. மாறாக, அவர் அவனுடைய குழந்தையைக் கொண்டு வந்து அவனுடைய கைகளில் வைத்தாள்.

சித்தார்த்தன் அக்குழந்தையைப் பார்த்தபோது, அவனுடைய கண்கள் வியப்பால் விரிந்தன. அக்குழந்தையின் தொடுதல் தன்னை வலிமையாகக் கவர்ந்ததை அவனால் புரிந்து கொள்ள முடிந்தது. அந்த வசீகர உணர்விலிருந்து விடுபட்டு, பிறர் எவருடைய தொடுதல் தனக்குள் எந்த உணர்வை ஏற்படுத்துமோ அதே உணர்வை அக்குழந்தை தன்னைத் தொடும்போது தான் உணருவதற்குத் தனக்கு உண்மையிலேயே ஏழு நாட்கள் தேவைப்படும் என்று அவன் நினைத்தான். அந்த வசீகர உணர்வு ஏழு நாட்களுக்கு மேல் நீடித்தால், அக்குழந்தையுடன் தனக்கு வலிமையான பற்று உருவாகிவிடும், பிறகு அந்தப் பிணைப்பைத் துண்டித்துக் கொள்ளுவது தனக்குக் கடினமாகிவிடும் என்பதை அவன் அறிந்தான். யசோதரை இதையெல்லாம் எப்படி முன்கூட்டியே கணித்து வைத்திருந்தாள் என்று அவன் வியந்தான்.

அன்றிரவு, மனித வாழ்க்கையைக் கட்டிப் போடுகின்ற பிணைப்புகளைப் பற்றி சித்தார்த்தன் விலாவாரியாக சிந்தித்தான். அனைத்து விதமான ஆசைகளிலிருந்தும் தன்னை விடுவித்திருந்ததாக அவன் நினைத்தபோதுகூட, ஒரு குழந்தையின் தொடுதல் அவன்மீது ஒரு வசீகரமான தாக்கத்தை ஏற்படுத்தியது. பிறப்பால் இயல்பாக வரும் அனைத்துப் பற்றுக்களின் நோக்கத்தையும், அர்த்தத்தையும், அந்தப் பற்றுக்களால் விளையும் மகிழ்ச்சியையும் துயரங்களையும் அவன் புரிந்து கொள்ள முயற்சித்தான். தன்னுடைய பெற்றோர் தன்னோடு கொண்டிருந்த பிணைப்பின் வலிமையை அவன் மதிப்பிட முயன்றான். தான் அவர்களை உதறித் தள்ளினால் அவர்கள் ஏன் ஆழ்ந்த

வேதனையும் துயரமும் கொள்ளுவர் என்பதை அவன் புரிந்து கொண்டான். இவ்வுலகில் இருந்த மற்ற அனைத்துப் பெண்களிடமிருந்தும் வேறுபட்டு, யசோதரையால் எப்படித் தங்களுடைய உறவிலிருந்து தன்னை விடுவிக்க முடிந்தது என்பதை அவன் பரிசீலித்துப் பார்த்தான். தங்களுக்குத் திருமணமாவதற்கு முன்பு தான் அவளுக்குக் கொடுத்திருந்த அறிவுரையை அவள் வெறுமனே பின்பற்றிக் கொண்டிருந்தாளா, அல்லது, தன்னைப்போலவே அவளும் இவ்வுலகைப் பற்றிய தத்துவார்த்த ஆய்வில் ஆழமாகத் தன்னை ஈடுபடுத்தியிருந்ததால் தன்னை விடுவித்தாளா என்று சித்தார்த்தன் யோசித்தான். காரணம் எதுவாக இருந்தாலும், யசோதரை மிக அரிய ஒரு பெண்மணி, அவள் மிகவும் வித்தியாசமானவள், மிகவும் தனித்துவமானவள் என்று அவன் உறுதியாக நம்பினான்.

அவனுடைய பாதையிலிருந்த தடைகள் அனைத்தும் நீக்கப்பட்டிருந்ததாக அவனுடைய எண்ணங்கள் அவனுக்குள் ஒரு வலிமையான நம்பிக்கையை உருவாக்கின. லௌகிக இன்பங்கள்மீதான ஈர்ப்பிலிருந்தும் சமூக உறவுகளிலிருந்தும் முற்றிலுமாக விடுபட்டு, துயரத்திற்கான ரகசியத்தைக் கண்டுபிடிப்பதற்கான பாதையில் அவன் பயணிக்க விரும்பினான். அந்த ஒரே ஒரு விருப்பம் மட்டுமே இவ்வுலகத்துடன் தன்னைப் பிணைக்க வேண்டும் என்று அவன் நினைத்தான். தன்னுடைய உடல் அந்தப் பரிசோதனைக்கான களமாகவும், தன்னுடைய ஞானம் தன்னுடைய வழிகாட்டியாகவும் இருக்கும் என்று அவன் தீர்மானித்தான். தான் தன்னுடைய இலக்கை அடைவதற்கு வேறு யாராலும் தனக்கு உதவ முடியாது என்று அவன் உறுதியாக நம்பினான்.

ஒரு நாள் அவன் இதைப் பற்றி யசோதரையிடம் கூறினான்.

அதற்கு யசோதரை இப்படி பதிலளித்தாள்: "முக்தியை நாடுகின்ற அனைவரும் தங்களுடைய தனிப்பட்ட முக்தியைப் பற்றித்தான் நினைக்கின்றனர். ஆனால், மனிதகுலத்தின் முக்தியைப் பற்றி சிந்திக்கின்ற முதல் நபர் நீங்கள்தான். எனவே, நீங்களே உங்களுடைய சொந்த ஆசிரியராகவும் உங்களுடைய சொந்த மாணவராகவும்

சீடராகவும் இருக்கிறீர்கள்.”

தன்னுடைய ஆய்வில் அவள் எவ்வளவு ஆழமாக ஈடுபட்டிருந்தாள் என்று எண்ணி சித்தார்த்தான் வியந்தான்.

தன்னுடைய பரிசோதனையின் விளைவுகள் தனக்கு மட்டுமே பயனுள்ளவையாக இருந்தால் தான் என்ன செய்ய வேண்டும் என்று அவன் சிறிது நேரம் யோசித்தான். ஆனால் மறுகணம், அத்தகைய சந்தேகங்கள் அர்த்தமற்றவை என்று அவன் ஒதுக்கித் தள்ளினான். தன்னுடைய பரிசோதனையின் முடிவு என்னவாக இருந்தாலும் சரி, அப்பரிசோதனையைத் தான் நடத்தியே ஆக வேண்டும் என்று அவன் தீர்மானித்தான்.

அவன் மறுநாள் பொழுது விடியும்வரை அந்தத் தோட்டத்தில் அமர்ந்து ஆழ்ந்த சிந்தனையில் மூழ்கினான். பிறகு, அவன் எழுந்து வீட்டிற்குள் சென்று, குளித்து உடை மாற்றிக் கொண்டு, தன்னுடைய மனைவியைப் பார்க்கச் சென்றான். யசோதரை தன்னுடைய படுக்கையில் படுத்தபடி தன்னுடைய குழந்தைக்குப் பாலூட்டிக் கொண்டிருந்தாள். தாய்மைப் பாசத்தை வெளிப்படுத்திய அந்த அற்புதமான காட்சியைக் காணத் தன்னை அனுமதித்ததற்காக அவன் அவளுக்குத் தன் ஆழ்ந்த நன்றியைத் தெரிவித்தான்.

யசோதரை அவனைப் பார்த்துப் புன்னகைத்தாள்.

“வெறும் நன்றி மட்டும் போதாது. நீங்கள் என்னுடைய உத்தரவைப் பின்பற்றியாக வேண்டும்,” என்று அவள் கூறினாள்.

“நிச்சயமாக. ஆனால், அது என்னவென்று நானே கண்டுபிடிக்க வேண்டும் என்று நீ கூறினால், அது எனக்கு ஒருபோதும் சாத்தியப்படாது,” என்று கூறி அவன் தன் இயலாமையை வெளிப்படுத்தியபடி சிரித்தான்.

“நான் இப்போதே உங்களுக்குத் தெரிவித்துவிடுகிறேன்,” என்று யசோதரை கூறினாள்.

ராகுலன் பாலருந்தியபடியே தூங்கியிருந்தான். யசோதரை அவனை லேசாகத் தள்ளிப் படுக்க வைத்துவிட்டு எழுந்து உட்கார்ந்தாள். சித்தார்த்தன் அவள் சொல்லவிருந்ததைக் கேட்கத் தயாராக இருந்தான்.

“நான் இந்தக் கட்டளையை ஏன் உங்களுக்குக் கொடுக்க விரும்புகிறேன் என்று நீங்கள் என்னிடம்

கேட்கக்கூடாது. நீங்களே புரிந்து கொண்டால், சரி. இல்லாவிட்டால், நான் ஏன் உங்களுக்கு இந்தக் கட்டளையை இட்டேன் என்று தெரிந்து கொள்ள நீங்கள் தீவிரமாக சிந்திக்க வேண்டியதில்லை. நீங்கள் உங்களுடைய அனைத்துப் பிணைப்புகளையும் அறுத்தெறிந்துவிட்டு, இன்றிலிருந்து ஐந்தாம் நாளன்று இந்த வீட்டைவிட்டுப் போகப் போகிறீர்கள். நீங்கள் இங்கிருந்து போனவுடன், யசோதரையை நீங்கள் உங்களுடைய நினைவிலிருந்து முற்றிலுமாக அழித்துவிட வேண்டும். என்னுடைய பெயரையும், என்னுடைய எண்ணங்களையும், நீங்கள் இங்கிருந்து போவதற்கு நான் சம்மதித்திருப்பதையும் நீங்கள் ஒருபோதும் யாரிடமும் குறிப்பிடக்கூடாது. இதெல்லாம் நம் இருவருக்கு இடையே மட்டுமே இருக்க வேண்டும்."

சித்தார்த்தன் அதற்கு இசைவு தெரிவிக்கும் விதமாகத் தலையசைத்தான்.

தான் கூறியதன் அர்த்தத்தை அவன் புரிந்து கொண்டான் என்பதை யசோதரையால் பார்க்க முடிந்தது.

"நம்முடைய சமுதாயத்தில் பெண்களுக்கு எத்தகைய முக்கியத்துவம் கொடுக்கப்படுகிறது என்பதை நீங்கள் நன்றாக அறிவீர்கள். எல்லாப் பிணைப்புகளையும் அறுத்தெறிந்துவிட்டு உண்மையைத் தேடிச் செல்லுவது ஒரு பெண்ணுக்கு ஒருபோதும் சாத்தியமில்லை. ஆனால், மனிதகுலத்தின் முக்திக்கான வழியை நீங்கள் கண்டுபிடித்திருக்கும்போது, அந்தப் பாதையைப் பெண்களுக்கும் திறந்துவிடுங்கள். அப்போதுதான் முக்தியடைவது பெண்களுக்கும் சாத்தியப்படும்."

"என்னுடைய பாதை, பெண்கள் உட்பட எல்லோருக்கும் பயனுள்ளதாக இருக்கும் என்று இப்போதே எப்படி என்னால் கூற முடியும்?"

"உண்மையான பாதை கண்டறியப்படும்போது, அது பயனுள்ளதா இல்லையா என்பதை நீங்கள் அறிவீர்கள். பிறகு, நீங்கள் பெண்களைப் பற்றி சிந்தியுங்கள். நீங்கள் இங்கே இருக்கப் போகின்ற இந்த ஐந்து நாட்களும் நாம் இருவரும் சேர்ந்து வாழலாம். ஐந்தாம் நாளன்று, நீங்கள் இங்கிருந்து புறப்பட்டுச் செல்லும்போது, நீங்கள் மீண்டும் என்னுடைய சம்மதத்தைக் கேட்க வேண்டிய தேவையில்லை.

உங்கள் பாதங்கள் இந்தப் பரந்த உலகிற்குள் அடியெடுத்து வைக்க எப்போது விரும்புகின்றனவோ, அப்போது நீங்கள் தாராளமாகப் போகலாம்."

ராகுலனின் நெற்றியின்மீது படர்ந்திருந்த தலைமுடியை சித்தார்த்தன் மெதுவாகப் பின்னால் ஒதுக்கிவிட்டு, அவனுடைய நெற்றியின்மீது மென்மையாக முத்தமிட்டுவிட்டு, அந்த அறையைவிட்டு வெளியேறினான்.

சித்தார்த்தன் வீட்டைவிட்டு புறப்பட்டுக் கொண்டிருந்தான்.

கடும் துயரத்தில் மூழ்கியிருந்த சுத்தோதனருக்கும் கௌதமிக்கும் ஆறுதல் கூற அங்கு யாரும் இருக்கவில்லை.

யசோதரை ராகுலனின் பக்கத்தில் ஆழ்ந்த உறக்கத்தில் இருந்தாள்.

சித்தார்த்தன் புறப்பட்டுச் செல்லுவதற்கு முன்பாக அங்கு வந்து தங்கள் இருவரையும் பார்த்துவிட்டுச் சென்றதை அவள் ஒருபோதும் அறியவில்லை.

நான்கு மாதங்களாக, புத்த பிக்குகள் சிலர் ஒரு குழுவாக ஒரு கிராமத்தின் எல்லையில் ஒரு காட்டில் முகாமிட்டு, அமைதியாகத் தங்கள் பணிகளில் ஈடுபட்டிருந்தனர். ஒருசில நாட்களில் புத்த பிக்குனிகள் நால்வர் அக்குழுவில் சேரவிருந்ததாக அந்த கிராம மக்கள் கேள்விப்பட்டபோது, அவர்கள் தங்குவதற்குத் தேவையான அனைத்து ஏற்பாடுகளையும் அவர்கள் செய்தனர்.

உயரமான, பசுமையான மரங்களுடனும் அனைத்து வகையான மலர்ச்செடிகளுடனும் அக்காடு அழகாகக் காட்சியளித்தது. மலையோடை ஒன்று அந்த முகாமுக்குப் பக்கத்தில் பாய்ந்தோடிக் கொண்டிருந்தது. அந்த ஓடையின் நன்னீர் அங்கு முகாமிட்டிருந்த பிக்குகளின் இதயங்களுக்குப் புத்துணர்ச்சியூட்டி அவர்களுக்கு மன அமைதியைக் கொடுத்தது. தினமும் நண்பகலின்போது

அவர்கள் அந்த கிராமம் நெடுகிலும் சென்று யாசித்தனர். மக்கள் தங்களுக்கென்று சமைத்திருந்த உணவில் சிறிதளவை அவர்களுக்கு மகிழ்ச்சியாகக் கொடுத்தனர். அந்த பிக்குகள் தியானத்திலும் ஆன்மிக விவாதங்களிலும் ஈடுபட்டனர். மாலை வேளைகளில், புத்த தர்மங்களைப் பற்றி மக்களுக்கு அவர்கள் கற்றுக் கொடுத்தனர்.

யசோதரை அந்த கிராமத்திற்கு வந்து ஒருசில நாட்களுக்குப் பிறகு, அந்த கிராமத்தையும் அதன் மக்களையும் கவனமாக ஆய்வு செய்தாள். அது ஒரு செழிப்பான கிராமம் என்பது அவளுக்குக் கண்கூடாகத் தெரிந்தது. அந்த கிராமத்தின் நிலம் செழுமையானதாக இருந்தது, ஆண்டு நெடுகிலும் போதிய தண்ணீர் அங்கு இருந்தது. மக்கள் அமைதியாகவும் மகிழ்ச்சியாகவும் வாழ்ந்து கொண்டிருந்ததுபோலத் தெரிந்தது. வெளித்தோற்றத்திற்கு எல்லாமே திருப்திகரமானதாகத் தோன்றியது, ஆனால் அந்த மக்களின் வாழ்க்கையைப் பற்றிய ஏதோ ஒரு விஷயம் கவலையளிப்பதாக இருந்தது. அது என்ன என்பதை நான்கு நாட்களில் அவள் கண்டுபிடித்துவிட்டாள். அது அவர்களுடைய ஒழுக்கம் சார்ந்த விழுமியங்கள் மற்றும் ஆன்மிக விழுமியங்கள் தொடர்பானதாக இருந்தது.

அந்த கிராமத்தில் இருந்த பணக்கார உயர்சாதியினர் அனைவரும் கர்வமும் கல்விச் செருக்கும் கொண்டவர்களாக இருந்தனர். அவர்கள் கூறிய அனைத்திலும், அவர்கள் செய்த அனைத்திலும் அகங்காரம் மேலோங்கி நின்றது.

புத்த பிக்குகளுக்கு அவர்கள் தாராளமாக தானம் செய்தனர். ஆனால், அவர்கள் அவ்வாறு செய்தது, தங்களுடைய செல்வச் செழிப்பை வெளிப்படுத்தித் தங்களில் யார் மாபெரும் செல்வந்தர் என்பதைப் பிரகடனப்படுத்துவதற்காகத்தானே அன்றி, அந்த பிக்குகள் குறித்த அன்பாலோ அல்லது மரியாதையாலோ அல்ல. அவர்கள் தங்கள் சொந்த சாதனைகளைப் பற்றித் தம்பட்டம் அடித்தனர், பொறாமையின் காரணமாக மற்றவர்களுடைய சாதனைகளைப் பழித்துரைத்தனர். அவர்கள் தங்களுடைய மகன்களுக்கு அளவுக்கதிகமான செல்லம் கொடுத்து வளர்த்துவிட்டு, அந்த இளைஞர்கள் இறுதியில் தங்களுடைய சொந்தப் பெற்றோரிடமே அகந்தையோடும்

அக்கறையின்றியும் நடந்து கொண்டபோது பின்வருத்தம் கொண்டனர். அவர்கள் தங்களுடைய சொந்த உற்றார் மற்றும் உறவினர்களுடைய செல்வ வளங்கள் குறித்தும், தங்களுடைய அண்டைவீட்டாரின் உடமைகள் குறித்தும் பொறாமையும் கோபமும் கொண்டனர். சுருக்கமாகக் கூறினால், அவர்களுடைய நன்னடத்தையும் ஆன்மிகமும் வெளிவேஷமாக மட்டுமே இருந்தன. உள்ளொன்று வைத்துப் புறமொன்று பேசும் தங்களுடைய போக்கை மறைப்பதற்காக அவர்கள் அவ்வாறு வெளிவேஷம் போட்டனர். ஒரு விஷயத்தில் மட்டும் அவர்கள் எல்லோருக்கும் ஓர் ஒற்றுமை இருந்தது. அடிமைகளை அவர்கள் நடத்திய விதம்தான் அது. அவர்கள் அந்த அடிமைகளை மனிதர்களாகவே கருதவில்லை. மாறாக, சமுதாயத்தின் இழிவான வேலைகளைச் செய்வதற்காகப் பிறந்தவர்கள்தான் அந்த அடிமைகள் என்று அவர்கள் கருதினர்.

அன்பும் இரக்கமும் கிடைக்கப் பெறாத அந்த அடிமைகள் குறித்து யசோதரை பெரிதும் வருந்தினாள்.

அவள் தன்னுடைய சக பிக்குனியான குசலையிடம், “நம்மால் இங்கு நான்கு மாதங்கள் தங்க முடியுமா? நம்மால் இந்த மக்களை மாற்ற முடியுமா?” என்று கேட்டாள்.

“உங்களால் முடியும்,” என்று குசலை நம்பிக்கையோடு கூறினாள்.

மக்கள் தங்களுடைய தவறான வழிகளைக் கைவிட்டுவிட்டு, புத்தர் காட்டிய பாதையைப் பின்பற்றிச் செல்லுவதற்கு அவர்களை ஒப்புக் கொள்ள வைக்கும் அளவுக்கு மக்கள்மீது யசோதரையால் தாக்கம் ஏற்படுத்த முடிந்ததைக் கடந்தகாலத்தில் குசலை நேரில் பார்த்திருந்தாள். எனவேதான், அவளால் இப்போது யசோதரைக்கு நம்பிக்கையூட்ட முடிந்தது.

யசோதரையின் அன்பான அறிவுரைகள் அவளுடைய பேச்சைச் செவிமடுத்த மக்களுடைய இதயங்களைத் தொட்டன. நோயுற்றவர்களுக்கு அவள் ஆற்றிய சேவைகள் மரணத்தின் பிடியிலிருந்து அவர்களை மீட்டெடுத்து, ஒரு புதிய, அர்த்தம் வாய்ந்த வாழ்க்கையை அவர்கள் வாழ வழி வகுத்தன.

யசோதரையும் குசலையும் தாங்கள் வருகை தந்த கிராமங்களிலெல்லாம் நோயாளிகளுக்கும் ஆதரவற்ற முதியவர்களுக்கும் தேவையானவற்றைச் செய்வதில் தங்கள் பகல் நேரத்தைச் செலவிட்டனர். மாலை வேளைகளில், தன்னுடைய பேச்சைக் கேட்க வந்த மக்களுக்கு புத்தரின் 'எட்டு அம்ச மார்க்கத்தை' யசோதரை கற்றுக் கொடுத்தாள். புத்தர் முன்மொழிந்த, நெறிசார்ந்த வாழ்க்கைமுறையைக் கணீரென்ற ஒரு குரலில் அவள் மென்மையாக விளக்கியதை மக்கள் ஒருமித்த கவனத்துடன் கேட்டனர்.

இந்த கிராமத்திலும் அதே விஷயம் நிகழ்ந்தது. ஆனால், யசோதரையும் குசலையும் அங்கு வந்து பத்து நாட்களுக்குப் பிறகு, ஒரு கொடிய கொள்ளைநோய் அந்த கிராமத்தில் பரவியது. பணக்காரர்கள் வசித்தத் தெருக்கள்தான் அந்நோயால் முதலில் தாக்கப்பட்டன. ஓரிரு நாட்களில் நான்கு பேர் இறந்துவிட்டனர். மக்கள் பயத்தில் நடுங்கி, பிக்குகளின் உதவியை நாடினர்.

தாங்கள் என்ன நடவடிக்கை எடுக்க வேண்டும் என்பது பற்றி அந்த பிக்குகளால் ஒரு தீர்மானத்திற்கு வர முடியவில்லை. அந்நோயின் தீவிரம் அவர்களையும் அச்சுறுத்தியது. அவர்களில் பெரும்பாலானோர், தங்களுடைய வாழ்க்கையைப் பணயம் வைப்பது தேவையற்றது என்று கருதினர். யசோதரை அவர்களோடு உடன்படவில்லை.

அவர்களுக்கு அவர்களுடைய கடமையை உணர்த்த அவள் முயற்சித்தாள்.

"இத்தனை நாட்களாக நமக்கு உணவும் உறைவிடமும் கொடுத்து வந்துள்ள இம்மக்களுக்குத் தார்மிகரீதியாக நாம் கடமைப்பட்டுள்ளோம் அல்லவா? அவர்களுக்கு நம்முடைய உதவி தேவைப்படுகின்ற இந்த நெருக்கடியான நேரத்தில் நாம் அவர்களைக் கைவிடுவது முறையாகுமா? புத்தர் நமக்குக் காட்டிய பாதை இதுவல்ல," என்று அவள் கூறினாள்.

அவர்களில் ஒரு பிக்கு, "மனிதகுலச் சேவை என்றால் நம்முடைய உயிரை அதற்காகப் பணயம் வைக்க வேண்டும் என்று அர்த்தமில்லை. மரணம் நம்மை நேருக்கு நேர் சந்திக்கும்போது, அதன் வழியிலிருந்து ஒதுங்கிக்

கொள்ளுவதுதானே நாம் மேற்கொள்ளக்கூடிய அறிவார்ந்த செயலாக இருக்க முடியும்?" என்று கேட்டார்.

"அது உண்மைதான். உயிரோடு இருப்பது மிகவும் முக்கியம்தான். ஆனால், மக்களுடைய உயிர்களைக் காப்பது அதைவிட அதிக முக்கியமானது," என்று யசோதரை மென்மையாகக் கூறினாள்.

அதற்கு இன்னொரு பிக்கு, "நான் உங்களோடு உடன்படுகிறேன். ஆனால், இந்தச் சூழ்நிலையைப் பொருத்தவரை, இந்த கிராம மக்களை மரணத்திலிருந்து நம்மால் காப்பாற்ற முடியுமா என்பது நமக்கு உறுதியாகத் தெரியாததால், நம்முடைய உயிரைத் தியாகம் செய்வது முட்டாள்தனமானதாக இருக்காதா?" என்று கேட்டார்.

"நம்மிடம் இருந்த எல்லாவற்றையும் நாம் ஏற்கனவே தியாகம் செய்துவிட்டோம், இல்லையா? எந்த நோக்கத்திற்காக நாம் அதைச் செய்தோம்? உலகிலிருந்து துயரத்தைக் களைய வேண்டும் என்பதற்காகத்தானே? இப்போது நாம் தியாகம் செய்வதற்கு நம்முடைய உயிரைத் தவிர நம்மிடம் வேறு எதுவும் இல்லை. நம்முடைய உயிரைக் காப்பாற்றிக் கொள்ளுவதற்காக, புத்தர் நமக்குக் கற்றுக் கொடுத்துள்ள மாபெரும் தர்மமான, உன்னதமான மனிதகுலச் சேவையை நாம் கைவிடலாமா? அந்த தர்மத்தை நாம் கைவிடுவது புத்தர்மீது நாம் கொண்டுள்ள விசுவாசத்தைக் கைவிடுவதாக மட்டுமே அர்த்தமாகும்," என்று யசோதரை கூறினாள்.

இதைக் கேட்டவுடன் அந்த பிக்குகள் அனைவரும் தங்களைக் குறித்து அவமானம் கொண்டனர். அவர்கள் யாவரும் தலைகுனிந்து நின்றனர்.

"மரணத்தைக் கண்டு பயப்படுகின்றவர்கள் இந்த முகாமிலிருந்து உடனடியாகப் போய்விடலாம். இந்த கிராமத்தில் இருக்கின்ற ஆதரவற்ற மக்களுக்குச் சேவை செய்வதன் மூலம் அமைதியையும் முக்தியையும் நாடுவதில் விருப்பமுள்ளவர்கள் மட்டும்தான் இங்கு தங்க வேண்டும். உங்கள் விருப்பத்திற்கு எதிராக எதையும் செய்ய நான் உங்களைக் கட்டாயப்படுத்தப் போவதில்லை," என்று யசோதரை உணர்ச்சிவசப்படாமலும் நிதானம் தவறாமலும் பேசினாள்.

இந்த விவகாரத்தைப் பற்றித் தங்களுக்கிடையே விவாதித்தபடி அந்த பிக்குகள் அங்கிருந்து கலைந்து சென்றனர். மறுநாள் காலையில், அவர்களில் மூன்றில் ஒரு பகுதியினர் அந்த முகாமிலிருந்து வெளியேறினர்.

எஞ்சியிருந்த பிக்குகளோடு சேர்ந்து யசோதரையும் குசலையும் நோயுற்றிருந்த மக்களின் தேவைகளை கவனிக்கத் தொடங்கினர். அந்த நோயை குணப்படுத்துவதற்கு அவர்களிடம் என்னென்ன மருந்துகள் இருந்தனவோ அவற்றை அவர்கள் அம்மக்களுக்குக் கொடுத்தனர், சரியான இடைவேளைகளில் அவர்களுக்கு உணவளித்தனர், அவர்களுடைய உடல்களை சுத்தம் செய்தனர், அவர்களுடைய ஆடைகளைத் துவைத்தனர்.

தாங்கள் அந்த நோயால் தாக்கப்படாமல் இருப்பதற்குத் தேவையான எல்லாப் பாதுகாப்பு நடவடிக்கைகளையும் அவர்கள் மேற்கொண்டனர். அந்நோய் குறித்த பயம் அதற்குக் காரணமல்ல, மாறாக, தாங்களும் நோய்வாய்ப்பட்டுவிட்டால் அங்கிருந்த மக்களுக்குச் சிகிச்சையளிக்க யாரும் இருக்க மாட்டார்கள் என்பதே அதற்குக் காரணம். அந்த வேலை மிகவும் கடினமாக இருந்தது. சில சமயங்களில், அது இனிமையற்றதாகவும் இருந்தது. ஏனெனில், நோயாளிகளில் கழிவுகளை அவர்கள் சுத்தப்படுத்த வேண்டியிருந்தது. ஒருவருடைய சொந்தக் குழந்தைகள்கூட அத்தகைய வேலையைச் செய்ய விரும்ப மாட்டார்கள்.

சுமார் ஒன்றரை மாதங்களில், யசோதரை மற்றும் அவளுடைய குழுவினரின் அசாத்திய மன உறுதியிடம் அந்நோய் சரணடைந்தது.

அந்த கிராமத்தின் சூழ்நிலை மீண்டும் இயல்பு நிலைக்குத் திரும்பியபோது, அம்மக்கள் யசோதரையை தெய்வமாக்க முயற்சித்தனர். ஆனால், அவர்கள் அவ்வாறு செய்வதிலிருந்து அவள் அவர்களைத் தடுத்துவிட்டாள். தானும் தன்னுடைய சக பிக்குகள் மற்றும் பிக்குனிகளும் செய்த சேவைகளுக்கு அவர்கள் உண்மையிலேயே கைமாறு செய்ய விரும்பினால், அங்கிருந்த அடித்தட்டு மக்களை நியாயமான முறையில் நடத்தும்படி அந்த கிராமத்துத் தலைவர்களிடம் யசோதரை கேட்டுக் கொண்டாள்.

அதையடுத்து, அடிமைகளின் கடன்கள் ரத்து செய்யப்பட்டன. அவர்கள் விடுவிக்கப்பட்டனர். செல்வம் அங்கிருந்த எல்லா மக்களுக்கு இடையேயும் சமமாகப் பகிர்ந்து கொடுக்கப்பட்டது. சாதிகளும் வகுப்புகளும் ஒழிக்கப்பட்டன. அந்த ஒட்டுமொத்த கிராமமும் சமத்துவத்தை சுவீகரித்தது.

அவர்கள் எல்லோரும் புத்த தர்மத்தை ஏற்றுக் கொண்டனர். முதியவர்கள் பௌத்த சங்கத்தில் சேர்ந்து பிக்குகளாகவும் பிக்குனிகளாகவும் ஆயினர்.

ஆண்டின் முதல் மாதமான சித்திரை மாதத்தின் முடிவில், யசோதரை தீவிரமாக நோய்வாய்ப்பட்டாள். அது ஒரு சாதாரண நோயல்ல. நான்கு நாட்களுக்குத் தான் தனிமையில் தியானம் செய்ய வேண்டியது அவசியம் என்று அவள் எல்லோரிடமும் கூறிவிட்டுத் தன் அறைக்குள் தன்னை அடைத்துக் கொண்டாள். அவளுக்கு உணவளிப்பதற்காகக் குசலை மட்டும் அந்த அறைக்குள் சென்றாள்.

தனக்கு வந்திருந்த நோயால் ஏற்பட்ட வேதனையை முடிந்த அளவு சுமூகமாகத் தாங்கிக் கொள்ள யசோதரை தன்னால் இயன்ற அளவு முயற்சித்தாள். அவள் தன்னுடைய நேரத்தின் பெரும்பகுதியை தியானத்தில் செலவிட்டாள். எஞ்சிய நேரத்தை, தன்னுடைய கடந்தகால வாழ்க்கையின் நினைவுகளைத் தன் மனத்தில் நினைவுகூருவதில் அவள் கழித்தாள்.

அவை அவளுக்குப் பொன்னான நினைவுகளாக இருந்தன. அவள் தன்னுடைய வலியைத் தற்காலிகமாக மறக்க அவை அவளுக்கு உதவின. கடந்தகாலத்தின் இனிய நினைவுகள் தற்போதையை உடல்ரீதியான வேதனையை மறைத்தன, ஆனால் அவளுடைய இதயத்தில் ஒரு புதிய, இனிய நினைவு முளைத்தது. வேறு வழியின்றி, பழைய நினைவுகளுக்கும் தற்போதைய வேதனைக்கும் இடையே தாவிக் கொண்டிருப்பதில் அவள் தன் நேரத்தைச் செலவிட்டாள்.

ஐந்தாம் நாளன்று அதிகாலையில் ஒரு குவளை நிறையப் பாலுடன் குசலை யசோதரையின் அறைக்குள் நுழைந்தாள்.

யசோதரையைப் பார்த்தவுடனேயே அவளுடைய இதயம் பயத்தில் படபடவென்று துடித்தது.

யசோதரை ஒரு பலவீனமான புன்னகையுடன் குசலையைப் பார்த்தாள். தான் படுக்கையிலிருந்து எழுந்திருப்பதற்குத் தனக்கு உதவும்படி அவள் குசலைக்கு சைகை காட்டினாள். குசலையின் உதவியுடன் அவள் மிகவும் கஷ்டப்பட்டு எழுந்து, கீழே தரையின்மீது தியானத்தில் அமர்ந்தாள்.

"குசலை," என்று அவள் அழைத்தாள்.

அவளுடைய குரல் மிகவும் பலவீனமாக இருந்தது. அவள் தன்னுடைய வலிமை முழுவதையும் ஒன்றுதிரட்டிப் பேச முயன்றபோது அவளுடைய உதடுகள் நடுங்கின. "குசலை, எனக்கு இப்போது எழுபத்தெட்டு வயது ஆகிறது. மரணத்தின் அழைப்புக்கு பதிலளிப்பதற்கு ஏற்ற வயதுதான் இது. எனக்காக வருத்தப்படாதே. யாருக்கெல்லாம் தகவல் தெரிவிக்கப்பட வேண்டுமோ, அவர்களுக்குச் சொல்லியனுப்பு," என்று அவள் கூறினாள்.

பிறகு, மெதுவாகவும் மென்மையாகவும் அவள் தன் கண்களையும் உதடுகளையும் மூடினாள். அந்த உதடுகள் அதன் பிறகு ஒருபோதும் திறக்கவில்லை.

குசலை அந்த அறையைவிட்டு வெளியே நகர முடியாமல் ஒரு கற்சிலைபோல நின்றாள். சித்தார்த்தன் யசோதரையைவிட்டுப் பிரிந்து சென்ற காலத்திலிருந்து குசலை யசோதரையோடு மிகவும் நெருங்கிய தொடர்பு கொண்டு வாழ்ந்து வந்திருந்தாள். அந்தத் தொடர்பு இப்போது திடீரென்று துண்டிக்கப்பட்டபோது, நிதர்சனத்தை அவளால் ஏற்றுக் கொள்ள முடியவில்லை. யசோதரையை உள்ளடக்கிய முக்கியமான நிகழ்வுகள் அனைத்தையும் பற்றிய நினைவுகள் அவளுடைய மனத்தில் பளிச்சிட்டன.

சித்தார்த்தன் தன் வீட்டைவிட்டுப் புறப்பட்டுச் சென்ற இரவு அவளுக்கு மிகத் தெளிவாக நினைவிருந்தது. அந்த ஒட்டுமொத்த வீடும் களேபரமாக இருந்தது,

ஆனால் யசோதரை தன் அறையைவிட்டுக்கூட வெளியே வரவில்லை. சித்தார்த்தன் புறப்பட்டுச் சென்றதை அவள் அறியவில்லைபோலும் என்று குசலை நினைத்துக் கொண்டாள். எனவே, அச்செய்தியை யசோதரையிடம் தெரிவிப்பதற்காக அவள் யசோதரையின் அறையை நோக்கி முழு வேகத்தில் ஓடினாள். ஆனால், யசோதரை தன் படுக்கையின்மீது தன் மகனுக்குப் பக்கத்தில் படுத்து ஆழ்ந்து உறங்கிக் கொண்டிருந்ததை அவள் பார்த்தபோது, அவள் அதிர்ச்சியடைந்தாள். ஒருவேளை, வீட்டில் நிகழ்ந்து கொண்டிருந்த விஷயங்களைப் பற்றி யசோதரை ஏற்கனவே அறிந்திருந்தாளோ என்று சிறிது நேரம் அவள் சந்தேகித்தாள். ஆனாலும், யசோதரை தன்னுடைய தூக்கத்திலிருந்து கண்விழித்ததும், சித்தார்த்தன் புறப்பட்டுச் சென்றதை அவளிடம் கூறிக் கொள்ளலாம் என்று குசலை தீர்மானித்தாள்.

பொழுது விடிவதற்கு ஒரு மணிநேரத்திற்கு முன்பு, ராகுலன் சிறுநீர் கழித்துப் படுக்கையை நனைத்துவிட்டு அழத் தொடங்கியபோது யசோதரை கண்விழித்தாள். பிறகு அவள் எழுந்து, படுக்கை விரிப்புகளை மாற்றிவிட்டு, மீண்டும் படுத்துக் கொண்டு தன் குழந்தைக்குப் பாலூட்டினாள்.

குசலையால் அதற்கு மேலும் மௌனமாக இருக்க முடியவில்லை.

"அம்மா, கொடூரமான ஒரு விஷயம் நிகழ்ந்துள்ளது," என்று அவள் கூறியபோது அவளுடைய குரலில் வருத்தம் கலந்திருந்தது, அவளுடைய வாய் திக்கியது.

யசோதரை அவளை அமைதியாகப் பார்த்தாள்.

"சித்தார்த்தர் இந்த வீட்டைவிட்டுப் புறப்பட்டுச் சென்றுவிட்டார் என்றுதானே நீ கூற வந்தாய்?"

குசலை இதைக் கேட்டு வியந்தாள். சித்தார்த்தன் தன்னைக் கைவிட்டுவிட்டுப் போகவிருந்தான் என்பதை யசோதரை நன்கு அறிந்திருந்தும்கூட அவளால் நிம்மதியாகத் தூங்க முடிந்தது என்ற உண்மையைக் குசலையால் சீரணித்துக் கொள்ள முடியவில்லை.

"ஆமாம், அம்மா. எங்கள் எஜமானர் சுத்தோதனரும் எங்கள் எஜமானி மகாபிரஜாபதி கௌதமியும் துயரக் கடலில் ஆழ்ந்துள்ளனர். அவர்கள் தொடர்ந்து அழுது கொண்டே

இருக்கின்றனர். அவர்களை யாராலும் ஆறுதல்படுத்த முடியவில்லை. அவர்களுடைய மகன் ஆனந்தனாலும் அவர்களை சமாதானப்படுத்த முடியவில்லை."

"வார்த்தைகளால் ஆறுதல்படுத்தப்பட முடியாத அளவுக்கு அவர்களுடைய துயரம் மிக ஆழமானதாக இருக்கிறது. இத்தகைய ஆழமான காயங்களின் தீவிரத்தைக் குறைப்பதற்கான சக்தி காலத்திற்கு மட்டுமே இருக்கிறது."

"அம்மா, நீங்கள் ஏன் அவர்களிடம் சென்று அவர்களுக்கு ஆறுதல் வழங்கக்கூடாது? தயவு செய்து ஒரு முறை முயற்சி செய்யுங்களேன். குழந்தையை நான் பார்த்துக் கொள்ளுகிறேன்," என்று குசலை கெஞ்சினாள்.

"அவர்கள் என்னைப் பார்த்தால் அவர்களுடைய துயரம் அதிகம்தான் ஆகும். நான் அங்கு போவதால் எந்தப் பயனும் இல்லை. நீ போய் அவர்களை கவனித்துக் கொள். அவர்களுடைய நிலைமையை அவ்வப்போது வந்து என்னிடம் சொல்."

குசலை அதை ஆமோதித்துத் தலையசைத்துவிட்டு, யசோதரையின் அறிவுறுத்தல்களைப் பின்பற்றுவதற்காக அங்கிருந்து போனாள். அவள் கௌதமியின் அறைக்குச் சென்றபோது, கௌதமி அழுது கொண்டிருந்த சத்தம் தூரத்திலிருந்தே அவளுக்குக் கேட்டது. அவள் அங்கு சென்று அந்த அறையின் வாசலில் நின்று கொண்டு, தன்னுடைய எஜமானியின் வேதனையை அமைதியாகப் பார்த்தாள். குசலை அங்கு வந்திருந்ததைச் சிறிது நேரம் கழித்தே கௌதமி உணர்ந்தார். மறுகணம், அவர் ஆக்ரோஷம் கொண்டார். அவருடைய முகம் கோபத்தில் சிவந்தது, அவருடைய கண்கள் விரக்தியால் கடுகடுப்பாயின.

"உன் எஜமானி நிம்மதியாகத் தூங்கிக் கொண்டிருக்கிறாளா?" என்று அவர் கோபமாகக் கத்தினார். "இப்போது அவள் கொஞ்சி மகிழுவதற்கு அவளுக்குச் சொந்தமாக ஒரு மகன் இருப்பதால் அவள் என்னுடைய மகனைக் கைவிட்டிருக்கிறாள். அன்பில்லாத இத்தகைய ஒரு பெண்ணை இவ்வுலகில் வேறு எங்கேனும் காண முடியுமா? நான் என் மகனை இழந்து எவ்வாறு கவலைப்பட்டுக் கொண்டிருக்கிறேன் என்பதை மகிழ்ச்சியாகப் பார்ப்பதற்கு அவள் தன்னுடைய கண்களை உன்னோடு அனுப்பி

வைத்திருக்கிறாளா? வேதனையில் உழன்று கொண்டிருக்கும் தன் தாயின் இதயத்திற்கு ஆறுதலளிக்க அவளால் ஒரு கணத்தைக்கூடச் செலவிட முடியாதா? எங்கள் மகனை எங்களிடமிருந்து பறிப்பதற்குத்தான் அவள் இந்த உலகில் பிறந்தாளா?"

கௌதமியால் அதற்கு மேல் பேச முடியவில்லை. அவருடைய தொண்டை அடைத்தது. அவர் தன் படுக்கையின்மீது அமர்ந்து மீண்டும் அழலானார்.

அவரை சமாதானப்படுத்தும் அளவுக்குக் குசலை அவரோடு நெருக்கமாக இருக்கவுமில்லை, அதற்கான துணிச்சலும் அவளுக்கு இருக்கவில்லை. அவள் தன் கண்ணீரைத் துடைத்தபடி யசோதரையிடம் திரும்பிச் சென்றாள். அவள் போனபோது, சூரியன் ஏற்கனவே வானில் ஏறியிருந்தான். ராகுலனைக் குளிப்பாட்டி அவனுக்கு உடையணிவிப்பதில் யசோதரை மும்முரமாக இருந்தாள். குசலை மௌனமாகச் சிறிது நேரம் அவளுக்கு உதவினாள். பிறகு, தன்னைக் கட்டுப்படுத்திக் கொள்ள முடியாமல், கௌதமியின் கோபக் குமுறல்களை யசோதரையிடம் தெரிவித்தாள்.

"உங்கள் மாமியார் உங்கள்மீது கடுங்கோபத்தில் இருக்கிறார். நிகழ்ந்துள்ள எல்லாவற்றுக்கும் அவர் உங்களைக் குறை கூறுகிறார்."

"குசலை, என்னைக் குறை கூறுவது அவருடைய துயரத்தைத் தணிக்கிறது என்றால், அவர் அதைச் செய்துவிட்டுப் போகட்டும். நம்முடைய நலனை விரும்புகின்றவர்களின் வசவுகளை அவர்கள் நமக்குக் கொடுக்கும் ஆசீர்வாதங்களாக நாம் எடுத்துக் கொள்ள வேண்டும். அவர் என்னை எவ்வளவு தூரம் நேசிக்கிறார் என்பதை நான் அறிவேன். சித்தார்த்தன் அவரைக் கைவிட்டுள்ளதால் அவர் எவ்வளவு மோசமாக பாதிக்கப்பட்டிருக்கிறார் என்பதை நீயே கண்கூடாகப் பார்த்துவிட்டாய். ஒருசில நாட்கள் கழித்து, நான் ராகுலனை அவரிடம் கொண்டு சென்று அவருடைய மடியின்மீது கிடத்துவேன். சித்தார்த்தன் ஒரு கைக்குழந்தையாக இருந்தபோது அவரை என் மாமியார் எப்படி அன்போடு தன் கைகளால் எடுத்து அரவணைத்துக் கொண்டாரோ,

அதேபோல ராகுலனை அவர் தன் கைகளில் எடுத்துக் கொண்டால், அவர் என்னை மன்னித்துவிடுவார், காலப்போக்கில் தன்னுடைய துயரத்திலிருந்து மீளுவார் என்று அர்த்தம்.”

குசலை பெரிதும் வியப்புற்றாள். தன்னுடைய கணவனால் கைவிடப்பட்டும்கூட யசோதரையால் எப்படி இவ்வளவு அமைதியாகவும் பக்குவமாகவும் நடந்து கொள்ள முடிந்தது என்பதை அவளால் புரிந்து கொள்ள முடியவில்லை.

அவள் சிறிது துணிச்சலை வரவழைத்துக் கொண்டு, “உங்கள் கணவரின் பிரிவு குறித்து நீங்கள் அழாமல் இருப்பதால் உங்கள் மாமியார் உங்கள்மீது கோபமாக இருக்கிறார்,” என்று கூறினாள்.

யசோதரை குசலையின் தோள்மீது தட்டிக் கொடுத்தாள். குசலை தன் எஜமானியின் கண்களை நேருக்கு நேர் பார்த்தாள். ஆனால், அக்கண்கள் வெளிப்படுத்திய இரக்கத்தையும் பரிவையும் தாங்கிக் கொள்ள முடியாமல் அவள் தன் தலையைக் குனிந்து கொண்டாள்.

“குசலை, நீ அதைப் பற்றி அதிகமாக சிந்திக்காதே. இன்றிலிருந்து நீயும் என்னோடு சேர்ந்து தியானத்தில் அமர வேண்டும். அது உன்னை ஆசுவாசப்படுத்தி உனக்கு மன அமைதியைக் கொடுக்கும். அது உனக்கு சாத்தியமில்லை என்று கூறாதே. எவரொருவராலும் சுலபமாக தியானம் செய்ய முடியும். தியானம் செய்ய வேண்டும் என்று அவர் ஒருமனதாகத் தீர்மானிக்க வேண்டும், அவ்வளவுதான். இப்போது சிறிது நேரம் என் மகனைப் பார்த்துக் கொள். நான் என்னுடைய தனிப்பட்ட வேலையை கவனித்தாக வேண்டும்.”

யசோதரை ராகுலனைக் குசலையிடம் கொடுத்துவிட்டு அங்கிருந்து சென்றாள்.

சித்தார்த்தன் போனதையடுத்து முதல் ஒருசில மாதங்கள் யசோதரை எதிர்கொண்ட போராட்டங்களையும் பிரச்சனைகரமான நேரங்களையும் குசலை நினைவுபடுத்திப்

பார்த்தாள். யசோதரையின் நெஞ்சுரத்தை அவளால் பாராட்டாமல் இருக்க முடியவில்லை. யசோதரை தன் மகன் ராகுலனை கௌதமியிடம் எடுத்துச் சென்ற நாளன்று, குசலை மிகவும் பயந்தாள். யசோதரையை கௌதமி எப்படியெல்லாம் வசைபாடினார் என்பதைப் பற்றி மற்றப் பணிப்பெண்கள் தினமும் குசலையிடம் கூறி வந்தனர். அவள் அவற்றைத் தன்னுடனேயே வைத்துக் கொண்டாளே அன்றி, யசோதரையிடம் ஒருபோதும் அவற்றைக் கூறவில்லை. இப்படிப்பட்ட விஷயங்களைக் கேட்பதற்குத் தன் எஜமானிக்குப் பொறுமை இருக்கவில்லை என்பதை அவள் நன்றாக அறிந்திருந்தாள்.

யசோதரை ராகுலனைக் குளிப்பாட்டி, அவனுக்குப் புதிய ஆடைகளை அணிவித்துவிட்டு, குசலையைப் பார்த்து, "வா, நாம் போய் ராகுலனை என் மாமியாரின் கைகளில் கொடுக்கலாம்," என்று கூறினாள்.

"அம்மா, அவர் உங்கள் குழந்தையை ஏற்றுக் கொள்ளுவார் என்று நீங்கள் நினைக்கிறீர்களா?" என்று குசலை சந்தேகத்தோடு கேட்டாள்.

"அதைப் பற்றிக் கவலைப்படாதே. நீ என்னைப் பின்தொடர்ந்து வா," என்று யசோதரை நம்பிக்கையோடு கூறினாள்.

யசோதரையைப் பின்தொடருவதைத் தவிர குசலைக்கு வேறு வழி இருக்கவில்லை. அவர்கள் கௌதமியின் அறையை நெருங்கியபோது, யசோதரை எல்லாவற்றையும் கவனமாக ஆய்வு செய்தாள், ஒவ்வொரு சிறு விஷயத்தின்மீதும் கவனம் செலுத்தினாள். கௌதமியின் அறை அலங்கோலமாக இருந்தது. கௌதமியும் தன்னைப் பேணாமல் இருந்தார். அவர் சரியாகச் சாப்பிடாமலும் ஒழுங்காகத் தூங்காமலும் இருந்து வந்தது தெளிவாகத் தெரிந்தது. தொடர்ச்சியான அழுகையால் அவருடைய கண்கள் சிவந்தும் வறண்டு போயும் இருந்தன. சுத்தப்படுத்தப்படாத அழுக்கைப்போல, அவருடைய துயரம் அவருடைய இதயத்தில் மேன்மேலும் அதிகரித்துக் கொண்டே போனது. யாரேனும் வந்து சுத்தப்படுத்துவதற்காக அது காத்துக் கொண்டிருந்தது.

கௌதமி தன்னுடைய அறையின் ஒரு மூலையில் தரையின்மீது உட்கார்ந்திருந்தார். எதிரிலிருந்த

சுவற்றின்மீது தொங்கிக் கொண்டிருந்த சித்தார்த்தனின் உருவப்படத்தின்மீது அவருடைய பார்வை நிலைத்திருந்தது.

அவருடைய இதயத்தின் துயரத்தைத் தான் துடைக்க வந்திருந்ததைப்போல யசோதரை மெதுவாகவும் கண்ணியமாகவும் கௌதமியிடம் நடந்து சென்று, ராகுலனை அவருடைய மடியின்மீது படுக்க வைத்தாள்.

கௌதமி தன்னுடைய பார்வையை சித்தார்த்தனின் உருவப்படத்திலிருந்து விலக்கி, தன் மடியின்மீது கிடந்த குழந்தையை நோக்கித் திருப்பினார். சிறிது நேரம் அவர் அக்குழந்தையின்மீது அக்கறையற்று இருந்ததுபோலத் தோன்றினார்.

ஆனால், ராகுலன் தன்னுடைய மெல்லிய கால்களையும் கைகளையும் அசைத்து, கௌதமியை மென்மையாக எட்டி உதைத்தான். மடிந்துவிட்ட அவருடைய உணர்வுகளைத் தட்டியெழுப்ப அவன் முயற்சித்துக் கொண்டிருந்ததுபோல இருந்தது அது. அவன் தன்னுடைய சின்னஞ்சிறு முஷ்டியைத் தன்னுடைய வாய்க்குள் நுழைக்கக் கடுமையாக முயற்சித்தான், ஆனால் அவன் அதில் தோற்றுவிட்டுத் தன்னுடைய பொக்கை வாயைக் காட்டிச் சிரித்தான்.

கௌதமியால் அதற்கு மேல் தன்னைக் கட்டுப்படுத்திக் கொள்ள முடியவில்லை. அவர் அவனைத் தூக்கித் தன் மார்போடு சேர்த்து அணைத்துக் கொண்டார். யசோதரை நிம்மதிப் பெருமூச்செறிந்தாள்.

கௌதமியின் முகத்தின்மீது வழிந்தோடிய கண்ணீர் ராகுலனின் மெல்லிய தலைமுடியை நனைத்தது. அவருடைய அறையையும் முற்றத்தையும் சுத்தப்படுத்தும்படி இரண்டு பணிப்பெண்களிடம் யசோதரை கூறிவிட்டு, அவர்கள் வேலை செய்ததைக் கண்காணித்தாள். பிறகு, தோட்டத்தில் நிலத்தின்மீது விழுந்து கிடந்த மலர்களைச் சேகரித்து வரும்படி குசலையிடம் அவள் கூறினாள்.

அப்பணிப்பெண்கள் கௌதமியின் அறையை சுத்தப்படுத்தத் தொடங்கியபோது, தூசி ராகுலன்மீது பட்டுவிடாமல் இருப்பதற்காக கௌதமி அவனைத் தூக்கிக் கொண்டு அந்த அறையிலிருந்து வெளியேறினார். ஒரு மணிநேரம் கழித்து, ராகுலன் பசியால் அழத் தொடங்கியபோது, அவர் அவனை யசோதரையிடம்

கொண்டுவந்து கொடுத்தார்.

"குழந்தைக்குப் பசிக்கிறது. இதோ, அவனை எடுத்துக் கொள்," என்று கூறி, அவர் ராகுலனை யசோதரையிடம் ஒப்படைத்தார். யசோதரை அவனை வாங்கிக் கொண்டு, அவனுக்குப் பாலூட்டத் தொடங்கினாள். கௌதமி அவளுக்குப் பக்கத்தில் உட்கார்ந்து கொண்டு, அவன் பால் குடித்ததை அன்போடு பார்த்தபடி அமர்ந்திருந்தார். சிறிது நேரத்திற்குப் பிறகு ராகுலன் தூங்கிவிட்டான். யசோதரையும் கௌதமியும் அங்கிருந்து எழுந்து கொண்டனர்.

யசோதரை ராகுலனை கௌதமியிடம் கொடுத்தாள். பிறகு, அவள் குனிந்து கௌதமியின் பாதங்களைத் தொட்டு வணங்கி, அவருடைய ஆசீர்வாதத்தை நாடினாள்.

"உங்கள் மகன் சித்தார்த்தனைப் பற்றி உங்களுக்கு எல்லாம் தெரியும்," என்று கூறி, கௌதமியுடன் ஓர் உரையாடலைத் துவக்க யசோதரை முயன்றாள்.

"அம்மா, நீங்கள் அவரைக் குறித்துத் துயரம் கொள்ளுவதை நிறுத்தியாக வேண்டும். ஒரு தாயின் துயரம், அவருடைய மகன் எதை அடைய விரும்புகிறானோ அதன்மீது ஒரு மோசமான விளைவை ஏற்படுத்தும் என்று மக்கள் கூறி நான் கேள்விப்பட்டிருக்கிறேன். உங்கள் மகன் தன்னுடைய இலக்கை அடைவதில் வெற்றி பெறுவதற்கு அவரை ஆசீர்வதியுங்கள். என் மகனுக்கு உங்களுடைய அன்பு தேவை. அவனை வளர்ப்பதில் உங்கள் அனுபவம் எனக்குத் தேவை. உங்கள் மகன் உங்கள்மீது அளப்பரிய நம்பிக்கை வைத்திருக்கிறார். அதனால்தான், தன் மகனைப் பற்றிக் கவலைப்படாமல் அவரால் தன்னுடைய வீட்டைவிட்டுப் போக முடிந்தது. மகாமாயா தேவியின் மரணத்திற்குப் பிறகு நீங்கள் உங்கள் மகனை எப்படி வளர்த்தீர்களோ, அதேபோல நீங்கள் தன் மகனை வளர்ப்பீர்கள் என்ற உறுதியான நம்பிக்கை அவருக்கு இருக்கிறது. நீங்கள் தன்னுடைய நம்பிக்கையை நிறைவேற்றத் தவறுவீர்கள் என்று அவர் தன் கனவில்கூட எதிர்பார்க்க மாட்டார். உங்கள் கைகளில் தவழ்ந்து கொண்டிருக்கின்ற அவருடைய மகனைப் பாருங்கள். கடந்தகாலத்தை மறந்துவிடுங்கள்."

கௌதமி ராகுலனை ஒரு கையில் தாங்கிக் கொண்டு, இன்னொரு கையால் யசோதரையின் தோள்களைப்

பாசத்தோடு சுற்றி வளைத்தார். அவ்விரு பெண்களின் கண்களும் கண்ணீரால் நிரம்பின. அவை ஆனந்தக் கண்ணீரோ அல்லது துயரக் கண்ணீரோ அல்ல, மாறாக, அவ்விரு உணர்வுகளையும்விட மேலான ஓர் உணர்வின் கண்ணீர் அது.

பல நாட்களாகக் காணாமல் போயிருந்த அமைதியையும் மகிழ்ச்சியையும் யசோதரை பொறுமையாக மீண்டும் அவ்வீட்டிற்குள் கொண்டுவந்திருந்த விதத்தைக் கண்டு குசலை பிரமிப்படைந்தாள். அன்றிலிருந்து அவள் யசோதரையைப் பின்தொடர்ந்தாள், யசோதரை கூறிய எல்லாவற்றையும் அவள்மீதான முழு நம்பிக்கையுடன் சிரமேற்கொண்டு செய்தாள்.

எப்படி தியானம் செய்ய வேண்டும் என்பதை யசோதரை அவளுக்குக் கற்றுக் கொடுத்தாள். குசலை கவனமாக அதைக் கற்றுக் கொண்டாள்.

ராகுலன் வளர்ந்து கொண்டிருந்தான். அவன் இப்போது எல்லோரையும் ஏறிட்டுப் பார்த்து, அவர்களுடைய முகங்களையும் குரல்களையும் அடையாளம் காணக் கற்றுக் கொண்டிருந்தான். அவனுடைய அர்த்தமற்ற ஒலிகள், மெல்ல மெல்ல, அர்த்தம் வாய்ந்த வார்த்தைகளாக மாறிக் கொண்டிருந்தன. அவன் தன்னுடைய மழலை மொழியால் எல்லோருக்கும் களிப்பூட்டிக் கொண்டிருந்தான். இப்போது, அவன் தன் சொந்தக் கால்களில் நின்று ஓரிரு அடிகள் முன்னே எடுத்து வைக்க முயற்சித்துக் கொண்டிருந்தான், ஆனால் பல சமயங்களில் தடுமாறிக் கீழே விழுந்தான். இப்போது, அவனுடைய பற்கள் முளைக்கத் தொடங்கியிருந்ததால், அவற்றை வெளிப்படுத்துவதற்காக அவன் அடிக்கடிச் சிரித்தான்.

கௌதமி அவனை கவனமாகப் பார்த்துக் கொண்டும், அவன் கூறியவற்றையும் செய்தவற்றையும் கேட்டும் பார்த்தும் ரசித்துக் கொண்டும் இருந்தார்.

யசோதரை மிகவும் நிம்மதியாக இருந்தாள்.

ராகுலன் அவளிடம் பால் குடிப்பதை நிறுத்தியபோது,

அவள் மிகக் குறைவாகச் சாப்பிடத் தொடங்கினாள், தன்னுடைய நேரத்தின் பெரும்பகுதியைத் தனிமையில் தியானத்தில் செலவிட்டாள். அவள் ஏன் மௌனமாக இருக்க விரும்பினாள் என்பதை எல்லோரும் புரிந்து கொண்டனர்.

யசோதரையிடம் சில விசேஷமான மாற்றங்கள் ஏற்பட்டுக் கொண்டிருந்ததைக் குசலை கவனித்தாள். யசோதரையின் முகம் ஒளிவீசியது. அவளுடைய கண்களிலிருந்து எல்லையற்ற அன்பும் பரிவும் வெளிப்பட்டன. சில சமயங்களில், புரிந்து கொள்ளப்பட முடியாத ஒரு முகபாவம் அவளிடம் தென்பட்டது. யாரையோ பார்க்க அவள் ஏங்கியது போன்ற ஒரு தோற்றத்தை அது கொடுத்தது.

தான் சித்தார்த்தனை மீண்டும் காணுவோம் என்று அவள் எதிர்பார்த்துக் கொண்டிருந்தாளா? தன்னைக் காண அவன் மீண்டும் கபிலவஸ்துவுக்கு வர வேண்டும் என்று அவள் விரும்பினாளா?

காலமும் கடலலையும் யாருக்காகவும் காத்திருப்பதில்லை. பருவங்கள் மாறிக் கொண்டிருந்தன. சுத்தோதனருக்கும் கௌதமிக்கும் வயதாகிக் கொண்டே போனது. ராகுலனுக்கு ஏழு வயது ஆகியிருந்தது. அவன் தன்னுடைய பாடங்களைக் கற்றுக் கொள்ளத் தொடங்குவதற்கான நேரம் வந்துவிட்டிருந்தது.

ஆனால் யசோதரை இவற்றைப் பற்றியெல்லாம் அக்கறை கொள்ளவில்லை. அவள் எப்போதுமே ஆழ்ந்த தியானத்தில் மூழ்கியிருந்தாள்.

சில சமயங்களில், ஏதோ ஒரு மயக்கத்தில் இருப்பதைப்போல அவள் தனக்கு முன்னால் வெறித்துப் பார்த்தபடி உட்கார்ந்திருந்தாள். அவள் தொடர்ந்து எதற்காகவோ பொறுமையாகக் காத்துக் கொண்டிருந்ததுபோலத் தோன்றினாள். அவளுடைய பார்வை, கபிலவஸ்துவின் பசுமையான வயல்களுக்கு அப்பால் சென்றது. அவள் தன் இதயத்தின் ஆழத்தில் வைத்துக் கொண்டாடிய ஏதோ ஒன்றைத் தேடிக் கொண்டிருந்ததுபோல எப்போதும் வெகுதூரத்தில் எதையோ வெறித்துப் பார்த்துக் கொண்டிருந்தாள்.

அவளைச் சூழ்ந்திருந்த மக்களும் பொருட்களும் இனியும் அவளுக்கு அர்த்தம் வாய்ந்தவையாக இருக்கவில்லை என்பதை அவளை அந்த நிலையில் பார்த்த எவரொருவராலும் உணர்ந்து கொள்ள முடிந்தது. அவள் எதைக் கண்டும் உணர்ச்சிவசப்படவில்லை. மரத்துப் போயிருந்த அவளுடைய இதயத்தைத் தனிப்பட்ட விவகாரங்களோ அல்லது பொது விவகாரங்களோ எந்த விதத்திலும் பாதிக்கவில்லை.

கௌதமியாலும் அவள்மீது எந்தத் தாக்கத்தையும் ஏற்படுத்த முடியவில்லை. எனவே, யசோதரையின் வாழ்க்கைமுறையில் குறுக்கிடுவதை அவர் புத்திசாலித்தனமாகக் கைவிட்டுவிட்டார். யசோதரை தன் சொந்த வாழ்க்கைப் பாதையைப் பின்பற்றிச் செல்லுவதற்கு அவளை அனுமதிப்பதுதான் அவளுக்கு நல்லது என்று கௌதமி நினைத்தார்.

நேரம் இப்படியே கரைந்து கொண்டிருந்தபோது, திடீரென்று ஒரு நிகழ்வு யசோதரையையும் கபிலவஸ்துவில் வாழ்ந்த அனைவரையும் உலுக்கியது.

சித்தார்த்தன் ஞானோதயம் அடைந்திருந்தான். அவன் இப்போது கௌதம புத்தராக ஆகியிருந்தான். அதுகூட இல்லை. அவன் வெறும் புத்தராக ஆகியிருந்தான். போதி மரத்தின்கீழ் ஞானம் அடைந்திருந்த ஒருவன் என்பதால் அவன் புத்தர் என்று பெயர் பெற்றான்.

நீண்டகாலமாக எதிர்பார்க்கப்பட்டு வந்திருந்த அச்செய்தி யசோதரையை வந்தடைந்தது.

அவளுடைய வாழ்வின் லட்சியம் நிறைவேற்றப்பட்டிருந்தது. அவள் எதற்காக ஏங்கிக் கொண்டிருந்தாளோ, அந்த ஏக்கம் இப்போது அமைதியாகத் தணிக்கப்பட்டிருந்தது.

யசோதரையின் சலமனற்ற முகத்திலிருந்து வெளிப்பட்ட தெய்விக அமைதியையும் அறிவையும் புரிதலையும் குசலை உணர்ந்தாள்.

தான் ஆசீர்வதிக்கப்பட்டிருந்ததாக அவள் கருதினாள்.

அன்று, உலகைப் பற்றிய மெய்ஞானத்தைக் கைவசப்படுத்தவும், மனிதகுலத்தை அனைத்து விதமான துன்பங்களிலிருந்தும் விடுவிக்கவும் சித்தார்த்தன் எவ்வளவு

தீவிரமாக விரும்பினான் என்பதைக் குசலையிடம் யசோதரை விளக்கினாள். மனிதகுலத்தின் முக்திக்காகத் தன்னுடைய தனிப்பட்ட வாழ்க்கையைத் தியாகம் செய்த சித்தார்த்தனைப் போன்ற ஓர் உன்னதமான நபரை ஒரு தனிநபராலோ அல்லது குடும்பங்களாலோ அல்லது ராஜாங்கங்களாலோகூட ஒருபோதும் சொந்தமாக்கிக் கொள்ள முடியாது என்று யசோதரை கூறினாள். யசோதரை எவ்வளவு சுலபமாக சித்தார்த்தனைக் கைவிட்டாள் என்பதைக் கண்டு குசலை மீண்டும் வியப்படைந்தாள்.

இப்போது, புத்தரின் சாதனைகளைப் பற்றிக் கபிலவஸ்துவுக்குத் தொடர்ந்து செய்திகள் வந்தன. ஏழ்மை, பசி, நோய்கள், இயற்கைப் பேரழிவுகள் ஆகியவற்றிலிருந்து தங்களுடைய சக மனிதர்களைப் பாதுகாப்பதற்காக சக்தி வாய்ந்த அரசர்கள் தங்களுடைய கொடூரமான ஆயுதங்களைக் கைவிட்டுவிட்டு, அமைதி, அகிம்சை ஆகிய கேடயங்களை சுவீகரித்தது பற்றிய செய்திகள் அவர்களை வந்தடைந்தன. மாபெரும் அறிஞர்களும் பிற மதங்களின் தீவிர ஆதரவாளர்களும் எப்படி புத்தரின் மேன்மையான அறிவாலும் ஞானத்தாலும் பணிவை வளர்த்துக் கொண்டனர் என்பது பற்றியும் கபிலவஸ்து கிராம மக்கள் கேள்விப்பட்டனர். ஏழைகளும் பணக்காரர்களும் தங்களுடைய சாதிப் பாரபட்சங்களை விட்டுவிட்டு எப்படி பௌத்த சங்கத்தில் சேர்ந்து உலகை ஒரே குடும்பமாக மாற்றிக் கொண்டிருந்தனர் என்பதைப் பற்றியும் அவர்கள் கேள்விப்பட்டனர்.

இப்போது, புத்தரின் வரவுக்காகக் கபிலவஸ்து காத்துக் கொண்டிருந்தது. மக்கள் அவரைப் பார்க்க விரும்பினர், அவருடைய பேச்சைக் கேட்க விரும்பினர், மெய்ஞானத்திற்கான பாதையில் நடக்க விரும்பினர். இப்படிப்பட்டச் செய்திகள் யசோதரையின்மீது ஒருபோதும் எந்தத் தாக்கத்தையும் ஏற்படுத்தவில்லை. அவள் தொடர்ந்து மௌனத்தைக் கடைபிடித்தாள், தனிமையில் தியானம் செய்தாள்.

இறுதியில், கபிலவஸ்துவின் மக்கள் எந்தச் செய்திக்காகக் காத்துக் கொண்டிருந்தார்களோ, அச்செய்தி அவர்களை வந்தடைந்தது. புத்தர் அங்கு வந்து கொண்டிருந்தார்.

மக்கள் பேருவகை கொண்டனர். சுத்தோதனரும் கௌதமியும் புளகாங்கிதம் அடைந்தனர்.

யசோதரை மட்டும் தொடர்ந்து மௌனமாகவும் தனியாகவும் அமைதியாகவும் இருந்தாள்.

குசலையால் தன்னுடைய ஆர்வத்தை அடக்கிக் கொள்ள முடியவில்லை. யசோதரை தன் இதயத்தில் எத்தகைய உணர்வுகளை அனுபவித்துக் கொண்டிருந்தாள் என்பதை அவள் தெரிந்து கொள்ள விரும்பினாள். எனவே, அவள் அதை யசோதரையிடமே நேரடியாகக் கேட்டாள்.

யசோதரை உணர்ச்சிவசப்படாமல் அமைதியான ஒரு குரலில் அதற்கு பதிலளித்தாள்.

"புத்தர் ஒரு தனிமனிதர் அல்ல. பௌத்தம் என்பது வாழுவதற்கான நெறிசார்ந்த வழியாகும். நானும் அதே பாதையில்தான் பயணித்துக் கொண்டிருக்கிறேன். எனவே, நானும் ஒரு தனிமனுஷி அல்ல. மாறாக, நெறிசார்ந்த வாழ்க்கைக்கான பாதையில் பயணித்துக் கொண்டிருக்கின்ற ஒரு நபர்தான் நான். எனவே, நான் கௌதம புத்தரை நேரில் சென்று பார்க்க வேண்டிய தேவையில்லை.

"நாளைக்கு அவர் இந்த கிராமத்துக்கு வந்தவுடன், ராகுலன் யாரைத் தன் தந்தை என்று நினைத்துக் கொண்டிருக்கிறானோ அவரைப் பார்ப்பதற்கான வாய்ப்பு அவனுக்குக்கிடைக்கும். சுத்தோதனரும் கௌதமியும் யாரைத் தங்கள் மகனாக நினைத்துக் கொண்டிருக்கிறார்களோ, அவரைக் காணுவதற்கான வாய்ப்பை அவர்கள் பெறுவர். ஆனால், அவருடனான என்னுடைய அடையாளத்தை நிலைநாட்ட இப்போது எனக்கும் அவருக்கும் எந்த உறவும் இல்லை. நெடுங்காலத்திற்கு முன்பே நான் அத்தகைய பிணைப்புகளிலிருந்து என்னை விடுவித்துக் கொண்டுவிட்டேன்."

குசலை இந்த உண்மையை மெல்ல மெல்ல உள்வாங்கினாள்.

சித்தார்த்தன் கௌதம புத்தராகவும், யசோதரை யசோ புத்தராகவும் ஆகியிருந்தனர். புத்தர் அந்த கிராமத்திற்கு வருகை தந்துவிட்டுப் போய்விட்டார்.

ராகுலன் தன்னுடைய தந்தையை சந்தித்துவிட்டு, புத்தரைப் பின்தொடர்ந்து சென்றான். ஆனந்தன்

தன்னுடைய சகோதரனைப் பார்த்துவிட்டு, பௌத்த சங்கத்தில் சேருவதற்காக புத்தரைப் பின்தொடர்ந்தான். ஒருசில ஆண்டுகளுக்குப் பிறகு, சுத்தோதனர் அமைதியாக இயற்கை எய்தினார்.

தான் தனிமையில் இருந்ததாக கௌதமி உணர்ந்தார். அவர் தன்னுடைய துயரத்தைப் பகிர்ந்து கொள்ளுவதற்கு அவருக்கு யாரும் இருக்கவில்லை. யசோதரை அந்த வீட்டில் நடமாடிக் கொண்டிருந்தாலும்கூட, அவளுடைய இருத்தல் கௌதமிக்கு எந்த வகையிலும் ஆறுதலாக இல்லை. ஏனெனில், வீட்டில் நிகழ்ந்து கொண்டிருந்த எந்தவொரு விஷயத்திலும் அவள் ஈடுபாடு காட்டவில்லை. அவள் வெறுமனே தூரத்திலிருந்து மௌனமாக அவற்றைப் பார்த்தாள், அவ்வளவுதான்.

கௌதமியின் மனம் கொந்தளித்தது. தன்னுடைய தற்போதைய வாழ்க்கைக்கு ஏதேனும் அர்த்தம் இருந்ததா என்று அவர் தன்னைத் தானே கேட்டுக் கொண்டு, அந்தக் கேள்விக்கு விடையறியாமல் தவித்தார்.

ஒரு தாயாக இருந்து சித்தார்த்தனை வளர்த்தெடுப்பதுதான் தன் வாழ்வின் நோக்கம் என்று துவக்கத்தில் அவர் நம்பினார். ஆனால், நெடுங்காலத்திற்கு முன்பே சித்தார்த்தன் அவரைக் கைவிட்டிருந்தான்.

பிறகு, சித்தார்த்தனின் மகன் ராகுலனை வளர்ப்பதுதான் தன்னுடைய வாழ்வின் நோக்கம் என்று அவர் நம்பினார். ஆனால் இறுதியில், ராகுலன் மட்டுமல்லாமல் அவருடைய சொந்த மகனான ஆனந்தனும் புத்தரின் தாக்கத்தின்கீழ் அவரைக் கைவிட்டுவிட்டுச் சென்றுவிட்டனர்.

அதன் பிறகு, வயதாகிக் கொண்டும் பலவீனமடைந்து கொண்டும் இருந்த தன்னுடைய வாழ்க்கைத் துணைவரான சுத்தோதனரை கவனித்துக் கொள்ளுவதற்காகத் தான் வாழ்ந்தாக வேண்டும் என்று அவர் நினைத்தார். ஆனால் இப்போது அவரும் அவரை விட்டுவிட்டுப் போய்விட்டிருந்தார். எனவே, கௌதமி இப்போது தனிமையில் விடப்பட்டிருந்தார்.

“என் வாழ்க்கை ஏன் இவ்வளவு துயரம் மிக்கதாகவும் அர்த்தமற்றதாகவும் ஆனது? நிகழ்ந்துள்ள எல்லாவற்றுக்கும் யார் காரணம்? யாரைக் குறை கூற வேண்டும்?

சித்தார்த்தனையா அல்லது யசோதரையையா?” என்று அவர் தன்னைத் தானே கேட்டுக் கொண்டார்.

மனித வாழ்க்கையின் உண்மையான நோக்கத்தைத் தன் மாமியார் உணரும்படி செய்ய ஒரு வாய்ப்புக்காக யசோதரை காத்துக் கொண்டிருந்தாள்.

ஒரு நாள் அவள் கௌதமியைப் பார்க்கச் சென்றாள். அவள் கௌதமியின் முன்னால் உட்கார்ந்து அவரிடம் அமைதியாகப் பேசினாள்.

“அம்மா, உங்களுடைய வேதனையை என்னால் புரிந்து கொள்ள முடிகிறது. அறுசுவை விருந்து உங்கள் முன்னால் படைக்கப்பட்டிருக்கும்போது, நீங்கள் பசியால் துன்புறுவது முட்டாள்தனமான காரியமாக இருக்குமல்லவா? துயரத்திலிருந்து விடுபடுவதற்கான வழியைக் கண்டுபிடிக்கும் உன்னதமான பணியை புத்தர் மேற்கொண்டுள்ளார். ஆனால், துயரத்திலிருந்து விடுபட்டு நிரந்தரமான அமைதியை அடைவது குறித்து இதுவரை எந்தவொரு பெண்ணும் அவரை அணுகவில்லை.

“பெண்கள் பௌத்த சங்கத்தில் சேருவதற்கு புத்தர் அனுமதிப்பாரா என்பது எனக்குத் தெரியாது. ஆனால் நீங்கள் போய் முயற்சிக்கலாம். நீங்கள் அந்தச் சங்கத்தில் சேர்ந்தால், துயரத்திலிருந்து நீங்கள் விடுபடுவீர்கள். இருத்தல் தொடர்பான இனிமையற்றக் கேள்விகள் உங்கள் மனத்தை வதைத்துக் கொண்டிருக்கின்றன. அப்படிப்பட்டச் சித்தரவதை, நாம் பிறருடன் உறவுகளை வளர்த்துக் கொள்ளும்போதும், அவர்கள் நமக்கு ஆதரவாக இல்லாமல் போகும்போதும் ஏற்படுகின்ற விளைவுதான். இந்நாள்வரை, புத்தரை உங்களுடைய மகனாகப் பார்க்க நீங்கள் முயற்சி செய்து வந்திருக்கிறீர்கள். நீங்கள் அந்த மனப்போக்கைக் கைவிட வேண்டும். அப்படிப்பட்ட மனப்போக்கு உங்களுக்கு எந்த நன்மையும் செய்யாது. அது அவருக்கும் எந்த விதத்திலும் உதவாது. அறியாமையிலிருந்து உங்களை விடுவிக்கக்கூடிய ஓர் உன்னதமான ஆசிரியராக அவரைப் பாருங்கள். அப்போது உங்களுக்கு எல்லாம் மாறும். நீங்கள் விடுதலை பெற வேண்டும். உங்களைத் துயரத்திற்குள் ஆழ்த்துகின்ற பிணைப்புகளிலிருந்து நீங்கள் விடுதலை பெற வேண்டும். அப்போது, ஒரே ஒரு பிணைப்பு

மட்டுமே உங்களுக்கு எஞ்சியிருக்கும். மனிதகுலத்திற்கான சேவை என்ற பிணைப்புதான் அது. அந்தப் பிணைப்பு ஒருபோதும் உங்களுக்குத் துயரத்தைக் கொடுக்காது."

கௌதமி எதுவும் பேசாமல் சிறிது நேரம் யசோதரையைப் பார்த்தபடி இருந்தார். பிறகு, அவள் கூறியதற்கு இசைவாகத் தலையசைத்துவிட்டு நிம்மதிப் பெருமூச்செறிந்தார்.

புத்த தர்மத்தைத் தேடி அவர் தன் வீட்டைவிட்டு வெளியேறினார்.

சங்கத்தில் சேருவதற்கு கௌதமிக்கு புத்தர் அனுமதி கொடுத்திருந்த செய்தியை யசோதரை கேள்விப்பட்டபோது, அவள் குசலையிடம், "பெண்களும் மனிதர்கள்தானே! மேன்மையான அறிவைப் பெறுவதற்கும் முக்தியடைவதற்கும் அவர்களும் தகுதியானவர்கள்தான். புத்தர் பெண்களுக்கு வழியைத் திறந்துவிடுவார் என்று எனக்குத் தெரியும்," என்று கூறினாள்.

யசோதரை அந்த வார்த்தைகளைக் கூறியபோது அவளுடைய உள்ளத்தில் பொங்கிய மகிழ்ச்சியைக் குசலையால் பார்க்கவும் கேட்கவும் உணரவும் முடிந்தது.

"இனி, குடும்ப உறவுகளை வளர்த்தெடுப்பது பெண்களுக்கு ஒரு கட்டாயப் பிணைப்பாக இருக்கக்கூடாது. அவர்கள் தங்கள் வாழ்க்கையை அதனோடு பிணைக்கக்கூடாது. அப்படிப்பட்டச் சங்கிலிகளோடு அவர்கள் தங்களைப் பிணைத்துக் கொண்டாலும், தாங்கள் விரும்பும் நேரத்தில் அந்தச் சங்கிலிகளிலிருந்து விடுபடுவதற்கான சுதந்திரம் இப்போது அவர்களுக்கு இருக்கிறது. வா, நாம் இந்தப் பரந்த உலகிற்குள் அடியெடுத்து வைக்கலாம். துயரத்திலிருந்து விடுபடுவது எப்படி என்பதை மக்களுக்கு நாம் கற்றுக் கொடுக்கலாம். மனிதகுலத்திற்கு சேவை செய்வதன் மூலம் கிடைக்கின்ற ஆனந்தத்தை நாம் அனுபவிக்கலாம்."

குசலை இருகரம் கூப்பி யசோதரைக்குத் தன் மரியாதையை வெளிப்படுத்தினாள். தன்னுடைய அறியாமையிலிருந்து தன்னை விடுவித்து, மெய்ஞானத்திற்கான பாதையைத் தனக்குக் காட்டிய யசோ புத்தர் குறித்து அவள் நன்றியை உணர்ந்தாள்.

அவர்கள் இருவரும் அருகிலிருந்த ஒரு பௌத்த சங்கத்திற்குச் சென்று, புத்த தர்மத்திற்குத் தங்களுடைய வாழ்க்கையை அர்ப்பணித்துக் கொள்ளுவதாக உறுதிமொழி எடுத்துக் கொண்டனர்.

குசலை அந்தப் பொன்னான கணங்களை நினைவுகூர முயன்றபோதெல்லாம், அவை துடிப்பாக அவளுடைய மனத்திற்குள் திரும்பி வந்து, அவள் அவற்றை நிஜத்தில் மீண்டும் அனுபவித்துக் கொண்டிருந்தது போன்ற உணர்வை அவளுக்கு ஏற்படுத்தின.

யசோதரை வெறுமனே தியானம் செய்வதோடும் புத்த தர்மத்தை போதிப்பதோடும் தன்னை மட்டுப்படுத்திக் கொள்ளாமல், நோயாளிகளுக்குப் பணிவிடை செய்வதிலும் மிகுந்த ஆர்வம் காட்டினாள்.

பல்வேறு வகைப்பட்ட நோய்களை குணப்படுத்துவதற்கு எந்த மருந்துகள் பயனுள்ளவையாக இருக்கும் என்பதை அவள் கற்றறிந்தாள். நோயாளிகளுக்குச் சிகிச்சையளிப்பதில் மருந்துகளைவிட அன்பான மற்றும் பாசமான வார்த்தைகள் அதிக உதவிகரமாக இருந்ததை அவள் கண்டறிந்தாள். அவள் தன்னுடைய பணியை மிகுந்த அர்ப்பணிப்புடன் மேற்கொண்டாள். நோயாளிகள் தங்களுடைய நோய்களிலிருந்து முழுமையாக குணமடைந்தபோது மட்டுமே அவள் மனநிறைவு கொண்டாள். நோயாளிகளை அவர்களுடைய துன்பத்திலிருந்து விடுவிப்பதுதான் அவளுடைய வாழ்வின் உண்மையான நோக்கமும் அர்த்தமுமாக இருந்தது என்பதை அவளை அறிந்திருந்த அனைவரும் உணர்ந்தனர்.

குசலை எப்போதும் யசோதரையுடனேயே இருந்து, அவள் சென்ற எல்லா இடங்களுக்கும் அவளோடு பயணித்து, ஒரு புத்த பிக்குனி என்ற முறையில் யசோதரை மேற்கொண்ட அனைத்து முயற்சிகளிலும் அவளுக்கு உதவினாள். அதனால்தான், யசோதரை இயற்கை எய்திவிட்டாள் என்ற எண்ணம் அவளுடைய மனத்திற்குள் நுழைய மறுத்தது. யசோ புத்தருடன் தொடர்புடைய

எண்ணங்களால் அவள் ஆட்கொள்ளப்பட்டிருந்தபோது, அந்த அறைக்கு வெளியிலிருந்து அவளை அழைத்துக் கொண்டிருந்த பிக்குகளின் குரல்கள் அவளுடைய காதுகளை எட்டி, அவளை அவளுடைய நினைவோட்டத்திலிருந்து வெளியே இழுத்து வந்தன.

யசோதரை எப்படி ஒரு புத்தராக மாறியிருந்தாள் என்பதைக் குசலை மட்டுமே அறிந்திருந்தாள். எனவே, அச்செய்தி யாருக்குத் தெரியப்படுத்தப்பட வேண்டியிருந்ததோ அவர்களுக்கு அதைத் தெரிவிக்கும் பொறுப்பு அவளுடையதாக இருந்தது.

குசலை தன்னுடைய பொறுப்பைப் பற்றி நினைத்தவாறே அந்த அறையைவிட்டு வெளியேறி, யசோ புத்தர் பரிநிர்வாண நிலையை எட்டியிருந்தார் என்ற செய்தியை அறிவித்தாள்.

வோல்கா

தெலுங்கு மூலநூல் ஆசிரியர்

எழுத்தாளரான வோல்கா, நவீனத் தெலுங்கு இலக்கியத்தில் மிகவும் குறிப்பிடத்தக்க நபர்களில் ஒருவராகத் திகழுபவர். அவருடைய எழுத்தில் வெளிவந்துள்ள சுமார் ஐம்பது படைப்புகளில் புதினங்கள், நாடகங்கள், சிறுகதைத் தொகுதிகள், கட்டுரைகள் மற்றும் கவிதைத் தொகுதிகள், மொழிபெயர்ப்புகள் ஆகியவை அடங்கும். பெண்களுக்கான அஸ்மிதா வள ஆதார மையத்தின் நிறுவனர்களில் ஒருவராகவும் அதன் தற்போதைய தலைவராகவும் இருக்கின்ற வோல்கா, 'நீலிமேகலு' என்ற கவிதைத் தொகுதியைத் தொகுத்துள்ளார். அதோடு, ஆந்திரப் பிரதேசத்தில் பெண்ணிய அரசியல் யதார்த்தத்தைக் கையாளுகின்ற 'சரிஹத்துலு லேனி சந்தியாலு' என்ற கவிதைத் தொகுதியை இன்னொருவரோடு சேர்ந்து அவர் தொகுத்துள்ளார். சாராயத்திற்கு எதிரான போராட்டத்தை விவரிக்கின்ற 'சாராம்சம்' என்ற நூலை அவர் இன்னொருவரோடு சேர்ந்து எழுதியுள்ளார். ஆந்திரப் பிரதேசத்தின் வரலாற்றைச் செதுக்கிய பெண்களைக் கொண்டாடுகின்ற 'மஹிலாவரணம்' என்ற நூற்தொகுதியையும் அவர் இன்னொருவரோடு இணைந்து எழுதியுள்ளார்.

வோல்கா தன்னுடைய படைப்புகளுக்காகப் பல விருதுகளைப் பெற்றுள்ளார். பொட்டி ஸ்ரீராமுலு தெலுங்குப் பல்கலைக்கழகத்திலிருந்து 'சிறந்த எழுத்தாளர்' விருது, ரங்கவள்ளி நினைவு விருது, ரமினேனி அறக்கட்டளை விருது, மாலதி சந்தூர் விருது, விசால சாஹிதி புரஸ்காரம், சுசீலா நாராயண ரெட்டி விருது, கண்டுகூரி வீராசலிங்கம் இலக்கிய விருது, லோக்நாயக் அறக்கட்டளை விருது,

தெற்காசிய லாட்லி ஊடகம் மற்றும் விளம்பர விருது ஆகியவை அவர் பெற்றுள்ள விருதுகளில் சில. 'விமுக்தா' என்ற தன்னுடைய புதினத்திற்கு 2015ம் ஆண்டுக்கான சாகித்திய அகாடமி பரிசை அவர் பெற்றார். அப்புதினத்தை ஆங்கிலத்தில் 'த லிபரேஷன் ஆஃப் சீதா' என்ற பெயரில் ஹார்ப்பர் பெரினியல் பதிப்பகம் வெளியிட்டுள்ளது.

நாகலட்சுமி சண்முகம்

தமிழ் மொழிபெயர்ப்பாளர்

கடந்த ஒன்பது ஆண்டுகளில் 80க்கும் மேற்பட்ட நூல்களை நாகலட்சுமி மொழிபெயர்த்துள்ளார். இவருடைய மொழிபெயர்ப்புக்குக் கிடைத்துள்ள அங்கீகாரங்களில் 2014ல் திருப்பூர் தமிழ்ச் சங்கம் அளித்த 'தமிழ் மொழிபெயர்ப்புத் துறைக்கான சிறப்பு விருதும்,' இவர் மொழிபெயர்த்த 'இறுதிச் சொற்பொழிவு' நூலுக்கு 2014ல் வழங்கப்பட்ட 'நல்லி திசை எட்டும் மொழியாக்க விருதும்' அடங்கும். 2017 மே மாதம் தமிழக அரசு சிறந்த மொழிபெயர்ப்பாளருக்கான விருதை நாகலட்சுமிக்கு வழங்கி கௌரவித்துள்ளது.

நாகலட்சுமி ஒரு மிகச் சிறந்த ஊக்குவிப்புப் பேச்சாளரும்கூட. அமெரிக்காவின் தலைசிறந்த பேச்சாளர்களில் ஒருவரும், 'சிக்கன் சூப் ஃபார் த சோல்' புத்தக வரிசையை உருவாக்கியவருமான ஜாக் கேன்ஃபீல்டின் 'வெற்றிக் கொள்கைகள்' பயிலரங்கை நடத்துவதற்கு அவரிடம் நேரடியாகப் பயிற்சி பெற்றவர் இவர்.

தமிழ் நாடகத் துறையின் முன்னோடி மேதைகளான டி.கே.எஸ். சகோதரர்களில் ஒருவரான திரு. டி.கே. முத்துசாமி அவர்களின் பேத்திகளில் ஒருவர் இவர். இவர் தற்போது தன் கணவருடனும் தன் குழந்தைகள் இருவருடனும் மும்பையில் வசித்து வருகிறார்.